புளிப்புக்கனிகள்

சி.எம்.முத்து

படைப்பு பதிப்பகம்

\# 8, மதுரை வீரன் நகர்,
கூத்தப்பாக்கம், கடலூர் - 607 002
தமிழ்நாடு
📞 73388 97788 / 73388 47788

புளிப்புக்கனிகள் (சிறுகதைகள்)

ஆசிரியர்: சி.எம். முத்து ©

முதற் பதிப்பு: செப், 2024

வடிவமைப்பு: ஆர். பிரகாஷ்

வெளியீட்டகம்: இலக்கிய படைப்பு குழுமம்

வெளியீடு: **படைப்பு பதிப்பகம்**

அச்சிடல்: படைப்பு பிரைவேட் லிமிடெட், சென்னை

பதிப்பாளர்: ஜின்னா அஸ்மி

பக்கங்கள்: 208

விலை: ₹ 300

Pulippukkanihal (Short Stories)

Author: C.M. Muthu ©

First Edition: Sep, 2024

Publishing Agency: Ilakkiya Padaippu Kuzhumam

Published By: **Padaippu Pathippagam**

Printed By: Padaippu Private Limited, Chennai

Publisher: Jinna Asmi

Website: www.padaippu.com

e-mail: admin@padaippu.com

ISBN: 978-81-19615-45-2

Pages: 208

Price: ₹ 300

(நூல் வெளியீட்டு எண்: 239)

பதிப்புரை

ஜின்னா அஸ்மி, பதிப்பாளர்

வாய்மொழி மரபில் பரவிய கதைகளே இன்றும் பெரும்பான்மை மக்களால் பேசப்பட்டும், வாழ்க்கை நெறியாக மேற்கொள்ளப்பட்டும் வருகிறது. தமிழ் மரபு, காவியங்களை அடிப்படையாகக் கொண்டிருந்த காலத்தில் வாய்மொழி மரபு கதைகளை விஞ்சும் வகையில் எழுத்தில் கதைகள் உருவாக்கப்படவில்லை. இருப்பினும் 20ஆம் நூற்றாண்டின் தொடக்கத்தில் தமிழில் உரைநடை இலக்கியம் அறிமுகமானபோது சிறுகதையும் தனக்கென தனி வடிவம் பெற்று வளரத்தொடங்கியது. வாய்மொழி மரபையும் ஆங்கில இலக்கியத்தின் வழியாகப் பெறப்பட்ட வடிவத்தையும் கொண்டு உருவானதுதான் நவீன சிறுகதை வடிவம். கடந்த ஒரு நூற்றாண்டுக் காலத்தில் சிறுகதை என்ற வடிவம் பெற்றுள்ள மாற்றம், செழுமை, வளர்ச்சி, வடிவச்சோதனைகள், பரிசோதனை முயற்சிகள் போன்றவை பெரும் பாய்ச்சலை நிகழ்த்தியுள்ளன. அதில் ஏராளமான படைப்பாளிகளும் அவர்களின் படைப்புகளும் தோன்றி இன்று, சிறுகதை என்பது தமிழ் இலக்கிய வரலாற்றில் பிரிக்க முடியாத சக்தியாக உருவாகி முத்திரைப் பதித்துக்கொண்டிருக்கிறது. அப்படிப்பட்ட முத்திரைப் பதிக்கும்படியான சிறுகதைகளை எழுதிவரும் எழுத்தாளர் சி.எம். முத்து அவர்களின் சிறுகதைகளை ஒன்றுதிரட்டி உருவாக்கியிருப்பதே "புளிப்புக்கனிகள்" நூல்.

தஞ்சாவூர் மாவட்டம், இடையிருப்பு கிராமத்தில் பிறந்த எழுத்தாளர் சி.எம். முத்து அவர்கள், 1970 முதல் இன்று வரை தொடர்ந்து இயங்கிக்கொண்டிருக்கும், எழுதிக்கொண்டிருக்கும் பாடைப்பாளர். தன் இலக்கியப்பயணத்தில் 300 க்கும் அதிகமான

சிறுகதைகளையும், 11 நாவல்களையும் எழுதி தடம் பதித்திருக்கிறார். தன் எழுத்திற்காக கதா விருது, இலக்கியச் சிந்தனை விருது, தஞ்சாவூர் தமிழ்ப் பல்கலைக்கழகத்தின் வருகை தரு இலக்கிய ஆளுமை விருது, பேசும் புதிய சக்தியின் சிறந்த எழுத்தாளுமை விருது, இந்து தமிழ் திசையின் தமிழ் திரு விருது 2022 என பல விருதுகள் இவரை அலங்கரிக்கின்றன.

பாசாங்குத்தனமில்லாத எழுத்து நடை சி.எம்.முத்துவினுடையது. தஞ்சை மண்ணின் அடித்தள அழகை அதன் முரண்களை அற்புதமாக வெளிக்கொணர்ந்த மண்மணம் மிக்க வீரியமான படைப்பாளர். இவரின் எழுத்து நேர்த்தியான எளிய நடையில் ஒருவித இனிமை தரும் பேச்சுமொழியில் தஞ்சை வட்டாரத் தமிழின் வெவ்வேறு சாயல்களுடன் கூடியது. எதார்த்தமாகக் கண்டதை எதார்த்தமாகக் பதிவு செய்வதில் வல்லவரான சி.எம்.முத்து அவர்கள், காவிரிப் படுகையின் கதையை உலகிற்கு சொல்லவேண்டுமென்ற உயிர்த்தவிப்போடு எழுதி வருபவர்களில் முதன்மையானவர். மேலும், இவர் எழுதிய 'மிராசு' மற்றும் 'சோழகர்' நாவல்கள் சாகித்திய அகாதமி பட்டியலில் இருக்கின்றன என்பது குறிப்பிடத்தக்கது.

எமது படைப்பு பதிப்பகத்தின் மூலமாகத் தனது நூலை வெளியிட முன்வந்த படைப்பாளி சி.எம். முத்து அவர்களுக்கும் மற்றும் இந்நூல் வெளிவர உதவிய படைப்பாளி நூர்தீன் உள்ளிட்ட அனைவருக்கும் படைப்புக் குழுமம் தனது நன்றியைத் தெரிவித்துக் கொள்கிறது.

வளர்வோம்! வளர்ப்போம்!!

படைப்புக் குழுமம்

உங்களோடு கொஞ்ச நேரம்...

சி.எம். முத்து

ஒரு நல்ல சிறுகதையின் 'புள்ளி' எதுவாக இருக்க வேண்டும் என்பதற்கு அநேக உதாரணங்கள் இருக்கின்றன. பற்பல மேலை நாட்டு அறிஞர்களும் வல்லுனர்களும் உள்ளூர் இலக்கிய எழுத்துலக ஜாம்பவான்களும், வகுத்துக் கொடுத்துவிட்டுப் போன இலக்கண கோட்பாட்டுணர்வுகளோடு பல கருத்தாக்கங்களையும், விழுமியங்களையும் நமக்குள்ளே விதைத்து விட்டுப் போயிருக்கின்றார்கள். சிறுகதைகள் எழுத வருகிற ஒவ்வொருவரும் அக்கோட்பாட்டுணர்வுகளையோ விழுமியங்களையோ புரிந்து கொண்டு அவர்கள் கட்டமைத்து வைத்துள்ள எல்லைகளை மீறிவிடாமல் தங்கள் சிறுகதைகளை கட்டமைத்துக் கொண்டு எழுதுகின்றார்களா என்று எனக்குச் சொல்லத் தெரியவில்லை. ஏனெனில் கலை என்பது எவ்வாறு இனங்காண முடியாததோ அவ்வாறே தன்னகத்தே வலுவான ஒன்றை அடக்கி வைத்துக் கொண்டிருப்பதும் ஆகும். இவ்வம்ச குறைபாடுகளில்லாத வலுவான ஒன்றை சிறுகதைகள் தனக்குள்ளே பொதித்துக் கொண்டிருக்குமேயானால் அச் சோபிதம் அழகு மிகுந்ததாய் இருக்கும் என்பதொடு குன்றாத வளம் நிறைந்தும் காணப்படும்.

இன்றைய நவீன சிறுகதைகளின் போக்குகளை நாம் பார்க்கின்றோம். அறிஞர்கள் பலர் இலக்கணம் வகுத்து வைத்துவிட்டு போன ஒழுங்கமைதியை உள்ளடக்கத்தை உடைத்துக் கொண்டு எவ்வித சமரசமுமின்றி தங்களுக்கான நியமங்களை உருவாக்கிக் கொண்டு புதியதொரு பாய்ச்சலை நிகழ்த்திக் கொண்டிருக்கின்றன. அவைகள் திசைகளல்லாத திசைகளில்

பயணித்துக் கொண்டிருப்பதாகவே நாம் பார்க்கின்றோம். அவைகள் கட்டுடைப்பானாகவும் கட்டுக்குள் அடங்க முடியாததாகவும் முந்தைய சொற்களை மறுதலிக்கக்கூடிய வகையில் சிறுகதை அமைதியை கலைத்துப் போடுபவைகளாகவும் சென்று கொண்டிருப்பதை அனுமானித்துக் கொள்ள முடிகிறது. சிறுகதை சொல்ல வேண்டிய விஷயத்தை சொல்லிவிட்டு ஓய்வதும் அந்த இடத்தை தொட்டுவிட்டு விலகி விடுவதும் இதில் எது சரி எது சரியில்லை என்கிற விவாத முயற்சிகளுக்கும் அப்பால் பற்பலவான சித்திரங்கள் ஊடாடுவதை அவதானித்துக் கொள்கின்றோம். கோட்பாட்டுணர்ச்சிகளை சிதறடிக்கிற முயற்சிகளாகவே அவைகளை கொள்ள முடிகிறது.

பற்பலவான பரீச்சார்த்திரங்களில் வாசகனின் தெளிவை முக்கியமாக பார்க்க வேண்டிய தருணங்களும் படைப்பாளனுக்கு இருக்க வேண்டிய நிர்ப்பந்தங்களிலிருந்து நழுவி புதிய நவீன மயத்தின் எழுச்சியாகக் கருதுவது பேசுபொருளுக்கான இடமாகவே இருந்து கொண்டிருக்கும்.

படைப்புச் சிற்பி அமரர் நா. பார்த்தசாரதி அவர்கள் சிறுகதைகள் பற்றி எனக்குச் சொன்ன ஒரு விஷயம் என் ஞாபக அடுக்குகளிலிருந்து இப்போது நினைவுக்கு வருகின்றது. அவர் சொன்னது "சிறுகதையின் லட்சணம் என்பது ஷனத்தில் தோன்றி ஷனத்துக்கு முன்னும் பின்னுமாயுள்ள இடைப்பட்டக் காலத்திலேயே முடிந்து விட வேண்டும் அப்படிப்பட்ட சிறுகதைகளே ஒரு நல்ல சிறுகதையின் அடையாளமாக இருக்கும் என்பது தான் அது. இதில் அடிப்படையான ஒரு விஷயம் நமக்கு உணர்த்துவது யாது? லேசான அசைவை மட்டும் காட்டிவிட்டு ஒரு சிறுகதை அடங்கி விட்டால் போதும் என்பதுதான். இந்தக் கூற்று கவிதைகளுக்கும் பொருந்துவதாகவே நான் பார்க்கின்றேன்.

இத்தொகுப்பில் நான் தமிழுக்கு எழுத வந்த 70களில் எழுதப்பட்ட கதைகளும் தற்காலத்தில் எழுதப்பட்ட சில கதைகளையும் இணைத்துள்ளேன். ஒரு எழுத்தாளரின் ஆரம்பகால வளர்ச்சியையும் முதல் பருவத்து வளர்ச்சிகளையும் பொருத்திப் பார்க்க இத்தொகுப்பும் இதிலுள்ள கதைகளும் உதவும் என்று நம்புகின்றேன். என்னுடைய அகவை எழுபத்து

நான்கு முடியும் தறுவாயிலும் எழுபத்தைந்து உதயமாகும் தறுவாயிலும் படைப்பு குழுமத்தின் வழியாய் இத்தொகுப்பு வெளிவருவது மகிழ்ச்சியளிக்கிறது. இக்குழுமத்தின் ஒப்பற்ற நிறுவனர் பெருந்தகை ஐயா முகமது அலி ஜின்னா அவர்கட்கு என் மாறா நன்றியைத் கூறிக்கொள்வதோடு அவர்களுக்கு இத்தொகுப்பை சமர்ப்பணம் செய்து கொள்வதிலும் பெருமைப் படுகிறேன். மற்றும் இத்தொகுப்பு வெளிவர எல்லாவிதமான முயற்சிகளையும் எடுத்துக் கொண்ட புதுக்கவிதை ஜாம்பவான் வலங்கைமான் நூர்தீன் அவர்களுக்கும் அழுகுற கணினி அச்சு செய்த அருமை நண்பர் A.S. வினோத் (தமிழன் கம்யூட்டர்ஸ்) அவர்களுக்கும் என் நன்றிகள் எப்பொழுதெப்பொழுதும்.

உள்ளே...

1. நமக்கென்றொரு நதி — 11
2. ஞாயம் வேண்டும் — 33
3. புளிப்புக்கனிகள் — 48
4. ஒரு ரோஜாப்பூ கண் சிமிட்டுகிறது! — 60
5. நொண்டிப் பெண் — 81
6. அவன் செய்தது நியாயம் என்றால்... — 91
7. பந்தி — 99
8. ஆண்டவா மழை நிக்கப்படாது — 111
9. ஒரு நாற்காலி காத்திருக்கிறது — 135
10. மனசு — 146
11. மாப்பிள்ளை விருந்து — 163
12. போராட்டங்கள் — 179
13. இனிக்கும் வாழ்வு — 187
14. நினைவுகள் இழந்தபின் — 198

நமக்கென்றொரு நதி

"**கா**மாட்சி, நோக்கு என்னடி வந்தது இப்போ... நானும் ஒன்னைய கார்த்தாலையிலேருந்து பாத்துண்டிருக்கேன். மொகத்தை இப்படி துக்கிரி புடிச்சாப்போலத் தூக்கி வச்சிண்டிருக்கே... கப்பலே கவிழ்ந்தாப்போலன்னா கன்னத்திலே கை வச்சுண்டு பிரம்மஹத்தி புடிச்சாப்போல உக்காந்துண்டிருக்கே.. வேண்டாம்டி இதெல்லாம் நல்லதுக்கில்லேன்னுதான் நேக்குத் தோன்றது. எதுக்கு இந்த ஆயாசம்? எதுக்கு இந்தப் பதட்டம்? லோகம் கெட்டாப் போச்சு இல்லே மனுஷாள்தான் கெட்டுப் போயிட்டாளா? கப்பலே கவிழ்ந்தாலும் சரி மானமே தலமேல இடிஞ்சி விழுந்தாலும் சரி கவலையை விட்டுட்டு இரேன்டி எதுக்கு வீணான கவலையெல்லாம், நடக்கறதெல்லாம் நாராயணன் செயல்னு சொல்லுவா பெரிவா. நாமும் அப்படி நெனச்சுண்டு இருந்துக்க வேண்டியதுதானே அதிலென்ன கஷ்டம் வரப்போறது நோக்கு?..."

நான் இவ்வளவு பேசியும் என் அகத்துக்காரி என்னண்டே இன்னமும் ஒரு வார்த்தைக்கூடப் பேசாம மொகத்தை அப்படியே வெச்சுண்டு சுவற்றில் சாய்ந்தபடி ஒக்காந்துண்டிருக்கா. எதுவும் வாயத்தொறந்து பேசமாட்டாளான்னுதான் நானும் ரொம்ப நேரமா இந்த ஊஞ்சலைக் கெட்டியமா புடிச்சிண்டு ஒக்காந்துண்டிருக்கேன். வாசலாண்டே ஏதோ குருவிகள் 'கீச்கீச்' என்று சப்தமெழுப்பிவிட்டு பறந்து போய்விட்டது போல. என் நெனப்புதான் எப்படியோ என்னவோ லேசுல அவ வாயத்தொறந்து பேச மாட்டான்னுதான் நேக்குத் தோன்றது. இன்னும் எத்தனை நாழிக்குத்தான் அவ இப்படியே

இருந்துண்டிருக்கப் போறாளோ அதுவும் புரியலை. சரி எதுவும் எப்படியோ இருந்துட்டுப் போகட்டுமேன்னு என்னாலயும் இருந்துண்டிருக்க முடியலை. காலை சுத்தின பாம்பு கடிக்காமல் விடாதுங்குற மாதிரி அவள் முறைப்பும் பார்வையும் என்னை எதுவோ படுத்திண்டுருக்காப் போலத்தான் நேக்குப்படறது.

இந்த ஆவணி வந்தா நேக்கு எழுபது வயது ஆரம்ப மாயிடறது. காமாட்சிக்கு அறுபதோ அறுபத்திரெண்டோ வச்சுக்கலாமோன்னோ... அவளைக் கல்யாணம் பண்ணிண்டு ஆத்துக்குக் கூட்டிண்டு வரச்சே பெரிய பொம்மனாட்டியா நேக்குத் தோனலை. சின்னக் கொழந்தையாட்டமாதான் இருந்துண்டிருந்தா... தாம்பத்தியத்திற்கோ லௌகீக வாழ்க்கைக்கோ அவள் ஒத்து வருவாளான்னுதான் நேக்கு பட்டுச்சி, எந்நேரம் பார்த்தாலும் கடல் மாதிரி கெடக்கே இந்தக் கூடத்தில்தான் ஓடியாடி வெளையாடிண்டிருப்பள். என்னடா புருஷனாச்சேன்னு ஒரு சிணுங்களோ கொஞ்சலோ வெச்சுக்கவேமாட்டா... சதா சிரிச்சுண்டும் குச்சிமிட்டாயைச் சப்பிண்டுமா என்னன்னவோ ஜாலக்கெல்லாம் பண்ணுவள். என் அடக்கமுடியாத தகிப்பை அவளுள் செலுத்த நேக்கு ஒரு வருஷ காலம் ஆச்சுன்னு சொன்னா நீங்கள் நம்புவேளா மாட்டேளோ... ம்ம்ம்... நாப்பத்தஞ்சு வருஷ காலத்தைச் சாப்பிட்டு ஏப்பமும் விட்டாச்சு. நேத்தைக்கித்தான் அவளைக் கல்யாணம் பண்ணி ஆத்துக்கு கூட்டிண்டு வந்தாப்போல மனசுக்குள்ள 'ஒரு நெனப்பு' குறுகுறுன்னு ஓடிண்டிருக்கு. பேரன் பேத்தியெல்லாம் தூக்கி ஆடி ஓடி அடங்கின கட்டைக்கி ஒரு சின்ன நரை காட்டுங்கோ பார்ப்போம்... நேக்குதான் அநியாயமா குத்து பஞ்சைத் தலையிலே வெச்சு கட்டினாப்போல அப்படி ஒரு நரை... ஆடி ஓடி அடங்கின கட்டைக்கி நரையெல்லாம் ஒரு பொருட்டா என்ன? அவளோட வாழ்ந்துண்டுருக்க இந்த நாப்பத்தஞ்சு வருஷ காலத்திலே ரெண்டு ஆம்பிளப் பிள்ளையையும் ரெண்டு பொம்பனாட்டிப் பிள்ளையையும் நன்னாதான் பெத்துப் போட்டா.

எல்லாம் வளர்ந்து ஆளாகி நன்னாதான் இருந்துண்டுருக்குதுங்க. பொம்பளப்புள்ளை ரெண்டுக்கும் கல்யாணம் ஆகி அதது அவாளோட புக்ககத்துலே இருந்துண்டுருக்கா. பெரிய புள்ளையாண்டானுக்கு கல்யாணம் ஆகி அவனும் மாட்டுப்

பொண்ணும் மெட்ராஸிலே இருந்துண்டிருக்கா. பெரிய புள்ளையாண்டான் ஐடி. கம்பெனியிலே அசோஸியட் மானேஜரா இருந்துண்டிருக்கன். ரெண்டு பேரக் கொழந்தைகளோட அவாளோட வாழ்க்கை நன்னாதான் நடந்துண்டிருக்கு. மாட்டுப் பொண்ணும் சும்மா இல்லே. எம்பியே படிச்சவள் சும்மா இருப்பாளா?அவளும் ஒரு ஐ.டி. கம்பெனியிலே வேலை தேடிண்டு கைநெறைய சம்பாதிச்சுண்டு நன்னாதான் இருந்துண்டிருக்கா. பகவான் கிருபையாலே அவாள் நன்னா இருந்துண்டிருக்கட்டும்.

என்னோட சின்னமகன் "சாம்பு" ருக்கானோல்லியோ. அவனுக்கு இந்தப் பங்குனியில்தான் கல்யாணம் பண்ணி வச்சேன். கல்யாணம் நடந்து பத்து நாள் கூட ஆகலை. தஞ்சாவூர் மெடிக்கல் காலேஜ் ரோட்டிலே "கந்தசரஸ்' மஹால் இருக்கோல்லியோ அதிலேதான் கல்யாண வைபவம். ரெண்டுநாள் வைபவம். சாப்பாடு சம்பிரதாயம்னு ஆஹோ ஓஹோன்னுதான் நடந்துச்சு. கல்யாணத்துக்கு வந்தவா அத்தனை பேரும் காரியம் முடிஞ்ச கையோடேயே அவாவா ஊருக்கு கௌம்பிப் போயிட்டா. இதே எங்கக் காலம்னா கல்யாணத்துக்கு வரவா பத்து நாளைக்காச்சும் டேரா போட்டுண்டுடுவா. வீடே கலகலன்னு இருந்துண்டிருக்கும். இப்போல்லாம் அப்படி இருக்க யாருக்கு வாய்க்குது? அவசரம்... அப்படி ஒரு அவசர காலமோன்னோ, தரிப்பாத் தரிக்கிரா...

சாம்புவும் நன்னா படிச்சிருக்கான். இன்னும் வேலைதான் கெடச்ச பாடில்லே. அதுக்காக ரொம்பப் பிரயாசையெல்லாம் பட்டுண்டிருக்கான் போல. மாட்டுப்பொண்ணு 'பாஹேஸ்வரி கூட நன்னா படிச்சவள்தான். அவளுக்கும் ஒரு வேலை கெடச்சி அமர்ந்து போயிட்டாள்னா ரெண்டு பேர் வாழ்க்கையும் நன்னாதான் நடந்துண்டிருக்கும். எல்லாம் பகவான் கிருபை நம்பக் கையிலே என்ன இருக்கு சொல்லுங்கோ பார்ப்போம்?

நானும் காமாட்சியும் எங்களோட மண்டை மடியிரதண்டி இந்த ஊரிலே இருந்துண்டுதான் குப்பை கொட்டியாகணும். நேக்கு விவசாயம் தான் பூர்வீகத் தொழில். என்னோட தோப்பனார் காலத்திலிருந்தே அதைத்தான் விடாப்புடியா செஞ்சிண்டிருக்கேன். பூண்டி வாண்டையார் காலேஜ் இருக்கோன்னோ, அதான்

பூண்டி புஷ்பம் கல்லூரி. அதிலேதான் பி.ஏ. வரைக்கும் படிச்சேன். அப்போதே அந்தப் படிப்புக்கு ஒரு வேலையைத் தேடிண்டு எங்காவது கௌம்பிப் போயிருக்கலாம். தோப்பனார் அதுக்கு ஒத்துக்கலே விவசாயம்தான் நோக்கு தொழில்னு விடாக்கண்டனா இருந்து ஊருக்குள்ளயே இருக்க வெச்சுட்டார். பிதுரார்ஜித சொத்துக்களை கவனிச்சிக்கிறதுக்கும் ஒரு ஆள் வேண்டாமோன்னோ? வெவசாயத்துக்கு ஆள் அம்புன்னு ஆட்கள் இருந்தாலும் மேம்போக்கா கவனிச்சிக்கறதுக்கு ஒரு ஆள் தேவைப்படறதோன்னோ அதுக்குதான் நான் இருந்துண்டேன். மூதாதையர் தேடிவச்ச சொத்துபத்தைப் பாதுகாத்து வெச்சுக்கணுமோன்னோ, அதுக்குதான் இந்த ஊருக்குள்ள பல்லகடிச்சிண்டு மல்லு கட்டிண்டு இருந்துண்டிருக்கேன்.

அக்ரஹாரத்திலே முக்கால் வாசிப்பேர் பிழைப்புத்தேடி எங்கெங்கோ கண்காணாத சீமைக்கெல்லாம் போயி சேந்துட்டா. அவாள் வசிச்ச வீடெல்லாத்தையும் ஊர் குடியானவாள்ட்டே வித்துட்டு போய் தொலைஞ்சிட்டா. இவ்ளவு பெரிய அக்ரஹாரத்துலே சுமாரா பத்து பிராமணாள் குடும்பம் மட்டும்தான் இன்னமும் மூச்சைப் பிடிச்சுண்டு ஒக்காந்துண்டிருக்கோம். அக்ரஹாரத்துலே முக்கால் வாசி குடியானவாள் குடியேறியும் கூட இன்னமும் இது அக்ரஹாரமாவேதான் பெரிய பேரோட இருந்துண்டிருக்கு. சாம்பார் வாசமும் மோர்க்குழம்பு வாசமும் வீசிண்டிருந்த தெருவிலே 'கவிச்சி வாடை' நாறித் தொலைக்கிறது. அதுக்காக என்ன பண்ண முடியும். விதியை நொந்துண்டு கஷ்டமேன்னு மூக்கை பிடிச்சுண்டு ஒக்காந்துண்டிருக்கோம். பாம்பு திங்கிற ஊருக்குப் போயிட்டா நடுக்கண்டம் நம்பளுக்குன்னு இருந்துக்கணும்னு குடியானவா பேசிக்குவாளாம், அப்படி எங்களாலே இருந்துக்க முடியலை. இதப்பத்தி பேசப்போனா அனுமார் வால் மாதிரி இப்படியே தான் நீட்டமா போயிண்டிருக்கும். அதெல்லாம் இப்போ நமக்கென்னத்துக்கு?

"உஸ்ஸ்ஸ்ஸ்" ன்னு சப்தம் கேக்கறது. திரும்பி காமாட்சியைப் பாக்கறேன். பாவம் அவதான் பெருமூச்சு விட்டுண்டிருக்காப் போலருக்கு. பாவம் அவள் இன்னமும் கவலையை விடலை போலிருக்கு. அவளை ஆறுதல் படுத்துரதுக்கொசறம் ஏதாவது

வாயத்தொறந்து சொல்லலாம்னு பாத்தா அவ பாக்கற பார்வையும் மொறைக்கிற மொறப்பும் வாயத்தொறந்து எதுவும் பேசணுமான்னு வரது. அதுக்கொசறம் வாயை மூடிண்டு சும்மாவும் என்னால இருந்துண்டிருக்கவும் முடியலை. ஏதாவது பேசுனாத்தானே எல்லாத்துக்கும் ஒரு விமோசனம் கெடைக்கும்?

மெதுவா மெது மெதுவா. "காமாச்சி..." ன்னு கூப்டறேன். தலையைக் குனிஞ்சுண்டு தரையைப் பார்க்கறாப்போல ஒக்காந்துண்டிருந்தவள் தலையை நிமித்தி என்னைப் பாக்கறா. அப்பா அவ கண்ணு ரெண்டுலயும் அப்படியா ஒரு நெருப்பு பறக்கும்? ஆளையே சுட்டுப் பொசுக்கி துவம்சம் பண்ணிப் போடறாப்போலே அப்படி ஒரு பார்வை. அக்கினிப் பிழம்பாய்...

"என்னடி காமாச்சி, என்னை என்ன பண்ணச் சொல்றே...? என்னைச் சுட்டுப்போட்டாலும் சரி, சுடாமப் போட்டாலும் சரி மனசுல உள்ள கவலையைச் சொன்னாத்தானே அதுக்கு ஏதும் விமோசனம் பண்ணமுடியுமான்னு யோசிக்கலாம். வெறுமனயே மூஞ்சை இப்படி தொங்கவெச்சுக்கிட்டிருந்தா நான் என்னென்னு புரிஞ்சிக்கறது?"

"என்னன்னா என்னோட மனசுல உள்ள கவலை என்னன்னு தெரிஞ்சுக்காத மாதிரி பாவலா பண்றேளா? எல்லாத்தையும் நன்னா தெரிஞ்சி வெச்சுண்டு தெரிஞ்சிக்காத மாதிரி பேசிண்டிருக்கேளே, இது ஒங்களுக்கே நன்னாருக்கா?"

"தெரியும்ண்டி, தெரியும். நன்னாவே தெரியும்... அதுக்காக நாம என்னா பண்ண முடியும்? நாம ஒருத்த நெனச்சிட்டா காவிரில ஜலத்தைக் கொண்டாந்துட முடியுமா? டிவில நித்தம் பாக்கறியோன்னோ தமிழ்நாடு முச்சூடும் காவேரி மேலாண்மை வாரியம் அமைக்கணும்னு பெரிய போராட்டமா இருந்துண்டிருக்கு... இது என்ன மாசம்? பங்குனி மாசம். இந்த மாசத்துல காவிரில தண்ணி வருமா? கர்நாடகாக்காரன் மனசு வச்சு தண்ணிய தொறந்து வுட்டாக்கூட ஆவணி கடசிக்கிகூட வருமான்னுதான நெலம இருந்துண்டிருக்கு"

"காவிரில ஜலம் வர்றபடி வந்து சேரட்டும் அது வரைக்கும் கல்யாண மாலைய காவேரி ஜலத்துல விடாம இருந்துக்க முடியுமோ? பத்துநாள் மாலைய காவந்து பண்றதுக்கே

பெரும் பிரயாசையா இருந்துண்டிருக்கு. பூவெல்லாம் வாடி கொட்டிப் போறதுக்குள்ள அதுக்கான சடங்கு சம்பிர்தாயத்தப் பண்ணி ஜலத்துல விட்றனுமோல்லியோ... அப்படித்தானே காலங்காலமா நடந்துண்டு வரது... நாள் ஓட ஓட மாலைகள் எக்கதி ஆகுமோன்னு வயித்துக்குள்ள தீயா எரிஞ்சிண்டிருக்கு நேக்கு".

"எதுக்கு எரியணும்...? முப்பது நாப்பது வருஷத்துக்கு முன்னாடி ஆடைக்கும் கோடைக்கும் கொளங்குட்டைகள்ல ஜலம் தேங்கி கெடந்துண்டிருக்கும். ஏரில கூட ஜலம் வத்தவே வத்தாது. காவிரில சொல்லவே வாணாம் பள்ளங்கண்ட எடத்துலயும் சரி, காவாயிலயும் சரி ஜலம் தேங்கிக் கெடக்குறது மட்டுமல்ல சிலு சிலுன்னு லேசா ஓடிண்டிருக்கவும் செய்யும். ஆடுமாடு அம்புட்டு ஜீவராசிகளுக்கும் அது சொர்க்கமா இருந்துண்டிருக்கும். கோடை காலத்துல கூட காலைவேளை பூஜை பண்ற பிராமணாளெல்லாம் காவிரிக்கிப் போயி ஸ்நானம் பண்ணிண்டு அங்கேயே திருநீரெல்லாம் இட்டுண்டு நீர்ச் சொம்போடையும் பூக்கொடலையோடயும் ஆத்துக்கு வந்துட்டான்னா பூஜை புனஸ்காரமெல்லாம் அமோகமா நடந்து முடிஞ்சிடும். இப்போ அப்படி நெலமையா இருந்துண்டிருக்கு...? பூஜை பண்ற பிராமணாளெல்லாம் எங்கே போய் ஒழிஞ்சாள்ன்னே கண்டுபிடிக்க முடியலை.

வெவசாய நெலங்கள்ல ஏகத்துக்கு போர் செட்ட போட்டுண்டு எந்தக் காலத்துல எதப்பண்றதுன்னுகூட கட்டுசட்டு இல்லாம சகட்டு மேனிக்கா வெவசாயம் பண்ணிண்டிருக்கா. பூமிக்குள்ள ஜலம் இருந்துண்டிருக்க வரைக்கும் தான் எறச்சுக்க முடியும். அதுக்கு அப்றமா என்ன பண்ணப் போறாளோன்னுதான் தெரியலை நேக்கு. ஊருக்குள்ள இருந்த கெணறெல்லாம் ஜலம் வத்திப்போய் கெணறு இருந்த தடமே இல்லாம அழிஞ்சிப் போயிடுத்து. இப்போல்லாம் கிராமத்துல அடி பம்புன்னு ஒன்னு இருந்ததே கூட இல்லாமப் போயிருச்சி. பதினெட்டு அடிக்கு குழாயை எறக்கி அடிபம்ப வச்சுட்டா ஆடைக்கும் கோடைக்கும் வத்தாம நீரைக் கொடுத்துண்டேயிருக்கும் அந்தக்காலம் மலையேறிப் போயி ரொம்பக் காலம் ஆயிருச்சி. ஊருக்கு ஊரு தண்ணி டேங்கு மட்டும் ஒன்னு இல்லேன்னா

ஊருக்குள்ள மனுஷாள் வாழறதுக்கே யோக்யதை இல்லாமப் போயிருக்கும். போர் செட்டு அதிகமானதுனால நீர் நிலைகள்ல ஜலம் தங்கறதே இல்லாம வறண்ட பாலைவனம் போல் கெடக்கு. நம்ம ஊரு கொளத்துக்குள்ள பசங்களெல்லாம் சேர்ந்துண்டு கிரிக்கெட் ஆடறதைக் கண்ணால பாத்தியோ இல்லியோ..."

"பார்தேனே... நன்னா பாத்துண்டுதானேருக்கேன். நேக்கு ரெண்டு கண்ணும் அவிஞ்சாப் போச்சு பாக்காமலிருக்கறதுக்கு... இதெல்லாத்தையும் கண்ணாலே பாக்கறச்சே ரெண்டு கண்ணுலயும் ஜலம் ஊர்றது. மனசு பதையா பதச்சிண்டிருக்கு. ஒங்களைக் கல்யாணம் பண்ணிண்டு புக்கத்துக்கு வந்தேனே அப்போ குளங்கள்ல அல்லிமலர் பூத்ததையும் தாமரை மலர் பூத்ததையும் ஆனந்தமா பார்த்தவள்தானே நான். கோடையே தெரியாதபடிக்கு தாமரைக் குளத்திலே எறங்கி தப்பளம் போட்டு ஸ்நானம் பண்ணினவள்தானே நான் அதெல்லாம் அத்தனை சீக்கிரம் மறக்கக்கூடிய சங்கதிகளான்னா..."

"அந்தக்காலம் திரும்புமாடி காமாட்சி... வயலில் தண்ணீர் பாச்சறதுக்கொசறம் வாமடைய தொறந்து வுட்டா போதும் எத்தனை எத்தனையோ தினுசான மீன்களெல்லாம் சீறிப்பாயிற அழகும் துள்ளி விளையாடற நேர்த்தியும் பாத்துண்டே இருக்கலாம். அந்தக் காட்சிகளைக் காண கண்கள் கோடி வேண்டும்"

"நீங்கள் இதைச் சொல்றேள். ஸ்நானம் பண்றதுக்கொசறம் காவிரில எறங்கிட்டா போதும் கால்களைப் பிடுங்கி எடுத்துடும் மீன்கள். அதுகள் கால்களைக் கடிக்கறச்சே உடம்பே கூசிப்போற மாதிரி அப்படி ஒரு சொகமான சொகமா இருந்துண்டிருக்கும். ஆனா இப்போ..."

"இப்போ...?"

"எங்க ஊர் ராஜா சினிமாவிலே சிவாஜி பாடுவரே "குளத்திலே கொக்குமில்லே மீனுமில்லே அப்டின்னு அந்தக் கதையா இருந்துண்டிருக்கு நெலமை"

"இந்த நெலமைக்கு காரணம் என்ன தெரியுமோ? தண்ணீர் என் நாட்டில் உற்பத்தியாறது, அது எங்களுக்கு மட்டுமே சொந்தம் அப்படின்னு உரிமை கொண்டாடி ஆங்காங்கே அணை கட்ட

ஆரம்பிச்சாளே அங்கே நேர்ந்த தவறுதான்டி இது. அவாள் தேசத்து தண்ணீர் அவாள் தேசத்துக்கு மட்டுமேன்னு வெச்சால் போதுமாம். மத்த தேசத்தவா எக்கேடோ கெட்டு குட்டிச்சொவரா போகட்டுங்கற அரசியல் தந்திரம். பொல்லாத சூட்சுமம். எதையும் இன்னொருத்தாளண்டே யாசகம் பெற்று இன்னொரு தேசம் சுபிட்சமாக இருக்க முடியுமோ? இந்தப் பிளவான எண்ணத்தை எல்லா தேசத்தையும் ஒரு சேர கட்டிக் காத்துண்டிருக்கிற நடுவண் அரசு இந்த விஷயத்தில் பாரபட்சமில்லாமல் நடந்துண்டா இப்படியான குளறுபடிகளெல்லாம் வர்றதுக்கு இடமே இல்லாம எல்லா தேசமும் சுபிட்சமா இருந்துண்டிருக்கும். இப்போதான் என் சின்ன வயசிலே நடந்த ஒரு சம்பவம் என் ஞாபகத்துக்கு வர்றதுடி "காமாட்சி..."

"என்ன சம்பவம்ன்னா அது...?

"நான் சின்னப்புள்ளையாண்டானா இருந்துண்டிருக்கச்சே என்னைப் பாக்கறதுக்கொசறம் பக்கத்தாத்து சிநேகிதப் பையனொருத்தன் வந்தான். அவன் வந்த சமயத்திலே ரொம்ப தாகமா இருந்துருப்பன்போல. அவன் என் தாயாரைப் பாத்து, மாமி, நேக்கு ரொம்ப தாகமா இருந்துண்டிருக்கு கொஞ்சம் தூர்த்தம் தரேளா?"ன்னு கேட்க, என் தாயார் அவனுக்கு தூர்த்தம் கொடுக்கறதை விட்டுட்டு அவனை அப்படியும் இப்படியுமாய் ஒரு தரம் ஏளனமாய் பார்த்துட்டு சொன்னாள் பாருடி..."

"என்ன சொன்னாள் மாமி?"

"நீ பக்கத்தாத்து பையன் தானேடா அம்பி? உங்காத்திலேயே போய் தூர்த்தம் சாப்பிட்டுக்கோ"ன்னு விரட்டியடிக்க ஆரம்பிச்சுட்டா.

"அப்பறம்?"

"அவன் சின்னப் பையனோன்னோ, ரோஷம் வரலே. வந்துருந்தா அவன் ஆத்துக்குப் போயிருப்பன். மாறாக அவன் லேசுல என் தாயாரை விடறதா இல்லே. மாமி, நேக்கு தாகம் ரொம்ப வறட்றது கொஞ்சம் தூர்த்தம் கொடுத்தா கொறஞ்சா போயிடுவேள்? கொடுங்கோ மாமின்னு அடம்புடிக்க ஆரம்பிச்சுட்டன்"

"பின்னே...?"

"எங்காத்துல தூர்த்தம் ரொம்பக் கம்மியா இருக்குடா அம்பி. இதைக் கொடுக்க முடியாது. உன் ஆத்துலயே போய் தூர்த்தம் சாப்பிட்டுக்கோன்னு சொல்லப்போக அவனுக்கும் என் தாயாருக்கும் பெரிய தர்க்கம், போராட்டம், ரசாப்சம் ஆகாததுதான் பாக்கி..."

"அடப்பாவமே அந்தச் சின்னப் புள்ளையாண்டானுக்கு தூர்த்தம் கொடுக்கறதை விட்டுட்டு இப்படியா ரசாப்சம் பண்ணினா மாமி... அப்பறம் என்னதான் நடந்ததுன்னா?"

"இவாள் தர்க்கத்தையெல்லாம் கேட்டுண்டிருந்த என் தோப்பனார் கிடுகிடுன்னு ஊஞ்சல்லேருந்து எறங்கி வந்தவர் என் தாயாராண்டே 'தையோ தக்கு'ன்னு குதிக்க ஆரம்பிச்சுட்டார்"

"என்னன்னு?"

"என்னடிது அநியாயம் இது... குழந்தை தாகம் வரட்றதுன்னு தூர்த்தம் கேட்டா கொடுக்கறதை விட்டுட்டு தர்க்கமா பண்ணிண்டிருக்கே... நீர்ங்கறது எல்லாருக்குமானதுன்னு நோக்கு புரியாதாடி? அசடே, அசடே நீ இதை எப்போதான் புரிஞ்சிக்கப்போறயோ. லோகத்தைப் படைச்ச பகவான் மனுஷாளைப் படைச்சான். அத்தோட மரம் செடி கொடிகள் அடங்க எண்ணாயிரம் கோடி ஜீவராசிகளையும் படைச்சான். அத்தனையும் உயிர் வாழ வேண்டி நீரை உண்டாக்கினான்... உண்மை அப்படி இருக்கச்சே உன் ஆத்து நீர் என்னாத்து நீர்னு பாகம் பிரிச்சு வெச்சுண்டு தர்க்கம் பண்ணிண்டிருக்கறது முறையோ? நீர் நம்பாத்துலேருந்தாலும் அடுத்தாத்திலேருந்தாலும் அது எல்லாருக்குமான நீர்ங்கறதைப் புரிஞ்சுக்கோ. தண்ணீரைப் போய் உனக்கு எனக்குன்னு பாகம் பிரிச்சுண்டு சொந்தம் கொண்டாட முடியாது. உரிமை கொண்டாட முடியாது. அது மிகப்பெரிய குற்றம். நீர் பொதுவானது. உலகில் உயிர் வாழ்கிற அத்தனை ஜீவரத்திகளுக்கும் சொந்தமானது. உரிமையானது. தெரியுமோடி நோக்கு?... இங்க பாருடி, நதியில நீர் நிரம்பப் போனாலும் நாய் நக்கிதான் குடிச்சிக்கும். அது எதுக்குத் தெரியுமோ? எல்லா நீரையும் தான் ஒண்டியே குடிச்சிட்டா மத்த ஜீவரத்திகளுக்கு கெடைக்காமப் போயிருமேங்கற அக்கறைதான். நாய்க்கிருக்கிற அந்த நன்றியுணர்ச்சியை நீ

எப்போ புரிஞ்சு வெச்சுக்கப் போறேன்னு கேட்டுட்டு அந்தப் புள்ளையாண்டானுக்கு தானே போய் தூர்த்தம் கொடுத்து உபசரித்தார்."

"பரவால்லயே ஒங்க தோப்பனார்... இம்புட்டு பரோபகாரம் இருந்துருகாரேரால்லியோ கேக்கறச்சேயே நேக்கு ஒடம்பு சிலுக்குதுன்னா"

"பரோபகாரங்கறது ஒரு பக்கத்துல இருக்கட்டும்ண்டி காமாட்சி, நீர்ங்கறது உலகத்துக்கானது உலகத்தில் வாழும் அத்தனை ஜீவராசிகளுக்கானதுன்னு சொன்னாரே அதுதான் முக்கியம். இந்த நெனப்பும் புத்தியும் ஒவ்வொரு மனுஷாளுக்கும் வரணும். ஒவ்வொரு தேசத்தாருக்கும் வரணும். ஆட்சி பன்றவா அத்தனை பேருக்கும் வரணும். அப்படி வந்துட்டா நாம நதிநீரைக் கொண்டே எல்லாத்தையும் பண்ணிக்கலாம் கொண்டுக்கலாம். போர் செட்டு போட்டுதான் விவசாயம் பண்ணமுடியும்ங்கிற நெலமை வந்துருக்கவே போறதுல்ல. நெலத்தடி நீரை உறிஞ்ச உறிஞ்சத்தானே மழை இல்லாது போனதுக்கும் நீர் நிலைகள் வற்ற ஆரம்பித்ததற்கும் காரணம். இதனால இன்னும் எத்தனை எத்தனை பேரழிவுகளைச் சந்திக்கப் போறோமோன்னு நேக்குச் சொல்லத் தெரியலை. ஆனா அதனால பெரிய அபாயம் காத்துகிட்டிருக்குன்னு மட்டும் நேக்கு கண்கூடா தெரியரதுடி காமாட்சி"ன்னு நான் உணர்ச்சி ததும்பத் ததும்ப அவகிட்ட பேசிண்டிருந்தாலும் என் நினைவுகள் எங்கெங்கோ பறந்து அலையடிக்க ஆரம்பித்து விட்டன. எப்படி எப்படியெல்லாமோ என் மனவோட்டங்கள் இருந்த போதிலும் அது கடந்த காலத்தை நோக்கி ஓடும் பாய்ச்சலாகத்தான் தாவித்தாவி ஓடிக் கொண்டிருந்ததே ஒழிய நிகழ் காலத்தோடு நிலை கொண்டு நிற்க முடியவில்லை. மனசில் அது ஒட்டவுமில்லை. இப்போதுள்ள அறிவியல் புரட்சி அப்போதில்லாது போனாலும் கூட அதுவே பொற்காலமாகவும் வசந்தகாலமாகவும் இருந்ததென்பதை யாரும் மறுதலித்து பேசிவிட முடியாது.

அந்தப் பொற்காலத்தில் ஆனிமாத கடைசிக்கெல்லாம் காவிரியில் தண்ணீர் வந்துவிடும். சித்திரை பிறந்து விட்டால் போதும். "அக்கா குருவி"களெல்லாம் ஒன்று கூடி மூங்கில் தோப்பு

பக்கமிருந்தோ வேறு எங்காவது இருந்து கொண்டோ அந்த விடி கார்த்தாலேயே "அக்கோ... அக்கோ... அக்கோ" வென்று கத்த ஆரம்பிச்சிடும். அந்தக் கத்தல் ஒரு மணி நேரத்துக்காவது நீண்டு கொண்டிருக்கும். அக்காக் குருவிகள் இப்படி கத்திக் கூப்பாடு போடுவதைக் கிராமத்திலுள்ளவாளெல்லாம் காவிரி நீரை வரவழைக்கத்தான் இப்படி கூவி கூப்பாடு போடுறதா பேசிக்குவா. அப்போதெல்லாம் தைமாச கடைசிவரைக்கும்கூட காவிரியில் தண்ணீர் வரும். தண்ணீர் வராத காலத்தைப் "புருஷன் வீட்டில் வாழ்ந்து கொண்டிருந்த அக்காள் மன வருத்தத்தால் சண்டையிட்டுக்கொண்டு தன் பிறந்த வீட்டுக்கு போய்விட்டதாகவும் கோபித்துக்கொண்டு போன அக்காளைத் திரும்ப வரவழைப்பதற்காகத்தான் சித்திரை பிறந்ததும் கூவி அழைக்கிறது என்று பேச்சாக இருக்கும். இந்தக் கதை நிஜமோ பொய்யோ நேக்குச் சொல்லத் தெரியலைன்னாலும் கூட அக்காக் குருவிகள் காவிரியில் தண்ணீர் வந்ததும் கூவி அழைப்பதை நிறுத்திக் கொள்வதைப் பல வருஷங்களாக அனுபவத்தில் உணர்ந்திருக்கிறேண்டி காமாட்சி"

காவிரியின் இருகரையையும் தழுவித் தளும்பிண்டு நுங்கும் நுரையுமாக ஜலம் ஓடற அழகைக் காண கண்கள் கோடி வேண்டும். காட்டாற்று வெள்ளம்போல் "போட்மெயில்" வேகத்துக்கு அப்படி ஒரு பாய்ச்சல் அது. வார்த்தைகளால் விவரிக்க முடியாத வேகம், அப்படி ஒரு வேகமெடுத்து ஓடும். பாலத்திலிருந்து குதிக்கிற ஒருத்தன் ஒரு மைல் தூரத்துக்கு அப்புறம்தான் கரையைப் பிடிக்க முடியும்ன்னா பாத்துக்கோயேன்! ஆடி மாதம் விட்டால் ஏற்கனவேயே புழுதி அடித்துப் போட்ட நாற்றங்கால்களைச் சிறு தூறல் போட்டதற்கு அப்புறம் தெள்ளுப் புழுதியாய் ஊழுது பண்படுத்தி விதைவிட ஆரம்பித்து விடுவா. ஆடிப்பட்டம் தேடி விதை என்று சும்மாவா சொல்லி வைத்தார்கள்? அப்போதெல்லாம் எந்தெந்தக் காலங்களில் எப்படி எப்படி செய்ய வேண்டுமோ அந்த அந்தக் காலங்களில் அப்படி அப்படி செய்து முடித்து விடுவார்கள். பட்டம் தவறவே தவறாது. ஆவணி கடைசிக்கெல்லாம் தஞ்சாவூர் அல்லது முப்பதாவது வயசு வரைக்குமோகூட இதுதான் காவிரியின் நிலமை.

அந்தக் காலங்களில் காவிரியில் நீர் பொங்கிக்கொண்டு வருவது மட்டும்தானா? அடை மழைக்காலம் தொடங்கி விட்டால் போதும் ஒரு மாசத்துக்கு பெய்து தாக்கி விடும். ஜனங்கள் வீட்டை விட்டு வெளியே வரவே முடியாது. ஆடுமாடுகளின் கதி அதோகதியாகிவிடும்... என்ன செய்வது? ஆடு மாடுகளின் பசியைப் போக்கும் பொருட்டும் இயற்கை சங்கடங்களைத் தீர்க்கும் பொருட்டும் அத்தியாவசிய தேவைகளைப் பூர்த்தி செய்து கொள்வதற்காக வேண்டியும் மழையைப் பொருட்படுத்தாமல் அதற்கொரு சிறு பாதுகாப்பு ஏற்படுத்திக்கொண்டு வெளியில் வரத்தான் வருவார்கள். பெரும்பாலான குடியானவர்களோட வீடுகளில் மழைக் காலத்துக்காக வேண்டி "தாழங்குடை"கள் செப்பனிட்டு வைத்திருப்பார்கள். இரண்டு பேர் தாராளமாக மழையில் நனையாமல் செல்லலாம், தாழை மடல்களைக்கொண்டு ஈர்க்குச்சியால் தைத்து பின்னப்பட்டக் குடை. மடக்கவோ விரிக்கவோ முடியாது. விரித்த குடை போலான வடிவத்தில் மூங்கில் சிம்புகளைக்கொண்டு ஒழுங்கு செய்யப்பட்டிருக்கும். சிறு தூறலையோ பெரு மழையையோ தாங்கக்கூடிய சக்தி வாய்ந்த குடை. வயதானவர்கள் பெரும்பாலும் அக்குடையைத்தான் பயன்படுத்துவார்கள். இளம் பிள்ளைகளோ பெண்களோ அதை எடுத்துண்டு போக வெட்கப்பட்டுண்டு "மான் மார்க்" குடையோ, "மயில் மார்க்" குடையோ, எடுத்துண்டு போவார்கள். தாழங்குடை இல்லாதவர்கள் தென்னங்கீற்றை இரண்டு கீற்றுகளாக வைத்து சரிபாதி பாகத்தில் மடித்து "கொங்காணி" போல் அழகாகப் பின்னப்பட்ட குடலையை தலையில் கவிழ்த்துக்கொண்டு போவார்கள். இதெல்லாம் கிடைக்காதவர்கள் சணல் சாக்கை "கொங்காணி" போட்டு தலைக்கு போட்டுக்கொண்டு போவார்கள். உரமூட்டைக்குள் வைத்திருக்கிற "ஜவ்வுக்கடுதாசியை" (பாலிதீன் பை) "கொங்காணி' போட்டுக்கொண்டு போய் ஆடுமாடுகளுக்கு தழையோ புல்லோ வைக்கோலோ சேகரிச்சுண்டு கொண்டு வந்து போடுவார்கள். என் தோப்பனார்கூட தாழங்குடையின் மீது ஆசைப்பட்டு குடியானவர்களிடத்தில் சொல்லி வாங்கிண்டு வந்தவர் ரொம்பக் காலம் வரைக்கும்கூட அதைப் பயன்படுத்திண்டு வந்தார். அப்போதெல்லாம் மழைக்காலம் ' தொடங்கி விட்டால் ஜனங்கள் இப்படிதான் பேசிக் கொள்வார்கள். 'அடைமழை காலத்துக்கு

ஆடு மாடு வாணாம், மார்கழி பஞ்சத்துக்கு மக்க மனுச வாணாம்'னு. அடை மழை வந்துவிட்டால் கூடவே காவிரியில் வெள்ளமும் வந்து விடும். காவிரியில் உடைப்பு', வெண்ணாற்றில் உடைப்பு, வெட்டாற்றில் உடைப்பு, குடமுருட்டியில் உடைப்பு, அரசலாற்றில் உடைப்பு. அங்கே உடைப்பு இங்கே உடைப்பு, உடைப்பு உடைப்பு... மக்கள் தவிப்பு தவிப்பு தவிப்பு... என்று தினத்தந்தியில் செய்தி வரும். ரேடியோவில் வேறு அரைமணி நேரத்துக்கு ஒருமுறை நிலமையை சொல்லிக் கொண்டே இருப்பார்கள். காவிரி நீரை கொள்ளிடத்தில் திருப்பிவிட்டால்கூட வெள்ளம் வடிவதில் தாமதம் ஏற்படும். பல கிராமங்கள் நீரில் மிதக்கும். நட்டு வைத்த பயிர்கள் நீரில் மூழ்கும். மக்கள் கையில் கிடைத்த பொருள்களையும் ஆடுமாடுகளையும் பிடித்துக்கொண்டு கூட்டம் கூட்டமாக மேடுகண்ட இடத்திற்கு ஓடுவார்கள்.

அந்தச் சமயங்களில் ராமாயணத்தில் ஒரு குறுங்கதை வருமே; அதாவது கடுங்கோபத்திலிருந்த ரிஷி அந்த ஆயிரம் சகரர்களையும் எரித்து பொசுக்கி விட்டால் — அவர்களை உயிர்த்தெழ வைக்க வேண்டுமானால் மேலுலகிலிருந்து "கங்கை நதி' யை இங்கு வரச் செய்ய வேண்டும். இதற்கொசறம் "பகீரதன்" கடுந்தவம் மேற்கொள்கின்றார். அவர் மேற்கொண்ட தவம் பலிக்கின்றது. கங்கை பெரு வெள்ளமென பூமி நோக்கி பாய்கின்றாள். இந்த வேகத்தில் நதி இறங்கினால் பூவுலகு தாங்காது என உணர்ந்த பகீரதன் அழிவினின்று உலகை ரட்ஷிக்க சிவபெருமானை நாடுகின்றார். இரக்கம் கொண்ட சிவபெருமான் தனது சடைமுடியில் கங்கையைத் தாங்கி நிறுத்தி பூமியைப் பாதுகாக்கின்றார். பேரருவிபோல பாய்ந்து வந்த கங்கையைத் தடுத்து மக்களையும் கங்கையையும் காப்பாற்றுகின்றார். சிவபெருமானோட இந்தக் "கங்காதரர்' வடிவம் பல பல்லவ ஆலயங்களில் சித்தரிக்கப்பட்டிருப்பதாகப் பெரியவாளெல்லாம் பேசிண்டிருப்பா.

இப்போ பகீரதனோ சிவபெருமானோ இந்த அழிவிலிருந்து காப்பாற்ற எவ்வளவு தவம் செய்தாலும் யாரும் வரப்போறதில்லே. ஆட்சி செய்கிற ஆட்சியாளர்கள்தான் இதற்கொரு வழிகண்டு பிடித்து ஏதாவது வழி வகை செய்யணும்னு நான் யோசிச்சிண்டிருக்கச்சயே கர்நாடகாகாரன் காவிரில மேக்கொண்டு ஒரு அணையைக்

கட்ட காவிரியில் தண்ணீர் வரத்து வெகுசா குறைஞ்சு போயிட்டதாக ஜனங்களெல்லாம் ஊருக்கு ஊரு பேசிக்கொள்ள ஆரம்பிச்சுட்டா. அப்புறமென்ன இருக்கறதை வெச்சுதானே நல்லது பண்ணிக்கணும். அப்படித்தான் காலச் சூழலுக்கேத்தாப்போல காவிரியில் 'முறைப்பாசனம்' நடைமுறைக்கு வர ஆரம்பிச்சது. அதாவது மூன்றுநாள் தண்ணீர் காவிரியிலும் குடமுருட்டியிலும் மூன்றுநாள் தண்ணீர். காவிரியின் கிளை நதிகளான "வெண்ணாறு", "வெட்டாறு", "அரசலாறு" இவைகளில் வரும். புதாற்றுக்கு மட்டும் இந்த விதிவிலக்கு கிடையாது. எல்லா நாட்களிலும் புதாற்றில் தண்ணீர் வரும். இச்சூழலில் தான் விவசாயிகள் பெருத்த கொந்தளிப்புக்கு ஆளானார்கள். மூன்று நாள் தண்ணீரைக்கொண்டு எவ்வளவு நிலம் பலன் பெற்றுவிடும்? ராப்பகல் கண்விழித்து தண்ணீர் பாய்ச்ச வேண்டும். இதில் உனக்கு எனக்கு என்ற போட்டி வேறு. சண்டை சச்சரவு, வெட்டு பலி கூட சாஸ்வதமாகிப் போய்விட்டது. காவிரியில் முறைப்பாசனம் நடைமுறைக்கு வந்ததிலிருந்தும் மாதம் 'மும்மாரி' பொழிவது நின்று போனதிலிருந்தும் தஞ்சாவூர் மாவட்டத்தில் 'வெள்ளம்' உருவாகின்ற சூழலும் நின்று போய்விட்டது. இக்காலக் கட்டங்களில்தான் விவசாயிகள் இனி ஆற்றுப் பாசனத்தை நம்பி பிரயோஜனமில்லையென்று முடிவு கட்டி ஆழ்குழாய் அமைத்து அதிலிருந்தே விவசாயம் என்று முடிவெடுத்தார்கள். வசதியுள்ளவர்களால் அது முடிந்தது. வசதியற்றவர்கள் குழாய் அமைத்தவர்களிடம் நீரை விலைக்கு வாங்கி விவசாயம் செய்யத் தொடங்கினார்கள். குழாய் அமைத்த விவசாயி பக்கத்து நிலத்துக்காரருக்கு மனமிரங்கி நீர் கொடுத்தால்தான் போயிற்று. இல்லாத பட்சத்தில் நிலம் தரிசுதான். ஆற்று நீரும் கிடைக்காமல் குழாய் நீரும் கிடைக்காமல் பல ஆயிரம் ஏக்கர் நிலங்கள் இன்றைக்கு வீட்டு மனைகளாகவும் சின்னஞ்சிறு தொழில் கூடங்களாகவும் பிற உபயோகத்திற்கு ஆனதாகவும் ஆனதோடு ஏகப்பட்ட நிலங்கள் எதுவுமே செய்ய லாயக்கற்று தரிசு பூமியாகவே மேடுதட்டிக் கிடக்கின்றன.

இதில் நேக்கு என்ன தோன்றதுன்னா எதற்கும் ஒரு கட்டுசட்டுங்கறதை அரசாங்கத்தார்தான் யோசித்து நடைமுறை படுத்தணும். ஆழ்குழாய்களிலிருந்து அதிக நீர் உறிஞ்சப் படுவதால் நீர் மட்டம் கீழே கீழேயென்று அதிக ஆழத்திற்கு போய்விடுவது

மட்டுமல்ல. பாசனத்திற்கு கிடைக்குமா என்ற நிலமையோடு குடிநீருக்கும் தட்டுப்பாடு வரும். ஆழ்குழாய்களிலிருந்து அதிகநீர் உறிஞ்சப்படுவதைத் தடுத்து, இந்த இந்தக் காலங்களில் மட்டும் அதைப் பயன்படுத்த வேண்டும் என்ற சட்டத்தை நடைமுறைக்கு கொண்டு வர வேண்டும். இல்லாத பட்சத்தில் விவசாயம் செய்வதற்கு மட்டுமல்ல. ஜனங்கள் குடி நீருக்கே திண்டாடி தெருவில் நிற்க வேண்டிய சூழல் உருவாகிப்போகும். அரசாங்கம் இதில் பாராமுகமாக இருக்கும்பட்சத்தில் இந்த நிலமை வெகுதூரத்தில் இல்லை. என்பதை அனுமானிக்க வேண்டும். இல்லாது போனால் 'மாரி மழை பெய்யாதோ மக்கள் பஞ்சம் தீராதோ'ன்னு வாய்விட்டு புலம்ப ஆரம்பிச்சுனுடுவள். எப்படி புலம்பினாலும் கொண்டாலும் போராட்டம் தான் பண்ணினாலும் காடுகளை அழிக்க நிலத்தடி நீரை உறிஞ்ச உறிஞ்ச மழைக்கு வாய்ப்பே இருக்கப் போவதில்லை. அந்தக் காலங்களில் இயற்கையாகப் பெய்த மழை இப்போதெல்லாம் கடலில் கொந்தளிப்பு ஏற்பட்டாலோ தாழ்வுநிலை உருவானால் மட்டுமே சிறிதுநேரம் பெய்துவிட்டு ஓய்கிறது என்பதை நாம் கவனத்தில் எடுத்துக் கொள்ள வேண்டும்.

ஜனங்களெல்லாம் சாரை சாரையாய்க் காவிரியில் போய் ஆனந்தமாய்க் குளித்து கரையேறிய காலங்களெல்லாம் மலையேறிப் போய் விட்டது. அப்பொதெல்லாம் நீர் ஓடாத காவிரியைப் பார்க்கவே அத்தனை அழகாக இருக்கும். கண்ணுக்கெட்டிய தூரம் வரை மணற்காடாய்த்தான் தெரியும். தப்பித்தவறி கூட ஆற்றில் ஒரு புதரையோ நாணற்காடுகளையோ கண்களால் பார்க்கவே முடியாது. அத்தனை எழிலாய் மணற்காடு ஜொலிக்கும். அதன் நேர்த்தியையும் அழகையும் பார்க்கும் போது மணலை அள்ளித் தின்ன மாட்டோமா என்று ஆசை தகிக்கும். இப்போது மணலோடு கூடிய காவிரியைப் பார்க்க முடிகிறதா? காவிரி மணல் காணாமல் போய் எங்கு பார்த்தாலும் நாணல் புதர்கள், திட்டுத்திட்டாய் மேடுகள், மணற்காடாய் இருந்த ஆறு கட்டாந்தரை போல் விதவைக்கோலம் பூண்டு நிற்கிறதே... ஆற்றில் நீர் வந்தால் அது எதன் வழியாய் ஓடும்? அது எப்படி வாய்க்காலுக்குள் நுழைந்து விவசாயத்திற்கு ஆகும் என்றுதான் மனசைப் பதற வைக்கிறது. கிராமத்திற்கு கிராமம் வாய்க்கால்கள் இருந்த தடமே தெறியாமல் மூடப்பட்டு விட்டது.

அந்தக் காலங்களில் பார்த்தால் கிராமத்திற்கு கிராமம் காணிக்கு இவ்வளவு ஆள் என்று பேசி பணம் வசூலித்து தலைப்பு வாய்க்காலிலிருந்து வெட்டிக்கொண்டு வந்து ஊர் எல்லைவரை கொண்டு வந்து விட்டுடுவள். வெட்டிய வாய்க்காலைப் பார்க்க அத்தனை ரம்மியமாய் இருக்கும். காவிரியிலிருந்து வாய்க்கால் பாசனத்திற்கு திறந்து விடற நீர் ஒரு இடத்தில் தங்காது. அணை போட்டு பாய்ச்சுவோர் பாய்ச்சி விட்டு அணையைத் திறந்து விட்டால் அடுத்த அணையில் தாராளமாய் வந்து தேங்கும். ஒரு பிரச்சினை இருக்காது. தண்ணீரும் சேதமாகாது. சொட்டு நீராக இருந்தாலும் அது வயலுக்குள் ஓடி விடும். வருஷத்திற்கொருமுறை எது ஓய்ந்தாலும் ஓயும் வாய்க்கால் வெட்டு மட்டும் ஓயாது. தூர் வார வேண்டிய காலங்களில் அமோகமாய் நடந்து விடும். இப்போதெல்லாம் அதாவது கிராமத்தில் ஆழ்குழாய் அமைத்து பாசனம் பண்ண ஆரம்பித்தார்களே அப்போதிலிருந்தே வாய்க்கால் வெட்ட மறந்துபோய் விட்டார்கள். காவிரி பொய்த்ததால் வாய்க்காலும் பொய்த்தது. "ஆழ்குழாயே ஆண்டவன்" என்று நம்பிக் கிடக்கின்றார்கள். இனி இதுவும் எத்தனை காலத்துக்கு என்று யாரும் எதுவும் யோசித்துப் பார்ப்பதாகவும் தெரியவில்லை. இலவச மின்சாரம் எல்லோருக்கும் கிடைத்து விட்டது. இனி யோசிப்பதற்கு என்ன இருக்கிறது என்று அவர்கள் நினைப்பதிலும் தவறில்லைதானே? ஆண்டவன்தான் எல்லாரையும் ஷேமம் பண்ணணும்."

"என்னப்பா என்னத்தையோ கடுமையா யோசிச்சிண்டிருக்கேள்?" என்ற குரல் என் காதுக்குள் விழுந்து மண்டையைக் குடைந்தது. எங்கெங்கோ தாவித் தாவிப் பறந்த என் மனவோட்டங்களைக் கடிவாளம் போட்டதுபோல இழுத்துப் பிடித்து நிறுத்திண்டு லேசாய் மூடியிருந்த கண்களைத் திறந்து பார்த்தேன். என் பிள்ளையாண்டான் சாம்புவும் மாட்டுப்பெண் பாஹேஸ்வரியும் என் முன்னாடி நின்னுண்டுருந்தா. இளம் ஜோடிகளோன்னோ கார்த்தாலேயே எங்கோ வெளியே கிளம்பிப் போனவா இப்போதான் ஆத்துக்கு வந்துருப்பள்போல.

"ஏதோ பழைய காலத்தை நெனச்சுண்டிருந்தேன். அலை அலையா சினிமாப்படம் மாதிரி நெஞ்சுக்குள் ஓடிண்டிருக்குடா சாம்பு."

“அப்படி என்னதான் ஓடிண்டிருக்குப்பா?”

“இந்தக் காவிரில்ல காவிரி”

“ஆமாம் காவிரி அதுக்கென்ன இப்போ?”

“காவிரி கர்நாடகாவில் குடகுமலையில் உற்பத்தியாகி எத்தனை எத்தனை மாவட்டங்களைச் சுற்றி வந்தாலும்...”

“வந்தாலும்...?”

“அது தஞ்சாவூர் மாவட்டத்துக்குள் வரச்சேதான்... அதுவும் திருவையாத்தோட எல்லையைத் தொடரச்சேதான் ரொம்ப ரொம்ப விசேஷம்னு பெரிவாளெல்லாம் பேசிக்குவாளோல்லியோ..”

“என்னப்பா பிதற்றல் இது... அப்படி என்னதான் பேசிக்குவா?”

“கலைகள் பிறந்து சிறந்தது இங்கேதான்னு காவிரி நீரை உண்டுதான் கலைகளை வளர்த்து விட்டாளாம். அப்படின்னா அது காவிரியால கெடச்ச மகத்துவம்தானே...”

“அது உண்மையோ?”

“நேக்கு உண்மை, நோக்கு எப்படியோ... ஆடற்கலை பாடற்கலை அப்படி அறுபத்து நாலு கலைகளும் தஞ்சாவூரில்தான் அத்துப்படின்னு பெரிவா சொல்லி நீ கேட்டதில்லையோடா அம்பி?”

“கேட்டதில்லையே”

“நீ கலிகாலத்துப் பிள்ளையாண்டான். எப்படி கேட்டிருப்பே... நான் உன் வயசாருக்கச்சே இப்படியெல்லாம் நெறைய கேட்டிருக்கேன். பத்திரிகையிலும் வாசிச்சிருக்கேன். காவிரி தஞ்சாவூருக்குள் வரச்சே அத்தனை மகிமைகளைக்கொண்டு வந்தான்னு இதோ பாருடா அம்பி...”

“என்னப்பா அம்பி கம்பின்னு... முடிவா காவிரியப் பத்தி நீங்க என்னதான் சொல்ல வர்றேள்?”

“ஆத்திரப்படாதேடா சாம்பு, எதுக்கு இப்படி ஒரு ஆத்திரம் அவசரம்?”

“......”

“ஒன்னு சொல்றேன் கேட்டுக்கோடா சாம்பு. சமீபத்துல நான் தியேடோர் பாஸ்கரன் எழுதிய ‘கல்மேல் நடந்த காலம்’னு ஒரு புஸ்தகம் வாசிச்சேன். அதுல, தமிழகத்தில் கல்வெட்டுகள், என்கிற தலைப்பில் ஒரு கட்டுரை. அந்தக் கட்டுரை தமிழறிஞர் வரலாற்றாசிரியர் சுரேஷ் பி. பிள்ளைங்கறவர் எழுதிய ஆங்கிலக் கட்டுரையைத் தமிழில் பாஸ்கரன் அவர்கள் மொழி பெயர்த்து வெளியிட்டிருக்கா. அதில் சுரேஷ் பி. பிள்ளை ஒரு இடத்தில் சொல்றார்...”

“என்னப்பா சொல்றார்?”

“சோழர்களுடைய கல்வெட்டுகள் எளிதாகக் காணக்கூடியதால் சிறப்பு கவனம் பெற்றன. இதன் விளைவாக நமக்கு கிடைத்துள்ள வரலாற்று விவரங்களில் மிகுதியானது சோழர்களைப் பற்றியதாகவே இருக்கிறது. அது மட்டுமல்ல காவிரிப் படுகையின் சமய வரலாறே தமிழ்நாட்டின் வரலாறாகி விட்டது என்று சொல்லிட்டு வந்தவர், பின்னயும் என்ன சொல்றாருன்னா, இந்தக் கல்வெட்டுகளை அதிகமாக வடித்ததற்கு இன்னொரு காரணத்தையும் சொல்றார். அது என்னன்னா, இலக்கிய நயத்துடன் புகழ்ச்சி வரிகளை எழுதக்கூடியவர்கள் காவிரிப் படுகையில் இருந்தது சோழ மன்னர்களுக்கு வசதியாகப் போய் விட்டதுன்னும் சொல்றார். இதிலிருந்து நீ காவிரி நதி தஞ்சாவூருக்குள் வரச்சே எத்தனை சிறப்பு பெற்றுருக்குதுன்னு...

“எத்தனை சிறப்பு பெற்றதுன்னு நேக்கும் புரியுதுப்பா... அதனால இப்போ நமக்கு என்ன லாபம்னு கொஞ்சம் யோசிச்சுப் பாக்கணுமோல்லியோ... இப்போ வறண்ட காவிரியா கெடக்குற இந்தக் காவிரி பாலைவனமா ஆகப்போற காலம் வெகு விரைவில், அப்படிங்கறதை நீங்க புரிஞ்சிக்கலையா? பத்து வருஷத்துக்கு முன்னாடி காவிரி நடுவர் மன்ற தீர்ப்பை அமுல் படுத்துன்னு கத்திண்டிருந்தா.

இப்போ காவிரி மேலாண்மை வாரியத்தை அமைன்னு கத்திண்டிருக்கா. தமிழ்நாடு பூரா இந்தப் போராட்டம் உச்சத்துக்குள்ள போயிட்டிருக்கு... இதுல மத்திய அரசு என்ன பண்ணப் போறாளோ? தமிழ்நாடு அரசு என்ன பண்ணப் போறாளோ?ன்னு தான நெலமை இருந்துண்டிருக்கு...”

“அவா ஒண்ணும் பண்ணப் போறதில்லேடா அவாளுக்கு காவிரி முக்கியமா, அரசியல் முக்கியமா? காவிரிய வெச்சு அரசியல் பண்றது பிரதானமா இருக்கச்சே காவிரியப் பத்தி நெனச்சுப் பாப்பாளா? காவிரிப் படுகையில் இருக்கற வளங்களைச் சூரையாடறதுக்கொசறம் மீத்தேன் எடுக்கற திட்டம் கார்போஹைட்ரேட்னு என்னன்னத்தையோ உள்ள கொண்டுவரப் பாக்கறா. இதனால எவ்வளவு பெரிய அழிவுன்னு ஆட்சி பண்றவாள் நெனச்சிப் பாக்கணும். விவசாயத்தை விடவும் மனசில்லாம விடாமலிருக்கவும் மனசில்லாம நடுவுலருந்து அல்லாடிகிட்டிருக்கவன் விவசாயியா தானேருக்கான். மணல் கொள்ளை ஒரு பக்கம் கார்ப்பரேட்டுகளால ஏற்படப் போகிற அழிவு ஒரு பக்கம். நாட்டோட வளர்ச்சிங்குற பேரால இன்னும் என்னன்ன அழிவு மாயங்களெல்லாம் வந்து மண்ணையும் மக்களையும் சூரையாடப் போறதோ தெரியலை. அதுக்கு முன்னாடியே மக்களெல்லாம் நாடோடியா வாழறது எப்படின்னு பயிற்சி எடுத்துக்கறதும் பழகிக்கிறதும்தான் முக்கியம்னு நேக்குத் தோன்றது’”

“இதுக்கெல்லாம் ஒரு தீர்வே கெடைக்கப் போறதில்லையா மாமா?”ன்னு இதுவரைக்கும். பொறுமையா கேட்டுட்டுருந்த பாஹேஸ்வரி கேட்டாள்.

“எப்பவோ கெடைச்சிருக்க வேண்டிய தீர்வு. இனிமேலும் கிடைக்குமாங்குற நம்பிக்கையெல்லாம் அத்துப்போயி ரொம்ப நாளாச்சுடி பாஹின்னு நான் மாட்டுப் பொண்ணாண்டே சொல்லிண்டிருக்கச்சயே காமாட்சி என்னை வெறுப்பா பாக்கற மாதிரியிருந்தது. அந்தப் பார்வையின் அர்த்தம் “கல்யாண மாலை”யைக் காவிரியில் விட்டாகணுமே அதுக்கு என்ன பண்ணப்போறேள் என்பதாகத்தான் இருக்கும். கல்யாண மாலையைக் காவிரியில் விடறதாவது அவாள் ஏதாவது பாவங்கள் பண்ணிருந்தா அந்தப் பாவங்களைக் காவிரித்தாய் தன் மடியில் ஏத்துண்டு கல்யாணமானவளுக்கு நல்லது பண்ணுவள் என்பது ஐதீகம். காலம் காலமாய் நடந்துண்டு வர்ற மரபு. அந்த மரபு தன் கண் இருக்கச்சயே அழிஞ்சுடாம நடக்கணுமேங்கறதுதான் காமாட்சியோட கவலை மட்டுமில்லே; என்னோட கவலையும் அதுதான்.

“சரிடா சாம்பு நீயும் பாஹேஸ்வரியும் ஸ்நானம் பண்ணிட்டு கல்யாண மாலையை எடுத்துண்டு எல்லாரும் என்னோட காவிரிக்கி வரறேளா?”ன்னு கேட்டேன். அசாத்திய தைரியம் பெரிய நம்பிக்கை திடீருன்னு எப்படி வந்துச்சுன்னே தெரியலை நேக்கு.”

“வறண்டு கெடக்குற காவிரில எப்படிப்பா மாலையை விடறது? அப்போல்லாம் கோடை காலத்திலே காவிரியில சிலு சிலுன்னு ஜலம் ஓடிண்டிருக்கும். இப்போ சுத்தமா வறண்டு கெடக்கே அதுல எப்படி மாலையை விடறது வேணுமானா ஒன்னு பண்ணலாமா?”

“என்ன பண்ணலாம்?”

“வயல் பக்கம் எங்காவது போர்செட் ஓடினா ஓடற அந்த ஜலத்துல விட்றலாமோல்லியோ?”

“கங்கையில ஸ்நானம் பண்ணினா பெரிய புண்ணியம் கோதாவரில பண்ணினா புண்ணியம் மட்டும்தான். புண்ணியம் முக்கியமா பெரிய புண்ணியம் முக்கியமா அப்படிங்கறதுதான் உன் தாயாரோட பிரச்சினை, இதுக்கெல்லாம் ஒத்துப்பாளா உன் தாய்? காவிரிலதான் அந்தக் காரியம் நடக்கணும்னு பிடிவாதமா இருந்துண்டிருக்கடா சாம்பு ரெண்டு பேரும் சீக்கிரமா ஸ்நானம் பண்ணிட்டு புறப்படுங்கோ. காமாட்சி உனக்கும்தான் சொல்றேன் சீக்கிரம்... கௌம்பரச்சே பூஜைக்கு வேண்டிய சாமான்களையெல்லாம் எடுத்துண்டு வந்துடுங்கோ”ன்னு சொல்லிட்டு நானும் ஸ்நானம் பண்ணிட்டு பஞ்ச கச்சத்தையும் அங்கவஸ்திரத்தையும் கட்டிண்டு திருநீரெல்லாம் பட்டை பட்டையாய் இட்டுண்டு ஒரு மண் வெட்டியை மட்டும் கையில் எடுத்துண்டு காவிரியை நோக்கி கிளம்பினேன். என் பின்னாலேயே காமாட்சி சாம்பு மாட்டுப் பெண் எல்லாரும் வரா.

காவிரி பூஜை, படித்துறையாண்டே எல்லாரும் வந்தாச்சு. அரச மரத்தை ஒட்டியிருந்த பிள்ளையார் மாதக்கணக்கிலோ வருஷக்கணக்கிலோ எண்ணெய் காணாமல் சாம்பல் பூத்துக் கிடந்தார். அவரது உடம்பில் அங்கவஸ்திரம்கூட இல்லை. வெறுமனயே இருந்தார். அரசமரத்து இலைகள்

முக்கால்வாசிக்குமேல் உதிர்ந்து தரையில் பரப்பிக்கிடந்த சருகிலைகள் கால்கள் மிதிபடுகையில் "மொறுமொறு" ஓசையைக் கிளப்பிக் கொண்டிருந்தது. பக்கத்தில் காவிரிக்கரையிலிருந்த பூஜை மண்டபம் தனது சகல ஐம்பத்துகளையும் இழந்து விதவைப்பெண் கோலம் பூண்டிருந்தது. மேற்கூரையெல்லாம் போன இடம் தெரியாமல் போய்விட்டது போல. நாழி ஓடுகள் உடைந்து சுவருக்கும் பக்கவாட்டில் சிதறிக்கிடந்தது. வேத பாராயணம், சந்தியாவந்தனம், காயத்ரி மந்த்ரம், அஸ்டாவதானம் எல்லாம் முழங்கிய இடம் உருத்தெரியாமல் அழிந்து போய்விட்டது. கண்ணுக்கெட்டிய தூரம் வரை கோடை காலங்களில் மணற்காடாய்த் தெரியும் காவிரி தன்னோட சோபிதத்தையெல்லாம் இழந்து நாணற்புதரும் நெய்வேலி காட்டாமணக்கும் இன்னும் பெயர் தெரியாத தாவரங்களெல்லாம் மண்டி பார்க்கவே சகிச்சுக்க முடியாத கோலத்தில் இருந்தது. வானத்தில் நீரைத் தேடியோ நீரில் நீந்தும் மீன்களைத் தேடியோ பலபல பறவைகள் வட்டமடித்துக் கொண்டிருந்தன. பெருங்காயம் இருந்த பாண்டம்னு சொல்வாளோல்லியோ அந்தமாதிரி அங்கே கொஞ்சம் இங்கே கொஞ்சமாய் மணற்திட்டுகள் தெரிந்தன. கோடையில் சிலுசிலுத்து ஓடிக்கொண்டிருக்கும் காவாய்களெல்லாம் அந்தத் தடமே தெரியாதபடிக்கு நாரசமாய் இருந்தது. காவிரியில் எங்கே நீர் கிடைக்கும் என்பதை என் அறிவை உபயோகப்படுத்தி ஒரளவுக்கு அனுமானம் பண்ணி மண்வெட்டியால் என் சக்தியையெல்லாம் திரட்டி ஆவேசத்துடன் குழிதோண்ட ஆரம்பிச்சுட்டேன். அரைமணி நேர பிரயாசைக்குப் பிறகு ஊற்றில் நீர் பொங்கி வரதைக் காண, என் நெஞ்சே பரவசத்தில் மிதக்க ஆரம்பிச்சுனுட்டுது. இன்னும் கொஞ்சம் இன்னும் கொஞ்சமென்று ஊற்றைத் தோண்டி முழங்கால் அளவுக்கு நீர் பெருகச் செய்து விட்டேன். ஆத்திலிருந்து கொண்டு வந்த குடத்தில் நீரை சேந்தி சேந்தி ஒரு குடமளவுக்கு ரொப்பிண்டு குடத்தைத் தோள்மேல் வெச்சுண்டு பிள்ளையாராண்டே போனேன். வந்தவாளெல்லாம் அங்கேதான் நின்னுண்டிருந்தா. ஜலத்தில் பிள்ளையாரைக் குளிப்பாட்டி எண்ணெய் பூசி சந்தனப் பொட்டெல்லாம் வெச்சு அங்கவஸ்திரம் உடுத்தி ஒருமாதிரி பிள்ளையாரை ஜொலிக்க வெச்சாச்சு. கொண்டு வந்த பூஜை

சாமான்களை வெச்சு பூஜை செய்து நேக்குத் தெரிஞ்ச ஒரு சில மந்திர உச்சாடங்களைச் சொல்லி முடித்துவிட்டு மூணு பேரையும் ஊற்றுப் பக்கம் அழைச்சுண்டு போனேன். ஊற்று நீரைக் கையள்ளி ஆசையோடு பருகினேன். இளநீராய் இனித்தது. மூணு பேரும் நீரை விருப்பமுடன் பருகிவிட்டு கொஞ்சம்போல் சிரசிலேயும் விட்டுண்டா.

மகனையும் மாட்டுப்பெண்ணையும் அழைத்து, "ஒங்கக் கையாலே கல்யாண மாலையை ஜலத்திலே விட்டுட்டு திரும்பிப் பார்க்காம அந்தப்பக்கமா போங்கோ. மத்ததெல்லாத்தையும் காவிரித்தாய் பாத்துக்குவள்'னு சொல்லிட்டு ஒதுங்கி நின்னேன்.

ரெண்டு பேரும் மேற்கில் மறையக் காத்திருந்த சூரிய பகவானை ஸேவித்து விட்டு மாலைகளை ஜலத்தில் விட்டா. மாலைகள் நன்னாவே ஜலத்தில் மிதக்க ஆரம்பிச்சிடுத்து. இருவரும் நெடுஞ் சாண் கிடையாக விழுந்து காவிரித்தாயை நமஸ்கரிச்சிண்டு எழுந்தா. இருவர் நெற்றியிலும் காவிரி மண் ஒட்டியிருந்தது. ஏனோ அவாளுக்கு அதைத் துடைக்கத் தோணலையோ என்னவோ துடைக்காமலேயே ரெண்டு பேரும் விடுவிடுன்னு ஆத்தை நோக்கி நடக்க ஆரம்பிச்சுனுட்டா.

"எப்பவும் நதி பொய்க்காது, நம்மை ஏமாற்றாது. அவள் தன் மடிக்குள்ளார ஜலத்தை நிரப்பி வெச்சுண்டுதானிருப்பள். நாம கேட்டா கொடுக்கணுமோல்லியோ அதுக்கொசறமாவது "பிரவாகமா நீரை மடிக்குள்ளார நிரப்பி வெச்சுண்டு தானிருப்பள்"னு நான் சொல்ண்டிருந்ததை அவாள் காதுக்குள் கேட்டாளோ கேட்கலையோ தெரியலை. மெல்ல காமாட்சியைப் பார்த்தேன். அவள் முகத்தில் வழிந்த தேஜஸையும் சிரிப்பையும் பாக்கணுமே... அதைப் பாக்கறதுக்கே கண்கள் கோடி வேண்டும்.

●

ஞாயம் வேண்டும்

கழனியில் அவள் பாடிக்கொண்டு போனாள்.

கக்கத்திலே கூடைவெச்சி
கலயங்குள்ளே கஞ்சி வெச்சி
வெஞ்சனமும் நெறைய வெச்சி
வெந்து போற வெய்யிலிலே
வேகமா நடக்கு றேன்னா
களனியிலே உளைக்கும் மச்சான்
எங்க மச்சான் அவன்
எங்க மச்சான்.

அம்மாசிக் கிழவனின் செவிப்பறையில் இந்தப் பாடல் கர்ண கடூரமாய் ஒலித்ததும் முகத்தில் அடித்த வெய்யிலை கையினால் தேக்கிக்கொண்டு பாடல் வந்த திசையை நோக்கினான்.

வேலாத்தா பாடிக்கொண்டு போனாள். கக்கத்தில் கலயக் கூடை. கழனியில் வேலை செய்யப் போகிற துரிதமான நடை. அளவாய் தூக்கிக் கட்டிய புடவை. கால்களில் கிடந்த வெள்ளிக் காப்பு வெய்யிலில் பளிச்சிட்டது. அந்தப் பாடலை இவன் ஒருமுறை பாடிப் பார்த்தான். சுருதி வரவில்லை. மீண்டும் அந்தப் பாடலை ஒருமுறை தனக்குத் தெரிந்த ஏதோ ஒரு சுருதியில் முணுமுணுத்தான்.

களனியிலே உளைக்கும் மச்சான்
எங்க மச்சான் - அவன்
எங்க மச்சான்.

சி.எம்.முத்து

அம்மாசிக் கிழவனின் ஒடுங்கிய கன்னக்குழியில் நீர் சில்லிட்டது. வரப்பில் நடந்து கொண்டிருந்த அவன் சில வினாடிகள் மௌனமாய் நின்றான். கன்னமிரண்டிலும் நீரால் கோடு கிழிக்கப் பட்டிருந்தது. தூரத்தில் வேலாத்தா போய்க் கொண்டிருந்தாள். இன்னும் அவள் எதை எதையோ பாடிக்கொண்டு போனாளோ. அவையெல்லாம் அவனுக்கு லேசாய்த்தான் காதில் விழுந்தது.

நீர்க்கோடுகளை புறங்கையால் துடைத்து விட்டு குடிசைப் பக்கம் நடந்தான். வயிறு பசியெடுத்தது. (பழையது) சாப்பிடப் போகிற ருசியில் அவன் கால்கள் துரிதமாய் நடக்க ஆரம்பித்தது.

குடிசையை எட்டியவுடன் கரவைமாடு கத்தியது. 'அஞ் சலை புல்லு போடலை போலிருக்கு...' நினைத்துக் கொண்டே கொட்டடியில் கிடந்த புல்லை எடுத்துப் போட்டு குடிசைக்குள் நுழைந்தான். அஞ்சலை இல்லை!

"அஞ்சலை... ஏ... அஞ்சலை... அஞ்சலை..."

நான்கைந்து சத்தம் ஓங்கிக் கத்தியபின் அஞ்சலை வயலுக்குப்போன விஷயத்தை ராக்காயி சொன்னாள்.

"எப்போ போனா?"

"கருக்கல்லியே எந்திரிச்சு போனதுதான்."

"நா இப்ப வய பக்கமிருந்துதானே வாரேன்; அங்கே காணலியே..."

"நெட்டப் பக்கம் போனாளோ என்னவோ தெரியலையே."

'இருக்கும். நா அரிச்சிணங்காணிப்பக்கம் போயிட்டு வாரேன்.

"ஓங்களுக்கு சோறு கூட எடுத்துக்கிட்டுப் போனாளே".

"அப்படியா?"

"ஆமாம். இப்ப நீங்க சோத்துக்கு என்ன பண்ணுவீங்க?"

"மத்தியான கஞ்சியிருக்கும், சாப்பிடறேன்."

"தொட்டுக்க வேணுமான்னா வாங்கிக்கங்களேன்."

"ஏதுனாச்சும் சுண்டக்கொளம்பிருக்கும், பாத்துக்கறேன்."

குடிசையினுள் புகுந்து கலயத்திலிருந்த பழையதை, தானே எடுத்துப் போட்டுச் சாப்பிட்டான் அம்மாசி. அஞ்சலை இல்லாதது அவனுக்கு என்னவோ போலிருந்தது. பசிக்காக பத்து உருண்டை களைப் போட்டுக்கொண்டு மீதியை கலயத்திலேயே போட்டு மூடிவைத்தபோது,

"பஞ்சாயத்துக் காரவுங்களே..."

ஒரு பெண்ணின் அவலக் குரல் இவனை உலுக்கியெடுத்து விட்டது. சோற்றுப் பானையைச் சரியாகக்கூட மூடாமல் வெளியில் வந்தான். 'அஞ்சலைக்கு ஏதாச்சும்...' நினைக்கும் போதே நெஞ்சு பதறியது.

வெளியில் வந்ததும் அவளைப் பார்த்தான். முகத்தில் கலவரம்; காற்றில் சிலுப்பிக் கொண்டிருந்த தலைமயிர்க் கோலம். அவளை இதற்குமுன் எங்கேயோ பார்த்ததுபோல் நினைவிற்கு வந்தது.

"ஆரு புள்ளே நீ? என்ன வேணும்?"

"ஞாயம் வேணும்."

அவளிடமிருந்து சட்டென்று வெளிப்பட்ட இவ்வார்த்தையைக் கேட்டதும் அவன் கதிகலங்கிப் போனான். தன்னை ஒரு நிலைக்கு கொண்டுவர அவனுக்கு சில நிமிடங்கள் பிடித்தது.

"ஆரு புள்ளே நீ? எங்கேயோ பாத்த மாதிரி தெரியுதே?" அம்மாசி கேட்டான்.

"கொறப்புள்ளை. சேத்துப்பட்டியில் குடியிருக்கேனுங்க."

"என்ன தவுசல்?"

"ஒங்கூரு சாமிடியான் மவன் சின்னச்சாமியை நான் விரும்பினேன் மாமு."

"அட நொப்புறான! பறப்பய மவனை கொறச் செறுக்கி நீ விரும்புறியாங்காட்டியும்?... இது 'ஒலகத்துக்கு அடுக்குமாடி களுதை?"

"ஆசை வந்து போச்சே மாமா!"

"என்னடி பெரிய ஆசை?"

"அந்த மச்சான்தான் என்னைக் கட்டிக்கிதாம். காட்டியும் சத்தியம் பண்ணிக் குடுத்திச்சி மாமு."

“பெறவென்ன? அந்தப் பயலை சுருக்கு மாட்டி இளுத்துக்க வேண்டியதுதானே?”

“இதுக்கு அவுங்க அப்பன் ஒத்துக்கலை. மாமா எதுனாச்சும் நடந்துட்டா தலையைச் சீவிப்புடுவேன்னு கொக்கரிக்கிறாங்க.”

“எங்கனை?”

“அவுங்க வூட்லே நின்னுக்கிட்டுதான்.”

“பெறவென்னடி களுதை. நீங்க ரெண்டு பேரும் பண்ணுன காரியத்துக்கு அவன் ஒத்துக்குவானா எங்கனாச்சும்?. சரி, அந்தப் பயல் சின்னச்சாமி என்ன சொன்னான்?”

“அப்பனுக்கு பயந்து வேண்டாங்குது மாமா.”

“போக்கிரிப் பயல். இது சரியா வருமா?”

“பஞ்சாயத்துக் காரவுங்களே! எத்தினியோ வெவகாரத்துக்கு நீங்க சரியான ஞாயம் வளங்குனதா நா காதாலக் கேட்டிருக்கேன். இந்த விசயத்திலேயும் ஈடுபட்டு இந்தக் கொறப் பொண்ணு வாழ்வை காப்பாத்த வேணும்!’’ சொல்லிவிட்டு நெடுஞ் சாண்கிடையாக விழுந்தாள் அவள்.

“இந்தா புள்ளே, எந்திரி. இப்பத்தான் பெரிசா கும்பிடு போடக் கிளம்பிட்டே”

எழுந்து கண்களில் வழிந்த நீரை புறங்கையால் துடைத்துக் கொண்டாள் அவள். அவளுடைய பார்வை பச்சாதாபத்தோடு அம்மாசிக் கிழவனை ஊடுருவியது. “இந்த விசியம் ஒ ஆயி அப்பனுக்குத் தெரியுமா?’

“தெரியும்.”

“ஒ அப்பன் இதுக்கு என்ன சொன்னான்?”

“தறிகெட்டு போனவ கூட்டத்துக்கு லாயக்கில்லேன்னு விரட்டியடிச்சிட்டாரு.”

“த்சோ த்சோ! அப்புறம் ஒன் கதி...?”

இதற்கு அவளுடைய பதில் ஒரு கேவலாய் வெடித்துக் கிளம்பியது.

“இப்போ சின்னச்சாமி உன்னைக் கட்டிக்கலேன்னா என்னடி பண்ணுவே?” அம்மாசி கேட்டான்.

“சத்தியமா சொல்றேங்க, ஆத்துல கொளத்துல வுளுந்து உசுரை மடிச்சிக்க வேண்டியதுதான்.”

“இத நீ தீர யோசிச்சித்தான் சொல்றியா?”

“.........” அவளிடமிருந்து மெல்லமாய் உருவெடுத்து கிளம்பிய கேவல் சப்தம் பெரிய அழுகையாய் அம்மாசியின் இதயத்தைக் கரைத்துக்கொண்டிருந்தது.

அம்மாசி வெட்டியானைக் கூப்பிட்டு வரச்சொல்லி ஊர்க்கூட்டம்'ன்னு தண்டோரா போடச் சொன்னான்.

அந்தக் குறத்திப் பெண் அம்மாசிக் கிழவனின் திண்ணை முகட்டில் ஒடுங்கிக் கிடந்தாள்.

அஞ்சலை இன்னும் குடிசைக்கு வராமலிருந்தது அம்மாசிக் கிழவனின் வயிற்றில் புளியைக் கரைத்தது. தெருப்பக்கம் வந்து கோடிவரை பார்த்துவிட்டு அஞ்சலையைக் காணாமல் ஏமாற்றத்தோடு மீண்டும் குடிசைக்குள் முடங்கிக்கொண்டான்.

“டிண்ட நாக்குடி நாக்கு நாக்கு... டிண்ட நாக்குடி நாக்கு நாக்கு... காலையிலே பத்து மணிக்கா ஐயனாருகோவில் ஆலமரத்தடியில ஊரு கூட்டம். அல்லாபேரும் கூட்டத்துக்கு தவறாம வந்துடணும். அப்படி வராதவங்க மேலே அவராதம் போடுவாங்கோ... டிண்ட நாக்குடி நாக்கு நாக்கு... டிண்ட நாக்குடி நாக்கு நாக்கு.”

தண்டோரா சப்தம் கேட்டு, ‘தன் மவன் பிரச்சனையாகத் தானிருக்கும்’ என்று எண்ணிக்கொண்டு சாமிடியான் அம்மாசியைப் பார்க்க வந்தான்.

திண்ணையில் முடங்கிக் கிடந்த குறப் பெண்ணைப் பார்த்ததும் ஆத்திரம் பொங்கிக்கொண்டு வந்தது. அந்த இடத்திலேயே குத்திக் கொன்றுவிடுகிற மாதிரி அவளைப் பார்த்துவிட்டு குடிசைக்குள் நுழைந்தான். ஏதோ பலத்த சிந்தனையோடு படுத்துக் கிடந்த அம்மாசியை எழுப்பி, “என்ன தெருவுலே திடீருன்னு தப்பு சத்தம்?” என்று கேட்டான்.

“ஊரு கூட்டம்.”

“எதுக்கு ஊரு கூட்டம்?’

“ஒ மவன் விசயமாத்தான்.”

“ஏ மவன் என்ன குத்தம் பண்ணினான்?”

“கூட்டத்துல தெரியும்.”

“அட தவுசல் என்னான்னா? “

“கொறச்சிக்கும் உம் மவனுக்கும் கள்ள நட்பு இருந்ததாகவும், ஒ மவன் அவளைக் கல்யாணம் பண்ணிக்கறதா வாக்குக் கொடுத்ததாகவும், அதுக்கு நீ சம்மதிக்கலேன்னும் கொறச்சி சொல்றா.”

“பறயன் கொறச்சிய கண்ணாலம் பண்ணிக்கிட்டது உண்டோ? இது நம்ப சாதிக்கு அடுக்குமா மாமா?....”

“அல்லாத்தையும் கூட்டத்துல வெவரமா பேசித் தீத்துக்குவோம். இப்போ நீ போயிடு.”

“அம்மாசி... நம்ம கொலப்பெருமையை காப்பாத்த வேண்டியது ஒங்கையிலதானிருக்கு. நா போறேன்!” சாமிடியான் ஒரு வேகத்தோடு துண்டை உதறித் தோளில் போட்டுக்கொண்டு வெளியில் வந்தான். குறத்தியை அக்கினிப் பார்வையால் எரித்துவிட்டு தெருவில் நடந்தான்.

அம்மாசி தீர்க்கமாகச் சிந்திக்க ஆரம்பித்தான். அந்தக் குறப் பெண்ணைப் பார்க்கிறபோது பாவமாக இருந்தது. திடுமென்று அஞ்சலை இன்னும் வராததை நினைத்துக் குழம்பிப் போனான். நீண்ட பெருமூச்சு ஒரு கோடாய் நீண்டு விரிந்தது.

ஐயனார் கோவில் ஆலமரத்தடியில் ஊர்க் கூட்டம் கூடியது. அநேகமாய் ஊரிலிருந்த அத்தனை பேருமே கூட்டத்திற்கு வந்துவிட்டனர். இப்படிப்பட்ட பிரச்சனை என்றாலே அந்த சேரி மக்களுக்கு படுகுஷி. ஆலமரத்து நிழல் சுகத்தில் காஞ்சுபோன வெற்றிலைச் சருகுகளை ஒருவருக்கொருவர் தாராளமாய் பரிமாறிக்கொண்டு, ஆளுக்கொருவிதமாய் பேசிக் கொள்ளும் அலாதியே தனிச் சுவைதான்!

அந்தக் குறப்பெண் தான் மட்டும் தனித்து விடப்பட்டதைப் போல் ஒற்றையாய் நின்று கொண்டிருந்தாள். அவள் எதிரே சாமிடியானும் அவன் மகன் சின்னச்சாமியும் நின்று கொண்டிருந்தனர்.

அம்மாசியும் ஊர் நாட்டாமைகளும் ஆலமரத்தடியில் உயரமாய் அமைக்கப்பட்டிருந்த மண் மேடையில் சம்மணம் கொட்டி அமர்ந்திருந்தனர்.

"ஏன் நேரத்தை வளர்த்துக்கிட்டு? வெவகாரத்தை ஆரம்பிக்கலாம்!" கூட்டத்திலிருந்த ஒருவன் பொறுமையாய் உட்காரப் பிடிக்காமல் ஏக சுதியில் கத்தினான்.

"அம்மாசிக் கிழவன் ஆரம்பித்தான்:

"ஏ புள்ளே..." '

"ஏனுங்க?"

"உம்பேரு?"

"குப்பம்மா!"

"கொலம்?"

"கொறப்புள்ளே!"

"உனக்கு எதிரால நிக்கிற சின்னச்சாமியைத் தெரியுமா?"

"ம்!"

"என்னமா"

"வயப்பக்கம் மம்புட்டி தூக்கிகிட்டு வரப்போ போறப்போ, நெறையா தடவைப் பார்த்திருக்கேன்!"

"உனக்கு அங்கனை என்னா வேலை?"

"சேத்துப்பட்டிக்கு குறுக்காலேப் போறப்போ வய வளியாத்தான் போவணும்!"

"அப்போ இவனைப் பாத்திருக்கே?"

"ம்"

"அவன் உன்னைப் பார்த்தானா?"

“பாக்கும்!”

“எப்போ?”

“எருவண்டி ஓட்டிகிட்டு போறப்போகூடப் பாத்திருக்கு.’

“அவன் உன்னைப் பாக்குறாப்போலே நீ நடந்துகிட்டியா?”

“இல்லே! நா பாட்டுக்குத் தனியா பாடிகிட்டுப் போவேன்.”

“என்னா பாட்டு?

“........................”

“ம்! சொல்லு, என்னா பாட்டு!’

“நய்யாண்டிப் பாட்டு!”

“அவன் வண்டி ஓட்டிகிட்டு போறதை பாத்துட்டுத்தான் பாடுவியா?”

“சத்தியமா இல்லீங்கோ. ஏம்பாட்லே தான் பாடிகிட்டு போவேன்!”

“அந்த பாட்டைக் கொஞ்சம் பாடிக் காட்டு.”

“வெக்கமா இருக்குங்க.”

“என்னடி பெரிசா வெக்கம் வந்திடுச்சி இப்பதான்...? ம்ம்... பாடு.”

“அவள் ராகம் போட்டுப் பாடுகிறாள். கூட்டத்தில் கல கலப்பு உண்டாகிறது.”

“வண்டி அலங்காரமா?

வண்டிமாடு ஒய்யாரமா?

வண்டி ஓட்டும் பையனுக்கே

தார்க்குச்சி அலங்காரமா?

தார்க்குச்சி அலங்காரமா.?”

குபீரென்று கூட்டத்தில் பெருமழை அடித்தாற்போல் சிரிப்பொலி பொங்கி, பெருமழை ஓய்ந்த மாதிரியே அடங்கிப் போகிறது.

அம்மாசி கேட்டான். "இந்தப் பாட்டை அவனுக்காகத்தான் பாடுவியா?"

"இல்லே... எம்பாட்லே பாடிகிட்டு போறப்போ அது வண்டி ஓட்டிக்கிட்டு வந்ததைப் பாத்தேன்."

"அதுக்கப்புறம் என்ன நடந்திச்சு?"

"நான் அதுக்காவத்தான் அந்தப் பாட்டை பாடுனதா நெனச்சி, சடாருன்னு வண்டியை நிறுத்திப்புட்டு வலியக்க எங்கிட்டே வந்திச்சு."

"வந்து?"

"............."

"ம்...வந்து?"

"அப்படியே கொஞ்ச நாளிவரைக்கும் பாத்துகிட்டிருந்துட்டு கட்டிக்கிறியா என்னைக் கட்டிக்கிறியான்னு கேட்டிச்சு. அதுக்கு நா பேசாம இருந்தேன். அப்றமா அதுவா வலிய ஏ தோள்பட்டையைப் பிடிச்சு என்னைக் கட்டிக்கன்னு சொல்லி வற்புறுத்துனிச்சி. நா வேண்டாங்கறதா சொல்லி தலையை ஆட்டினேன். அது பிடிவாதமா அல்ச்சாட்டியம் பண்ணிக்கிட்டு என்னைக் கட்டிக்கத்தான் வேணுமுன்னு சொன்னதும் நா சரின்னுட்டேன்"

"அப்போ நீயும் அவனை விரும்பியிருக்கே; அப்படித்தானே?"

"............."

"இந்தா புள்ளே! இதுக்கப்புறம் நீ அவனை எத்தினி தடவை சந்திச்சே?"

"நெறையா தடவை-நெறையா தடவை! அதுக்கு முந்தானைவேறே போட்டேன்."

"அட நொப்புறான, விசியம் அம்புட்டுத் தூரத்துக்கு ஆயிப்போச்சா?"

கூட்டத்தில் எழுந்த சிரிப்பு வானைப் பிளந்தது. சின்னச்சாமி அவமானத்தால் குறுகிப்போனான்.

சாமிடியான் குறுக்கிட்டான். "கொறச்செறுக்கிக்கு இதையெல்லாம் சொல்றதுக்கு வெக்கமிருக்கான்னு பாரு? தூத்தெறி!"

அடுத்ததாக சின்னச்சாமியிடம் கேள்வி திரும்பியது.

“சின்னச்சாமி!”

“ஏனுங்க?”

“இவள் சொல்றதத்தனையும் உண்மைதானா?”

“..............”

“உண்மைதானான்னு கேட்டேன்?'' அம்மாசி அந்தக் கேள்வியை அழுந்தக் கேட்டுவிட்டு சின்னச்சாமியைப் பார்த்தான். சின்னச்சாமியின் பார்வை லேசாய் குப்பம்மாவின்மேல் தாவியது. குறத்தியாய் இருந்தாலும் பன்றிக் கறியைத் தின்ற மதர்ப்பில் அவள் இளவுடல் செழித்து மினுமினுத்தது.

சின்னச்சாமிக்கு ஒரு சபலம். ‘உண்மைதான்’னு சொல்லி அவளையே கல்யாணம் செய்து கொண்டால் என்ன?

அவன் சிந்தனையைக் கலைப்பதுபோல் சாமிடியான் இரைந்தான். “என்னடா பயலே இப்பத்தான் பெரிசா யோசனை பண்றே?... இல்லேன்னு சொல்றதுக்கு இம்புட்டு நாளியா?”

சாமிடியான் அதட்டலில் சின்னச்சாமி பயந்து போனான்.

“இல்லே!...” சின்னச்சாமி.

“என்னடா இல்லே? பெறவு அந்தப் பொண்ணு உம்மேலே சும்மானாச்சுக்குமா பாழியைத் தூக்கிப் போடுது...?

சின்னச்சாமிக்கு நடுக்கம் கண்டு விட்டது. சாமிடியானின் அக்கினியாய் எரிக்கும் பார்வையும், குப்பம்மாளின் மதர்த்த உடம்பும் அவனை இருதலைக் கொள்ளியாய் ஆக்கின. அவன் தனக்குள்ளாகவே ஒரு பிடிமானத்தை ஏற்படுத்திக்கொண்டு சொன்னான்:

“அந்தப் புள்ளே சொல்றது அத்தனையும் உண்மை தான்.”

சின்னச்சாமி சொல்லிவிட்டு யாரையும் பார்க்கப் பிடிக்காதவனாய் தலைகவிழ்த்துக் கொண்டான்.

“என்னடா சொன்னே?... சாமிடியானின் குரல் எகத்தாளமாய் ஒலித்தது.

உண்மை வெளங்கிப் போனதுக்கப்புறம் எதுக்கு காலுகாலுன்னு கத்திக்கிட்டு? சின்னச்சாமிக்கும் குப்பம்மாளுக்கும் கண்ணாலத்தை நடத்திர வளியைத் தேடுங்க!" அம்மாசி முடிவாய்ச் சொன்னான்.

"இதுதான் உன் ஞாயமா?"

"ஆமாம்!"

"பறயன் மவன் கொறச்சியைக் கட்டிக்கறது ஞாயம் இல்லே?..." சாமிடியான் கத்தினான்.

"அம்மாசி ஒரு தடவை தீர்ப்புச் சொல்லிட்டான்னா அதுக்கு மறு தீர்ப்புச் சொல்ல அவனுக்குத் தெரியாது. சத்தம் போடாமே காரியமாத்தப் போ!"

கூட்டம் பெருத்த இரைச்சலுடன் கலையத் தொடங்கியது. அம்மாசி மேடையை விட்டுக் கீழே இறங்கியதும் நெடுஞ் சாண்கிடையாக விழுந்தாள் குறப்பெண்.

"நீங்க நல்லாருக்க வேணும் பஞ்சாயத்து காரவுங்களே..."

அம்மாசிக் கிழவனின் ஒடுங்கிப்போன ஊசிக் கண்ணில் இருந்து இரு சொட்டு நீர்த்துளிகள் உருண்டு வந்து அவள் தலையில் தெறித்துச் சிதறியபோது,

"தாத்தோவ்...!"

குரல் வந்த திசையை நோக்கினான் அம்மாசி. வேர்க்க விறுவிறுக்க ஓடிவந்தாள் வேலாத்தா.

'தாத்தோவ்' என்று அவள் தன்னைத்தான் கூப்பிடுகிறாளென்று அம்மாசிக்குத் தோன்றியதும் இவன் உள்ளம் பயத்தால் சூழ்ந்து கொண்டது. 'அஞ்சலைக்கு ஏதாவது...?'

"என்ன புள்ளே! ஓடியாராமே... ஆத்தலா வந்து சொல்லு!"

"இங்கனை வாயேன்." வேலாத்தா கூப்பிட்டாள்.

அம்மாசி கிழவனின் இதயம் இயந்திர கதியில் அடித்துக் கொண்டது. தட்டுத்தடுமாறி வேலாத்தா பக்கம் போய் நின்றான் அம்மாசி. அவள் எதையோ சொல்லத் துடித்தாள். சொல்வதற்கு வாய் வரவில்லை. உதடுகள் துடித்துக்கொண்டிருந்தது.

"என்னா புள்ளே விசியம்?" அம்மாசி கேட்டான்.

"ஓ மவ அஞ்சலை இல்லே..."

அம்மாசிக்குக் குப்பென்று வியர்வை கொட்டத் தொடங்கியது. என்ன சொல்லப் போகிறாளோ என்ற பதட்டத்தில் அந்த கிழட்டுருவம் ஆடத் தொடங்கியது.

'என்ன வேலாத்தா! ஆத்தால்ல சொல்லு.' அதற்குள் அங்கே சிறுகூட்டம் கூடத் துவங்கிவிட்டது. எல்லோரும் வேலாத்தா சொல்லப்போவதைக் கேட்கத் தயாராகிக் கொண்டிருந்தனர்.

"நம்ப குடியானத்தெரு கிருஷ்ணமூர்த்தி வாண்டை யாருல்லே, அவர் மவன்."

'ஆமாம் ஆமாம்! அவர் மவனுக்கென்ன?"

"அவர் மவன் ஏவாம்பரம் உம்மவ அஞ்சலையை வயப்பக்கம் போறப்போ வளிமறைச்சி..." சொல்லத் தயங்கினாள் வேலாத்தா.

சொல்லாமலேயேப் புரிந்துகொண்டான் அம்மாசி. அங்கு என்ன நடந்திருக்கும் என்பதை அவனும் மற்றவர்களும் வெகு சுலபத்தில் புரிந்துகொண்டனர்.

"ஏ வீட்டுக்காரருக்கு கஞ்சி கொடுத்துட்டு திரும்பி வரப்போதான் இந்த அக்ரமத்தை ரண்டு கண்ணாலேயும் பாத்தேன்!" சொல்லிவிட்டு குலுங்கிக் குலுங்கி அழுதாள் வேலாத்தா.

அம்மாசி கிழவன் ஸ்தம்பித்துப்போய் நின்றான். அவ்வளவு பெரிய அதிர்ச்சியைத் தாங்கிக்கொள்ள முடியாமல் அவன் சதைகள் ஆடின.

சுரத்தில்லாமல் கீழே விழப்போன அம்மாசியைத் தாங்கிப் பிடித்துக் கொண்டாள் வேலாத்தா.

அம்மாசி கிழவன் மயக்கம் தெளிந்து கண்விழித்த போது அஞ்சலை கண்ணில் பட்டாள். அவளைப் பார்க்கவே அம்மாசிக்குப் பிடிக்கவில்லை. அருவருப்போடு பார்த்தவன் ஏதோ ஒரு வெறியால் அவளைப் போட்டு அடியோ அடியென்று தீர்த்துக்கட்டினான்.

அஞ்சலை அழுதாள். குங்குமமாய் கன்னமிரண்டும் கன்றிப் போயிருந்தது. ஒரு உந்துதலோடு அம்மாசி சொன்னான்.

"ஊருக்கு ஞாயம் தீத்தவண்டா நா…. எம் பொண்ணுக்கு ஒரு ஞாயம் கெடைக்க வேணும்!"

சாமிடியான் இவனை விகல்பமாய் பார்த்து விட்டு சிரித்துக் கொண்டான்.

"வெவகாரம் மேங்குலத்துக்கு சம்மந்தப்பட்டதாய் இருக்கதாலே, நீ நெனைக்கிற மாதிரி சரியான ஞாயம் கெடைக்கும்ன்னு எதிர்பார்க்காதே!" சாமிடியான்.

"பாத்துர்ரேண்டா அதையும்!" வீராப்போடு கத்தினான் அம்மாசி.

விடுவிடுவென்று வெறிபிடித்தவனைப்போல் கிருஷ்ணமூர்த்தி வாண்டையார் வீட்டை நோக்கிப் புறப்பட்டான் அம்மாசி.

அவன் தேடிப் போன கிருஷ்ணமூர்த்தி வாண்டையார் திண்ணையில் அமர்ந்து தேங்காயை உரித்துக் கொண்டிருந்தார்.

"என்னடா அம்மாசி புதுசா இந்தப் பக்கம் காத்தடிக்குது?" கிருஷ்ணமூர்த்தி வாண்டையார் கேட்டார்.

"சம்பந்தியாகப் போறேனுங்களே."

"அடடே! ஒம்பொண்ணுக்கு மாப்பிள்ளை கெடைச்சிப் போயிட்டானா?"

"புளியங்கொம்பா கெடைச்சிருக்காரு ஆண்டே!"

"அடி சக்கை. தாலியை நானே பண்ணிக் கொடுத்துடுறேன்"

"ஆமாம். அந்தக் கடமை உங்களுக்குத்தான் இருக்கும்ன்னு நா கனவுலேயும் நெனச்சிப் பாக்கலேங்க."

"என்ன இருந்தாலும் ஊருக்கு பெரிய மனுஷன் நீ பஞ்சாயத்து வேற. அது மட்டுந்தானா. நம்ப குடும்பத்துல எப்பவுமே ஒரு தனியான விசுவாசம் உள்ளவன். உன்ன வுட்டுக்குடுத்துட முடியுமா?… அம்மாசி… மாப்பிளை யார்ரா?"

"…………"

"என்னடா பேசமாட்டேங்கிற? சும்மா சொல்லு, மாப்பிளை யாரு?"

"உங்க பையன் ஏகாம்பரம்தானுங்க"

ஒரு வினாடி ஆகாயம் சரிந்து அவர் மண்டையை நசுக்கி... பிரமையிலிருந்து மீண்டுவிட்டு கேட்டார், "நீ என்ன சொல்றே?"

"உங்க பையன் என் பொண்ணு வாள்வை குட்டிச்சுவரா ஆக்கிட்டாருங்க. வய பக்கம் அவ ஒத்தையா போனப்ப அங்கனை ஒங்க பையன் அவளை வளிமறிச்சி தப்பான காரியம் நடத்திட்டாருங்க...' அம்மாசி கிழவன் சொல்லிவிட்டு அழுதுவிட்டான்.

கிருஷ்ணமூர்த்தி வாண்டையாருக்கு அவன் சொல்வதில் ஒன்றும் தப்பிருக்காது என்று தோன்றியது. அதோடு தன் மகன் இந்தக் காரியத்தை நிச்சயம் செய்திருப்பான் என்பதில் அவருக்கே அசைக்க முடியாத நம்பிக்கை ஏற்பட்டு விட்டது. தீர்க்கமாய் யோசிக்கலானார். இந்தப் பயல என்ன சொல்லி இங்கிருந்து விரட்டலாம்?

சுருக்கென்று ஒரு யோசனை. "நூறோ இருநூறோ பணம் கொடுத்து விஷயத்தை அமுக்கிட வேண்டியதுதான்."

"அம்மாசி இப்போ என்ன தலை முழுகிப்போச்சி?.. எரநூறு ரூவா கையிலே தர்றேன். அதை வெச்சிகிட்டு சுளுவா ஒரு மாப்பிள்ளையைப் பாத்து கல்யாணத்தை செஞ்சிபுடு.

"ஆண்டே! நீங்கதானா பேசறீங்க?"

"ஆமாண்டா நான்தான் பேசறேன்."

"தன்மானத்தோடா?"

"அப்படின்னா?"

"இது தெரியாததுனாலதான் இப்படியெல்லாம் உளர்றீங்க. ஆண்டே நிச்சயமா சொல்றேன். எம்மவ கழுத்திலே உங்க பையன்தான் தாலி கட்ட வேணும்!"

"என்னடா சொன்னே?... திண்ணையிலிருந்து ஆக்ரோஷத்தோடு எழுந்த கிருஷ்ணமூர்த்தி வாண்டையார் பளீரென்று அம்மாசியின் கன்னத்தில் அறைந்தார். பொறி தட்டிப்போய் விழுந்தான் அம்மாசி.

ஏதாவது விபரீதம் ஆகிவிடுமோ என்று பயந்த வாண்டையார் சொம்பில் நீர் கொண்டுவந்து அவன் முகத்தில் தெளித்தார்.

மயக்கம் நீங்கி ஆக்ரோஷமாய் எழுந்த அம்மாசி சேரி ஜனங்களைக் கூப்பிடப் போனான்.

வாண்டையாருக்குப் பயந்து சேரி ஜனங்கள் ஒதுங்கிப் போயினர். அம்மாசிக் கிழவனால் ஒன்றும் செய்ய முடியாது என்று ஆகிவிட்டது.

தெருவில் நின்று கத்தினான், "ஊருக்கு ஞாயம் தீத்தவண்டா நான்... இப்போ எம்மவளுக்கு ஞாயம் தீக்க இவ்வளவு பெரிய சேரியிலே ஒரு பயலும் இல்லியா...?"

கத்திவிட்டு குடிசைக்குப் போன அம்மாசி இடிந்து போனான்!

அங்கே அஞ்சலை கழுத்தில் சுருக்கு மாட்டிக்கொண்டு உத்திரத்தில் தொங்கிக் கொண்டிருந்தாள்!

அவள், அவளுக்கே தேடிக்கொண்ட ஞாயம் அதுதானோ?...

புளிப்புக்கனிகள்

'கோக்கிலி' என்கிற கோகிலாம்பாளுக்கு கல்யாணமாம்... சுந்தரத்திற்கு இதைக் கேள்விப்பட்ட நிமிஷத்திலிருந்து நெஞ்சு பொறுக்க வில்லை. எல்லோருக்குமாய் இனித்துக் கிடக்கிற அந்தச் செய்தி அவனுக்கு இடியாய்த் தாக்கியது.

அம்மா அவனை எதற்காகவோ காரியமாய் அழைத்தபோது அவன் அதை முற்றுமாய் காதில் வாங்கியும் வாங்காதது மாதிரியுமாக இருந்தான். பின் அம்மா கொஞ்சம் கடுமையாகக் கூப்பிட்ட பின்னால்தான் உம்மென்று முனகி எழுந்து அம்மா சொன்னதைக் கேட்ட போதும்கூட அவனுக்கு கோக்கிலாம்பாளைப் பற்றிய சிந்தனைதான்.

கோக்கிலியின் கல்யாண சங்கதியைக்கேட்ட நிமிஷத்திலிருந்து அவனுக்கு என்னவோ செய்கிறது. இனம்புரியாத உறுத்தல் சுந்தரத்தை வாட்டி வதைக்கின்றது. சுவற்றில் மேய்கிற பல்லியொன்று வெடுக்கென்று அருகில் வந்து பூச்சியைக் கவ்வும் லாவகத்தை மிகவும் ரஸித்துப் பார்க்கிற அவனுக்கு இப்போது ஏனோ அக்காட்சியைப் பார்க்கப் பிடிக்கவில்லை. எதையோ பறிகொடுத்து விட்டவனைப்போல உம்மணாம் மூஞ்சியாகக் குந்தியிருக்கிறான். யாராவது கோக்கிலி பெண்ணின் கலியாணத்தைப் பற்றி பேச்செடுத்தால் அதைக் கேட்கப் பிடிக்காமல் முகத்தை திருப்பிக் கொள்ளத்தான் முடிகிறதே தவிர நேருக்கு நேராய் அச்செய்தியைக் கேட்க தெம்பு வரவில்லை. ஊரில் எந்தப் பெண்ணுக்கும் அவர்கள் கல்யாணத்தைப் பற்றியெல்லாம் இப்படிப் பேசிக்கொண்டு அவன் கேட்டதில்லை. யாருக்கும் இல்லாத அதிசயமாய் கோக்கிலி பெண்ணிற்கு பேசுகிறார்கள்

என்றால் அவள் அழகைத் தவிர வேறென்ன காரணமாக இருக்கப் போகிறது?

அவள் அழகுதான்! துள்ளிக்குதித்து ஓடிவருகிற காவிரியின் பேரழகு எங்கும் பச்சைக் கம்பளம் விரித்தார்போல் பரவிக் கிடக்கிற பயிர்களின் பேரழகு. பௌர்ணமி நிலா மாதிரி எங்கும் பூரணமாய் மொய்த்துக் கிடக்கிற அழகு. ஒரு தோட்டத்தில் பூத்திருக்கும் ஆயிரமாயிரம் மல்லிகைப் பூக்களின் மத்தியில் ஒற்றை ரோஜாவாய் தனியாய்த் தெரிகிற அழகு. எந்த மனிதனொருவன் அவளை நேர்கொண்டு பார்த்தாலும் அப்படியே கிறங்கிப் போகிற அழகு. திராட்சை ரஸத்தில் மிதக்கும் ஐஸ்கட்டியாய் கண்ணாடிக்கிண்ணியில் வழிய வழியவிருக்கும் ஐஸ்கிரீமின் கும்பத்தில் பதித்து வைக்கப்பட்ட சிவப்பு நிற செர்ரிப் பழம் மாதிரி எந்நேரமும் திரளக் காத்திருக்கும் அற்புதம் அவள். பொருட்டு சூடு கண்ட வெண்ணையாய் வாயில் நெய்யூறும் அற்புதம்.

'ஓ அவளுக்கு கல்யாணமும் வேணாம் மண்ணும் வேணாம்... அவளைக் கல்யாணம் செய்து கொள்ள நானிருக்கிறேன்' என்று சொல்லத்தான் அவன் நினைக்கிறான். ஆனால் அந்த நினைப்பு அவனுக்குள் எழுந்து துள்ளிக் குதித்து ஆர்ப்பரித்து கரையைத் தழுவ வருகிற அலை அதன் விளிம்பை மட்டும் தொட்டு விட்டு எட்டிப்போய் விடுகிற மாதிரி பொங்கி ஆர்ப்பரிக்கிறதே என்ன செய்ய?.

அவள்மேல் கொண்டிருக்கும் ஆசையையோ அல்லது காதலையோ அவன் வேறு யாரிடத்திலாவது சொல்லும் பட்சத்தில் அதை அவர்கள் எவ்வாறு எடுத்துக் கொள்வார்கள் என்பதை நினைக்கிற போது வெட்கமாக இருக்கிறது. தன்னை பைத்தியக்காரன் என்று சொல்வார்கள் போலவும் இருக்கிறது. ஆனால் தலைக்கு மேல் வெள்ளம் வந்து விட்ட பின் மனதின் உள் ஆழத்தில் உறைந்து கிடக்கும் உண்மையை பிறத்தியாரிடத்தில் சொல்லி அதன் மூலம் தனக்கு சாதகமான ஒரு சூழலை உண்டாக்கிக் கொள்ள முடியுமா என்பதை எண்ணிப் பார்க்கிறானேத் தவிர அவனுக்குள் எழுந்திருக்கும் அந்த உணர்வுகள் எழுச்சிகள் ஆசைகள் எல்லாம் அவனை சிரிப்புக்குத்தான் ஆளாக்குகின்றன. தான் சின்ன வயசிலிருந்து

கோக்கிலியின் மீது உள்ள காதலை மன ஆழத்திலிருந்து அகற்றமுடியாது போலிருக்கிறதே...

சுந்தரம் தான் அவளை நேசிக்கிற மாதிரி கோக்கிலியும் தன்னை நேசிப்பாளா என்பதை சிந்தித்துப் பார்க்கிறான். ஒருமுறை கூட அவளை சந்தித்த எத்தனையோ சந்தர்ப்பங்களில் காதல் ரீதியாகவோ அல்லது ஆசைகளின் அடிப்படைகளில்கூட விஷயங்களைப் பகிர்ந்து கொண்டதில்லை அவன். அவள் அவனுடன் கன்னத்தில் விழும் 'குழி' அழகுடன் சிரிக்கச் சிரிக்கப் பேசவாள்: பேச்சு உணர்வலைகளைத் தூண்டும் எல்லைகளைத் தாண்டிய பின்னும்கூட அவள் அவனுடன் பேசிக் கொண்டிருப்பதை நிறுத்தவே மாட்டாள். அப்படிப்பட்டத் தருணங்களில் அவளைத் தொட்டு உசுப்பி அவனை மயக்கத்தில் கிடத்திப் போதையில் தள்ளாடுவாள். திரை நழுவிய மார்புக் குறியில் அவன் கண்கள் உருளும். மின்சாரம் பாய்ச்சினதாய் உடம்புகள் அதிரும். சட்டென்று திரை மூட 'பொல்லாங்குப் பெண்களே செத்துத் தொலைய மாட்டீரோ' வென்று மனம் சபித்து 'பனி' விலகும். உலகம் நிர்மலமாய் தோன்றிய விந்தையில் நொடியில் எல்லாம் அறுபட்டு காற்றில் தத்தளிக்கும் பட்டமாய் மனம் அவதியுறும்.

அவன் அவள் மீது கொண்டிருக்கும் பிரியத்திற்கு அவளின் செய்கைகளும் ஒரு காரணம் என்பதை அவளால் புரிந்து கொள்ள முடிந்தது. தான் இந்த சமூகத்துக்குப் பயந்தோ சட்ட திட்டங்களுக்குப் பயந்தோ தன்னுள் புயலெனச் சீறிப்பாயும் தாபங்களை வெளிப்படுத்த பயந்திருக்கிற அதே மனநிலையில் தான் அவளும் இருந்திருப்பாளோ என்று அவன் எண்ணிப் பார்த்தான். துடிப்பும் இளமையும் வீரமும் விவேகமும் அழகும் உள்ள ஓர் ஆண்மகன் இந்த விஷயத்திற்கு இத்தனைப் பயந்து சாகையில் ஒரு பெண்மகள் பிரவாகமாய் பொங்கி வழியும் வெள்ளத்தை எப்படி எதிர்த்து நீந்த முடியும் என்பதைக்கூட அவன் கணக்குப் போட்டான். தவறு வெளியாருக்கிருக்கலாம் எழுந்துள்ள மன உணர்வுகளுக்கு இருக்க முடியுமா என்ன?

'கோ' வென்று தனிமையில் குந்தி அழவேண்டும் போலிருக்கிறது சுந்தரத்திற்கு உடனடியாய் கோக்கிலாம்பாளைப் போய்ப் பார்த்து அவளிடத்தில் தன் மனதிலுள்ள தாபங்களை சொல்லிவிடலாம் போலத் துடிக்கிறது; ஒவ்வொரு ஷணமுமாக.

கோக்கிலாம்பாள் சுந்தரத்துக்காக மூன்று வருஷமோ, நான்கு வருஷமோ முன்னாடிப் பிறந்தவளென்று அம்மா சொல்லிக் கேட்டிருக்கிறான் அவன். உருவத்திலும் கூட அவள் அவனைக் காட்டிலும் கொஞ்சம் முதிர்ந்தவளாகத்தான் அவனுக்குத் தோன்றினாள். சுந்தரத்துக்கு ஒன்று விட்ட பெரியப்பா பெண்தான் அவள். அவனுக்கு இயற்கையாகவே அவள் அவனைத் 'தம்பி' என்றழைப்பதும் அவன் அவளை 'அக்கா' வென்றழைப்பதும் பழக்கமாக ஆகிப் போயிருக்கிறது.

"அக்கா" வென்று அவன் அவளை அழைக்கும்போதோ, 'தம்பீ' என்று அவள் அவனை அழைக்கும்போதோ எவ்வித வித்தியாச பேதமும் எழாமலிருந்ததை அவன் உணர்ந்திருக்கிறான். கிளர்ந்தெழும் ஆசை உணர்வுகள் அவனுக்குள் கொழுந்துவிட்டு எரிந்து கொண்டிருந்த போதிலும் பேச்சுக்களினாலோ நடைமுறை செய்கைகளினாலோ யாதொரு சந்தர்ப்பத்திலும் ஒருத்தருக்கொருத்தர் புரிந்துகொள்கிற மாதிரி அல்லது புரிந்துகொண்டு புரியாத மாதிரி இருவருக்குமான நடுக்கம். சமூகத்துக்கு பயந்து என்கிற நிஜம் ஒரு பக்கத்தில் இருந்த போதிலும் வெறும் சமிக்ஞைகளின் பூர்வமாக எண்ணங்களை உணர்த்தி ஆசைகளை வளர்த்து ஒருத்தருக்கொருத்தர் தாபங்கள் சம்பந்தப்பட்ட விஷயங்களை வெளிப்படுத்தி பேசத் தெரியாத மௌனிகளாய் ஆன போதிலும் அவர்கள் மௌனங்களாலேயே ஆயிரம் கதைகள் பேசிக்கொண்டார்கள் என்கிற நிஜத்தை அவர்களே கூட அறியாத இச்சூழலில் கோக்கிலி பெண்ணைப் பற்றி நினைக்கிற இவ்விஷயம் அவனுக்கு ஒரு பக்கத்தில் சந்தோஷத்தையும் இன்னொரு பக்கத்தில் கசப்பையுமாய் அளிக்கத்தான் செய்கிறது.

இருவரும் ஒன்றாக குளத்தில் இறங்கி நீச்சலடித்ததிலிருந்து வீட்டுக்குள் பல்லாங்குழி விளையாடிய பருவத்தையும் தாண்டி பள்ளிக்கூடம் போய் ஒருத்தருக்கொருத்தர் காக்காய் கடி கடித்து 'கமர்கட்' சாப்பிட்டதுவரை எல்லாவற்றையும் இப்போது நினைத்தாலும் இன்பமாய்த்தான் இருக்கிறது.

அவள் ஐந்தாம் வகுப்போ, ஆறாம் வகுப்போ படிக்கிற காலத்தில் அவள் அம்மணமாய் குளத்தில் இறங்கி குளித்த போது கரைமீது போட்டிருந்த பாவாடை சட்டைகளை

தூக்கிக்கொண்டு ஓடிவந்து தூரத்தில் நின்றபடி அவள் தவிக்கிற தவிப்பை கொஞ்ச நேரம் ரசித்துவிட்டு திரும்ப அவளிடமே பாவாடை சட்டைகளைக் கொடுத்து போட்டுக் கொள்ளச் சொல்லிவிட்டு வந்த அனுபவத்தை இப்போது நினைத்துப் பார்த்தாலும் தித்திப்பாய்த் தித்திக்கிறது சுந்தரத்துக்கு.

அப்படி தான் ஒருநாள் அவள் எட்டாம் வகுப்பு படித்துக் கொண்டிருந்த போது கோக்கிலாம்பாள் சுந்தரம் பள்ளிக்கூட மைதானத்தில் சடுகுடு விளையாடிக் கொண்டிருந்தபோது பெருத்த வலியினால் ஏற்பட்ட அவஸ்தையோடு அழுதுகொன்டே தயங்கித் தயங்கி அவனிடம் வந்தாள். அவள் அழுவதைப் பார்த்ததும் அவனுக்கும் அழுகை வந்துவிட்டது. தேம்பித் தேம்பி அழ ஆரம்பித்த சுந்தரம், "ஏக்கா அழுவுற?" என்று செறுமலிடையே கேட்டுவிட்டு அவள் பதிலை அறிய காத்து நின்றான்.

கோக்கிலாம்பாள் அப்போது தனக்கேற்பட்டிருப்பது 'எந்தவலி' என்பதை அறியாத வெகுளித் தன்மையோடு, "தம்பீ இஞ்ச வாடா சொல்றேன்" என்றபடி அவனை ஒரு மறைவான கட்டிடத்தின் சுவற்றுப்பக்கம் அழைத்துக்கொண்டு போய் சுற்றுப்புரத்தில் யாருமில்லை என்பதை தீர்மானம் செய்து கொண்ட பின்னர் அவன் கொஞ்சமும் எதிர்பார்க்காத விதத்தில் வலியின் அவஸ்தையோடு, 'தம்பீ இஞ்சபாருடா' என்று சற்றும் யோசிக்காமல் அவனிடம் யோனிக்குள்ளிருந்து வழியும் ரத்தத்தைக் காட்டினாள். சுந்தரத்திற்கு ஷணத்தில் அக்காட்சியைப் பார்த்த மாத்திரத்தில் ஒன்றுமே புரியவில்லை. "ஏதோ ஆபத்தில் சிக்கிக் கொண்டிருக்கிறாளோ அக்கா" என்பதை மட்டும்தான் அவனால் புரிந்துகொள்ள முடிந்திருந்தது. இதற்கு என்ன சிகிச்சை செய்வதென்று புரியவுமில்லை. 'கோ'வென்று அவளைப் போலவே அழுது தீர்த்தான்.

அவள் கொஞ்சமும் எதிர்பார்க்காத விதமாக, "கோக்கிலியக் காளுக்கு ரெத்தம் ஊத்துது கோக்கிலியக்காளுக்கு ரெத்தம் ஊத்துது? அப்பகுதி முழுவதும் செய்தியை பரப்பிவிட்டு ஒரு வெறிபிடித்தவனே போல் தெருவுக்கு ஓடிவந்து தெருவின் இந்தக் கோடியிலிருந்து அந்தக் கோடிவரை இதே வார்த்தைகளைச் திரும்பத் திரும்ப சொல்லிச்சொல்லி விடாமல் கூச்சலிட்டான்.

இந்த விஷயத்தை விளங்கிக் கொண்ட முதியவர்களில் சிலர் விஷயத்தைப் புரிந்து கொள்கிற விதத்திலும் சற்று கிண்டலாகவும் கூட, "எங்கடா ஊத்துது? என்று கேட்கவும், அவன் ஊத்துகிற இடத்தைச் சொன்னதும் "ஏண்டா படுவா. இதப்போயி நாலு பேரறிய சொல்லலாமாடா?" என்று அவனைத் திட்டித் தீர்த்தார்கள். அப்போதுதான் இது தவறு என்பதை அவனே உணர ஆரம்பித்தான். ஆனாலும் அன்று ராத்திரி முழுவதும் ஒரு இறுக்கமான சூழலில் அவன் அவளையேதான் நினைத்துக் கொண்டிருந்தான். அவள் வயசுக்கு வந்து விட்டாளாம் அதனால்தான் அவளுக்கு அவ்வாறு நிகழ்ந்ததாம். எல்லோரும் அவனுக்கு புரிய வைத்தார்கள். ஆனால் அவனுக்கு மட்டும் புரியவில்லை. வயசுக்கு வருவதென்றால் எப்படி? என்ற கேள்வி அவனை ரொம்பவே குழம்ப வைத்துக் கொண்டிருந்தது.

கோக்கிலாம்பாள் அந்த சம்பவத்திற்குப் பிறகு பள்ளிக் கூடத்திற்குப் போகவில்லை. திண்ணையில் சாக்குப் படுதா கட்டி மறைவிடம் அமைத்து ஒரு உலக்கையையும் படுக்கை வசத்தில் போட்டு அதன் அருகிலேயே அவளையும் உட்கார வைத்து விட்டார்கள். மறுநாள் அவனுக்கு தாய்மாமன் வீட்டுத் தண்ணீர் ஊற்றி வீட்டுக்குள் அழைத்துக் கொண்டார்கள். அதுநாள் வரையில் பாவாடை சட்டையில் இருந்தவள் கூடுதலாக தாவணியைப் போட்டுக்கொண்டு வெகு அழகாய் திகழ்ந்தாள். அவன், "கோக்கி... கோக்கி" என்று கூப்பிட்டபோது அவள் அவனிடத்தில் பேசுவதற்கு வெட்கப்பட்ட மாதிரியிருந்தது. பாவாடை சட்டையிலிருந்து தாவணிக்கு மாறுவதைத்தான் வயசுக்கு வருவது என்று சொல்கிறார்களோ என்பதாக அவன் புரிந்து கொண்டான்.

வயசுக்கு வந்துவிட்டால் பள்ளிக்கூடம் செல்லக்கூடாது என்கிற விஷயமெல்லாம் கோக்கிலாம்பாளை இனி பள்ளிக்கூடம் போக வேண்டாம் என்று அவளது அம்மாவும் அப்பாவும் நிறுத்தி வைத்தபோதுதான் அவனுக்கே தெரிந்தது. அது அவனுக்கு கஷ்டமாகவும் இருந்தது. அதுநாள் வரையில் ஒருவர் கையை ஒருவர் பற்றிக்கொண்டு சந்தோசமாகப் பள்ளிக்கூடம் போய்க்கொண்டிருந்தவர்களுக்கு இந்தப் பிரிவைத் தாங்கிக் கொள்ள முடியவில்லை.

சுந்தரம் ஆரம்பப் பாடசாலை படிப்பை முடித்து ஐஸ்கூல் படிப்பையும் முடித்துக்கொண்டு காலேஜுக்குப் போகிற வரை கூட கோக்கிலாம்பாளைப் போய் வீட்டில் பார்க்காமல் இருந்ததேயில்லை. அவளைப் போய்ப் பார்க்காத ஒவ்வொரு நாளும் அவனுக்கு வேப்பங்காயாய் கசந்திருக்கும்.

அவனுக்கு எல்லாவற்றையும் இப்போது நினைக்க இன்பமாகவும் சில கசப்பாகவும் சில புல்லரிப்பாகவும் கூட இருக்கத்தான் இருக்கிறது. அவள் வயசுக்குவந்து நன்றாக பூத்துச் செழித்து குலுங்கிக் கொண்டிருக்கும் காலங்களில் அவனுக்கு உதட்டோரத்தில் அரும்பு கட்டி வியர்க்க ஆரம்பித்திருந்தது. எந்தப் பெண்ணின் மோகனரூபங்களைப் பார்த்தாலும் பொங்கிப் புரளும் துடிப்பின் உணர்வுகளையும் அதை அடக்கத் திராணியில்லாமல் அவஸ்தைப் படுகிறதையுங்கூட உணரத் தலைப்பட்டிருந்தான்.

அவனுக்குள் கனன்று எரிந்து கொண்டிருக்கும் தாபத்தின் உச்ச நிலையிலும் மயக்கத்திலும் அவன் முகம் சௌந்தர்யமடைந்திருக்கிற அழகை இயற்கை நிலையிலிருந்து மாறுபட்டு ஒரு வித்தியாசமான மாறுதல் எழும்பி கண்களில் பூரண ஒளி திரும்பி ஒரு பருவப் பெண்ணின் அவள் எந்த ஜாதியோ எந்த மதமோ அக்காளோ தங்கையோ பிற உறவுமுறைகளோ என்கிற பண்பாட்டுணர்வின் எல்லைகளைத் தாண்டி, ஒரு ஆண் தன் நுண்மையான உணர்வுகளுக்குத் தீனியாயிருக்கிற பெண்மையை அடைய எழுகிற போராட்டத்தின் உச்சகட்டத்தில் அவன் நின்று கொண்டிருக்கும் தருணத்தில் அவன் முகம் ஒளி பெற்று பூரண அழகுக்குத் திரும்பியிருக்கிற செழுமையில் அவள் அவனைக் கண்டு நாணிச் சிவந்து அதே மோகன ரூபத்தை தானும் பெற்று இருவருக்குமான மயக்கநிலையில் அவன் அல்லது அவள் தங்களுக்குள் எதையும் சங்கமிக்கச் செய்து, 'இன்புறலாம்' என்கிறவரை எல்லையைத் தாண்டியிருக்கும் சூழலில் ஒரு பொறி — சின்ன அசைவு சில குறுக்கீடுகள் காரணமாக எண்ணங்கள் நொறுங்கி புலன்களால் எழுச்சியுற்ற இன்பம் தானடங்கி சுய உலகத்தைக் காட்டுகிற போது தவறிழைக்கப் பார்த்தோமோ என்கிற குற்றவுணர்வின் மிகுதியால் இருவருமே விலகி எட்டித் தனிமையில் நின்று சற்று சிந்திக்கிற போது இருவருமே வெட்கிப் போவார்கள். அதோடு

லேசாய் சிரிப்பு வரும் பெருத்த ஏமாற்றமும் கூட அவர்களை கொக்கி போட்டு இழுத்துக் கொள்ளும்.

சுந்தரம் இப்போது கோக்கிலாம்பாளை சந்திக்க நினைத்தான். அவளைச் சந்தித்து தான் இத்தனை நாளும் மனதில் வைத்துக் கொண்டு பேசாத விஷயத்தை அவளிடத்தில் பேசித் தீர்த்துவிட வேண்டும் என்று நினைத்துக் கொண்டான். சிந்தனைகளை உதறிவிட்டு ஆவேசத்தோடு எழுந்தான் மாலை நேரம்.

'கணீர் கணீர்' என்று கோயில் மணி ஒலித்துச் சிதறுகிறது. அவளைச் சந்திப்பதற்கும் முன்னால் கொஞ்சம் ஆறுதல் தேடி ஆத்தங்கரைப் பக்கம் நடந்தான்.

எவர் வீட்டு வயலிலோ மேய்ந்து கொண்டிருந்த கிடைமாடுகளோடு நின்று கொண்டிருந்த பொதி காளையொன்று பசுக்களை மோந்து திரிகிறது. சிறிய காளைக் கன்றொன்று தன்னைக் காட்டிலும் வயதிலும் உருவத்திலுமாய் மூத்திருந்த பசுவின் குண்டியை மோந்து அதன் காமரூபத்தை வெளிப்படுத்துகிற விதத்தில் சற்றே வானத்தை அண்ணாந்து பழித்துக் காட்டுகிறது போல் பல் இளித்து நீர் ஒழுக மீண்டும் மிகச் சாதுவாய் பசுவை மோந்து ஒரு வெறியுடன் மாட்டின் மேல் தவ்விப் பாய்கிறது. அதன் துருத்திய தண்டிலிருந்து பீய்ச்சாங்குழல் போல் அடித்துச் சிதறுகிறது விந்து. மறுபடியும் பசுவை விட்டு இறங்கி தவ்வுகிறது. இம்முறையும் அதன் யோனிக்குள் தன்டை சொருக முடியாத பட்சத்திலும் பசுவின் ஏதோ ஒரு பகுதியில் தண்டை அழுத்தி அழுத்தி விந்து வெளிப்படுகிறது. ஏமாற்ற வெறியில் பசு வெருண்டு ஓட காளைக்கன்று அதன் முன்னங் கால்களால் பசுவை ஆதாரமாய்ப் பற்றிக்கொண்டு முன்னோக்கி ஓடுகிறது.

ஊரின் வடகோடியிலிருக்கிற இலுப்பைத் தோப்பில் குருவிகளும் கிளிகளுமாய் கூடிக்கூடி நர்த்தனம் புரிகின்றன.

வரப்பு மேட்டில் பதுங்கிப் பாயக் காத்திருக்கிற தவளையை மேலே அந்தரத்தில் வட்ட மடித்துக் கொண்டிருந்த பருந்தொன்று கண்டு விட்டு அதைக் கவ்வும் வெறியோடு 'க்கீய்... க்கீய்... க்கீய்... என சன்னஞ் சன்னமாய் கத்திக்கொண்டே கீழே லாவகமாய் இறங்கி வந்து முன்னைக் காட்டிலும் அதிக ஸ்ருதியில் "க்க்கீகீய்ய்... க்க்கீகீய்..."யென ஆவேசமானக் குரலுடன் கத்திச்

சீறிப் பாய்ந்து இமைக்கும் நேரத்தில் தவளையைக் கால்களில் லாவிக்கொண்டு மேலே மேலேப் பறந்து அதைத் தின்ன எங்கோ ஒரு மரக்கிளையைத் தேடிப் பறந்தோடியது.

ஆத்தங்கரைப் பக்கம் தேக்கு மரங்கள் வரிசை வரிசையாய்த் தெரிந்தன. பாலத்துப் பக்கம் நடந்தான் சுந்தரம். கிளர்ச்சி கொண்டிருக்கும் மனசைக் கட்டுப்படுத்த இயலவில்லை அவனால். பொங்கிப் புரண்டு இருகரையினையும் தழுவித் ததும்பிக்கொண்டு வரும் காவிரியின் பேரெழிலை ரஸிக்கப் பிடிக்காமல் அதன் கட்டுப்பாடற்ற வேகத்தைப் பார்த்தபோது ஒரு பொறி அவனுள் தட்டுப்படுகிறது. அணையை மீறி உடைத்துக்கொண்டு வரும் நீரைப் பார்த்த காட்சிகள் மனசுக்குள் புலப்படுகிறது.

எதுவும் கட்டுக்கடங்காத சூழலில் அதன் வலிமையை உணர்த்த எவ்விதமான தடைகளையும் மீறி முன்னேறத்தான் பார்க்கின்றன. உலக இயல்பின் ஒரு கட்டமான இதற்கு முடிவைக் காணமுயன்று தோற்கும் மனிதப் பூச்சிகள் விதிவிலக்காக இருக்கப் போகிறார்களா என்ன?

சுந்தரம் கொஞ்சநேரம் வரை பாலத்தில் குந்தியிருந்து விட்டு திரும்பவும் வீட்டுப்பக்கம் நடந்தான். நேரே கோக்கிலாம்பாளைப் போய்ப் பார்த்து தன் எண்ணத்தைச் சொல்லி விடுவதென்பது அவனின் முடிவான முடிவாக இருந்தது அப்போது.

கோக்கிலி வீட்டிலிருந்தாள். அவனுடைய அப்பாவும் அம்மாவும் எங்கோ வெளியில் போயிருக்கிறார்கள் போலிருக்கிறது. அவர்களைக் காணோம். வீட்டினுள் கல்யாணக்களை கட்ட ஆரம்பித்திருந்தது.

கோக்கிலாம்பாள் புடவையில் இதற்குமுன் பார்த்திராத அழகோடு இருப்பதை காணுகிறான். ஒரு கணம் நெஞ்சு பரவசமுற்ற போதிலும் ஏனோ அவனது அடிமனசு இருளடைந்து போகிறது.

"கோக்கிலியக்கா... கோக்கிலியக்கா..." அவன் கூப்பிட்டான். "வா சுந்தரம்..., ரெண்டு நாளா இந்தப் பக்கம் ஆளே வரலியே எங்கேடா போயிருந்தே? உன்னைக் காணாம ரொம்பத் தவிச்சுப் போயிட்டேன்" அதேப் பேச்சு; அதே சிரிப்பு முன்னைக் காட்டிலும் கூடியிருக்கிற யௌவனத்துடன் முளைத்த செடியில்

கிளையோடியிருக்கிற மாதிரி கைகளில் வளையும் கால்களில் கொலுசும் பளீரெனச் சிரித்து ஒலியெழுப்பும் நயம்.

"ஊர்லதானிருந்தன் வரப்புடிக்கலை" சட்டென அவன் முகம் இருளடைந்துப் போகிறது. கண்கள் தளும்புகின்றன.

"ஏ புடிக்கலை?"

"என்ன விட்டுட்டு பிரியப் போறியே அதான்""

"எனக்கு மட்டும் ஒன்னய விட்டுட்டுப் பிரியப் போறது புடிக்கிதுன்னா நெனைக்கிற? ரெண்டு நாளா ஒன்னயப் பாக்காம நான் தவிச்ச தவிப்பு ஒனக்குத் தெரியுமா? மனசே சரியில்லே தெரியுமா எனக்கு? எப்படா ஒன்னய பாப்போம்ணு இருந்துச்சி எனக்கு..."

"எனக்கு ஓ கல்யாண சேதிய கேட்டதிலிருந்தே மனசு சரியில்லாமப் போச்சுக்கா. அதான் ஒன்னைய வந்து பாக்கப் புடிக்காமப் போ... போச்சு"

"அப்டியா?"

"கோக்கிலியக்கா..."

"ம் சொல்லுடா..."

"நீ என்ன புரிஞ்சிக்கலையாக்கா... சொல்லுக்கா நீ என்னய புரிஞ்சிக்கலையா?"

"எதுக்குடா சுந்தரம் இப்டியெல்லாம் கேக்குற? ஒன்னய புரிஞ்சிக்காமலயா நாம ரெண்டு பேரும் இவ்வளவு காலமா பழகிட்டிருக்கறோம்"

"பின்ன என்னக்கா நா ஓமேல எம்புட்டு ஆசை வச்சிருக்கேன் கொள்ளை ஆசக்கா"

"நா மட்டும் என்ன இக்னியோண்டு ஆசையாடா ஓ மேல வச்சிருக்கேன் மலையளவு ஆசை அது உனக்குப் புரியாதா தெரியாதா சொல்லுடா புரியாதா தெரியாதா?" கேட்டு விட்டு உதடுகள் விரிந்த அற்புதம் போதாதென்று கன்னங்களும் வெட்கத்தால் சிவந்து போனது. மார்பின் மூடுதிரை விலகி விந்தை நிகழ்த்தவும் தாமரை மொட்டுகளிரண்டும் போதையைத் தூண்டவும் உடம்பு அக்னியாய்த் தகிக்கிறது" அவர்கள் இருவருக்குமே.

"பெரியப்பாவும் பெரியம்மாவும் எங்க போயிருக்காங்க கோக்கியக்கா?"

"எனக்கு நகை வாங்க போயிருக்காங்கடா சுந்தரம்"

"கிட்ட வாயேன்"

தாளமுடியாத வெட்கத்தால் பல்லிடுக்கில் விரல் வைத்து நகம் கடித்தாள். கேசச் சுருள்கள் காற்றிலாடும் விந்தை. கால்கள் பின்ன தன்னையறியாமலேயே அவனை நெருங்கினாள். முற்றத்தில் ரெண்டு சிட்டுக்குருவிகள் ஜாலக்கு பண்ணிக் கொண்டிருந்தன. ஜன்னலுக்கு வெளியே இருநாய்கள் புணர்தலில் களிப்புற்று காமம் தனித்த அயர்வில் நாக்கைத் தொங்கப் போட்டுக்கொண்டு இரைப்பு காண்கிறது".

"ஏங் கூப்பிட்டே?"

அவன் அவள் தோளைத் தொட்டு உலுப்பியபடி, "இப்ப கல்யாணம் வேண்டாம் சொல்லிப் புடுவியா?"

"எதுக்குடா சுந்தரம்?"

"நா ஒன்னய கல்யாணம் பண்ணிக்கிறேனே..."

"முடியுமா இது? அக்காளை நீ..."

"நீ எனக்காக உருகுவதும் நான் உனக்காக உருகுவதும் உறவின் அடிப்படையிலல்லக்கா. நிச்சயமாய் அது இயற்கையின் நியதி. அதுவே சாஸ்வதமும். நீ மனசு வச்சா முடியும் ஓடிப் போயிடுவோம்"

"பயமாருக்குடா சுந்தரம்"

"முழுக்க நனஞ்சிட்டா முக்காடு தேவை யில்லேன்னு சொல்வாங்களே அது தெரியாதா உனக்கு? நாம ரெண்டுபேரும் முழுக்க நனையிர இடத்தில நிற்கிறோம் ரெண்டுபேரும் மனசுல ஆசய வச்சிகிட்டு எதுக்கு பயப்படணும்? யாருக்கு பயப்படணும்? துணிவு கொள் அது எல்லாவற்றையும் விரட்டி தூரத் தள்ளி விடும். இன்னும் என்னை நெருங்கி நெருக்கு" அவன் சொல்லிக் கொண்டே அவளைத் தழுவி முத்தமிட்டான். இருவர் கண்களிலும் காமம் பொங்கி கொப்பளிக்கிறது. அது

கடலைப்போல் ஆர்ப்பரிக்கிறது. அப்படியே அவளை இன்னும் வெறியுடன் இறுகத் தழுவி நெஞ்சுடன் நெஞ்சு சேர்த்தான்.

அவள் எதையும் தடுக்கும் மனநிலையில் அப்போது இல்லை. வேண்டும் வேண்டுமென்கிற மனக்குமுறல் அவனை இன்னும் தன்னுடன் நெருக்கினாள். நகங்கள் விரல்களின் சதையில் ஒட்டிக் கிடப்பது போல் அவன் உதட்டுடன் தன் உதடு பதித்தாள். உமிழ்நீர் சுரந்து சுரந்து வழிகிறது. பருவத் தகத்தகப்பில் உடல்கள் தகிக்கிறது.

தன்னிலும் மூத்திருந்த பசுவைத் தவ்வின காளைக் கன்றை போல் அவன் அவளை... வாசல் பக்கம் ஏதோ அரவம் கேட்டு முற்றத்து சிட்டுக்குருவிகள் றெக்கையைப் படபடவென அடித்து பறந்து போகிறது. அப்பாவும் அம்மாவும் வந்து விட்டார்களோவென்று இருவருமே நினைத்துக் கொள்கின்றார்கள்.

ஒரு ரோஜாப்பூ கண் சிமிட்டுகிறது!

கார்த்திகேயனுக்கு அந்தக் கடிதத்தைப் படித்து முடித்ததும் மனசுக்கு சந்தோஷமாயிருந்தது. ஆபீஸ் முடிந்து வீட்டுக்கு வருகிற சமயத்தில் பியூன் சங்கரன், “அகல்யா உங்களிடம் கொடுக்கச் சொன்னாங்க” என்று சொல்லி அந்தக் கடிதத்தைக் கொடுத்து விட்டுப் போனான்.

இவன் அப்போதே அந்தக் கடிதத்தைப் பார்க்கப் பிரயத்தனப்பட்டான். இவனது நெருங்கிய நண்பனான “சுந்தரராஜன்” வீட்டுக்குப் போவோமா?” என்று அப்போதுதான் வந்து கேட்டதினால் அந்தக் கடிதத்தைப் பார்க்க முடியாமல் போனது. “ஸ்டேஷனில் போய் பார்த்துக் கொள்ளலாம் என்று முடிவு செய்துகொண்டு கடிதத்தை சட்டைப் பையில் மடித்து வைத்துக் கொண்டான். ஸ்டேஷனுக்கு வந்தபோது இவன் செல்லவேண்டிய ரெயில் தயாராக நின்று கொண்டிருந்தது. கடிதத்தை வண்டிக்குள் போய்ப் பார்த்துக் கொள்ளலாம் என்று எண்ணிக்கொண்டு அவசரமாய்ப் போய் ரெயிலில் தொத்திக் கொண்டான். இவனால் வண்டியினுள் சுதந்திரமாக நிறக்கக்கூட முடியவில்லை. இடித்துக் கொண்டும் புடித்துக் கொண்டும்... ச்சே... இந்த நெரிசலுக்குள் எதற்காக சிரமப்பட்டு லெட்டரைப் பார்க்க வேண்டும்? ஒரேடியாக வீட்டிற்குப் போய் பார்த்துக் கொள்ளலாம் என்று மௌனமாயிருந்தான்.

வீட்டிற்கு வந்ததும் முதல் வேலையாக அந்தக் கடிதத்தை படித்து முடித்தபோதுதான் கார்த்திகேயன் தன்னையுமறியாத சந்தோஷத்தில் மூழ்கிப் போனான். சட்டையையும், பேண்ட்டையும் கழற்றி ஹேங்கரில் தொங்கவிட்டான். ஃபேனைப் போட்டு

விட்டு நாற்காலியில் அமர்ந்தான். சில நிமிடங்கள் வரை அந்தக் கடிதத்தைப் பற்றி சிந்திக்கத் தொடங்கினான். அம்மா கொண்டு வந்து மேஜையில் வைத்துவிட்டுப் போயிருந்த காப்பி ஆறிப்போயிருந்தது. அதை எடுத்து மடக்கென்று கொட்டிக்கொண்டு அறைக்குள் குறுக்கும் நெடுக்குமாக அலைந்தான். ஃபேனைப் போட்டும் புழுக்கமாக இருப்பதுபோல் தோன்றியது. வெளியே எங்காவது காற்றாடப் போய்விட்டு வரலாமா என்று நினைத்து மணியைப் பார்த்த போது ஆறாகப் போகிறதென்று தெரிந்தது. 'இந்தப் பொழுதில் எங்கே வெளியில் செல்ல முடியும்?" என்று முடிவு செய்து கொண்டு தோட்டத்திற்கு செல்லலாம் என்று முடிவு செய்தான்.

அறைக்குள்ளிருந்து எழுந்து வந்தவன், மண்வெட்டியை எடுத்துக்கொண்டு தோட்டத்திற்குப் புறப்பட்டான். தோட்டத்திலிருந்த ரோஜாச் செடிகள் தண்ணீரில்லாமல் கருகிப் போயிருப்பது மாதிரியிருந்தது. ஜானுவைக் கூப்பிட்டு இதற்கெல்லாம் கொஞ்சம் தண்ணீர் விடச் சொல்லலாமா என்று நினைத்தான்.

"அவள் இப்போதுதான் காலேஜிலிருந்து வந்திருப்பாள். எலெக்ட்ரிக் ட்ரெயினில் வரும் போது ஜனநெரிசலில் சிக்குண்ட அசதி இன்னும் அவள் உடலை விட்டுப் போயிருக்காது அதோடு அவள் நாளைய எக்னாமிக்ஸ் பரீட்சைக்காக படிக்கத் தொடங்கி விடுவாள். எதற்காக அவளுக்கு சிரமம் தரவேண்டுமென்று நினைத்தான்.

ரோஜாச் செடிகளைப் பார்த்தபோது பாவமாக இருந்தது. மனசிலிருந்த சந்தோஷத்தை நொறுக்கித் தின்கிற மாதிரி இருந்தது. தானே இதற்கெல்லாம் கிணற்றிலிருந்து நான்கு வாளி தண்ணீர் சேந்தி ஊற்றி விட்டால் என்ன என்று தோன்றியது. அந்த எண்ணத்தை நியாயப்படுத்திக்கொண்டு மண்வெட்டியை ரோஜாச் செடிகளுக்கருகில் வைத்தான். சிரமத்தைப் பார்க்காமல் கிணற்றடிக்குப்போய் நான்கு வாளி தண்ணீர் சேந்தி செடிகளுக்கு ஊற்றியதும் மனசுக்கு சந்தோஷமாயிருந்தது".

அப்போதுதான் இவன் ஆசை ஆசையாக வளர்த்த அந்த ரோஜாச் செடிகளிலிருந்து ஒரு ரோஜா மட்டும் மொட்டாய் கண்சிமிட்டிக் கொண்டிருந்தது. அதைப் பார்த்ததும் இவன்

அதிகமான சந்தோஷத்துடன் மொட்டருகேப் போய் நின்று அதையே வெறித்துப் பார்த்தான். அதை கைகளால் தொட்டு அதன் மென்மையை உணர வேண்டும் போலிருந்தது. அப்படிச் செய்வதன் மூலம் இதழ்கள் நசிந்து உதிர்ந்து விடுமோ என்று அஞ்சி அப்படிச் செய்ய வேண்டாமென்று நினைத்தான். மண்வெட்டியை எடுத்துக்கொண்டு வீட்டிற்குள் நுழைந்த போது அதை எடுத்துக்கொண்டு போயிருக்க வேண்டியதில்லை என்று நினைத்தான். மண்வெட்டியை கொல்லைப்புற தாழ்வாரத்தில் வைத்தான். ஏனோ அந்த ரோஜா மொட்டை இன்னொருமுறை பார்க்க வேண்டும் போல் ஆசையாக இருந்தது. கொல்லைப்புற தாழ்வாரத்து ஜன்னல் வழியாகப் பார்த்தால் அந்த மொட்டை பார்க்கும்படி இருந்தது. இவன் யோசிப்பதை விட்டுவிட்டு அந்த மொட்டை வெறித்து நோக்கினான்.

"அண்ணா..."

குரல்கேட்டு பின்னுக்குத் திரும்பினான் கார்த்திகேயன். ஜானு 'எக்னாமிக்ஸ்' புத்தகத்தை விரித்துக்கொண்டு நின்று கொண்டிருந்தாள்.

"என்ன ஜானு, பரிச்சைக்கி படிக்கிறியா?" இவன் கேட்டான்.

"ஆமாம்"

"ஜானு"

"ஏண்ணா?"

"நம்பத் தோட்டத்துல ரோஜாச் செடி ஒரு மொட்டை பிரசவிச்சிருக்கு. இப்போதான் பாத்தேன் ஜானு. இந்த ஜன்னல்லேருந்து பாத்தாக் கூட அது தெரியும்"

"அப்படியா அண்ணா?" என்று கேட்டுக் கொண்டே புஸ்தகத்தில் மூழ்கிப் போவதையும் மறந்து அந்த ரோஜாவைப் பார்த்தாள் ஜானு.

"ரொம்ப பியூட்டியா இருக்கேண்ணா? இனிமே நம்ப கார்டன்லே நிறைய பிளவர்ஸ் பூக்கும் இல்லையாண்ணா?"

"ஆமாம் ஜானு நிறையப் பூக்கும்"

"நாளைக்கோ அல்லது சாயரச்சையோ நாளை மறுநாளோகூட அழகாப் பூத்திடும் அப்புடித்தானேண்ணா?"

“ஆமாம் ஆமாம் பூத்திடும் “

“ஹை அம்மாகிட்டே இதைப் போய் சொல்லப் போறேண்ணா”

“அப்பா கிட்டேயும் சொல்லிடு. தம்பிகள்ட்டேயும் சொல்லிடு. ஆனா யாரையும் பறிச்சிட மட்டும் சொல்லிடாதே”

“சரிண்ணா”

அவள் போய்விட்டாள். இவன் தன்னுடைய அறையை நோக்கி வந்தான். மேஜையில் வெயிட்டின் கீழாக அந்தக் கடிதம் படபடத்துக் கொண்டிருந்தது. குபீரென்று அப்படி ஒரு சந்தோஷம். அந்த சந்தோஷத்திலும் ஃபேனை நிறுத்தாமல் போய்விட்ட பிசகு தெரிந்தது. தான் சற்று நேரம் வரைக்கும் அந்த அறையினுள் அடைபட்டுக் கிடக்கப்போவதால் ஃபேனை நிறுத்தத் தேவையில்லை என்று தோன்றியது.

சற்றைக்கெல்லாம் இருள் அறையைச் சூழ்ந்து கொண்டிருந்தது. மின்சார விளக்கைப் போட்டான். அந்தக் கடிதத்தை இன்னொரு முறை படிக்க வேண்டும் போலிருந்தது. இவன் சற்றும் யோசிக்கவில்லை. கடிதத்தை விடுவிடென்று படித்து விட்டு மீண்டும் மேஜையிலேயே வெயிட்டின் கீழாகக் கடிதத்தை வைத்தான்.

அதை எத்தனை முறை படித்தாலும் அலுப்புத் தட்டாது போலிருந்தது. வார்த்தைகள் சுருங்க அழகான கையெழுத்தில் சுகமாய் விழுந்திருந்தது. அகல்யாவிற்கு இப்படியெல்லாம் அழகாய் எழுதத் தெரியுமா என்று அப்போதுதான் நினைத்தான். ஆனாலும் அந்தக் கடிதத்தை சங்கரனிடம் கொடுத்தனுப்பியிருந்ததைக் காட்டிலும் நேரிலேயேகூட தந்திருக்கலாமே என்று தோன்றியது. சற்று நேரம் வரையிலும் இவன் அகல்யாவைப் பற்றியும் அந்தக் கடிதத்தைப் பற்றியும் நினைத்தான்.

இவள் என்னைக் காதலிக்கிறாளாம். நான் ஆபீஸில் அத்தனை பெரிய பதவி வகிக்கவில்லையென்று தெரிந்தும் காதலிக்கிறாளாம். இவள் விழுப்புரத்திலிருந்து மாற்றலாகி என் ஆபீஸிற்கு ஸ்டெனோவாக வந்தபோது என்னைப் பார்த்தாளாம். அப்போதே என்னைப் பிடித்து விட்டதாம். அவளுக்குப் பிடிக்கும்படியான ஏதோ ஒன்று என்னிடமிருந்ததைக் கண்டாளாம். அதனால் பிடித்து விட்டதாம். அந்தப் பிடித்தம் காதலாய் அரும்பு

கட்டியதாம். அது உள்ளுக்குள் புகைந்து புகைந்து கனன்று கனன்று கனிந்து கனிந்து இன்றைக்கு நீர் விட்டு அணைக்கமுடியாத அளவிற்கு வளர்ந்துவிட்டதாம். இந்தக் காதலை தன் நெஞ் சுக்குள் பொத்திப் பொத்தி போற்றுவாளாம். அதை தன் நெஞ்சிலிருந்து போக்கிக்கொள்ளவே முடியாதாம் இன்றைக்கு அந்தக் கடிதத்தை அரும்பிவிட்ட ஆசைகளை அணைக்க முடியாத நிலையிலோ சுட்டுப் பொசுக்கிக் கொள்ள முடியாத நிலையிலோதான் எழுதினாளாம். கடிதத்தை நேரில் கொடுக்க பயமாம். அதற்காகத்தான் சங்கரனிடம் கொடுத்தனுப்பினாளாம். இதற்காக மன்னிக்க வேண்டுமாம். இன்னும் எவ்வளவோ எழுத ஆசையாம். ஆபீஸிலுள்ள வேலையால் இவ்வளவுதான் எழுத முடிந்ததாம். அதற்காகவும் வருத்தமாம் ப்ளீஸ் கைவிட்டு விடாதீர்களாம். எல்லாவற்றையும் படிக்கப் படிக்க மனசுக்கு அவ்வளவு சுகமாய் இருந்தது; காற்றில் றெக்கை கட்டி பறப்பது போலவுமிருந்தது. தன்மீது இப்படியொரு அபரிமிதமான ஆசை வைக்கிற அளவுக்கு நான் இவளிடம் காதல் ரீதியான ஏதோ ஓர் அம்சத்தை படறவிட்டு பழகியிருப்பேனோ, இப்படியெல்லாமா ஒருவள் ஒருவனிடம் உருகி உருகி ஆசை வைப்பாள். வைத்ததினால் தானே வெட்கத்தை விட்டு தன்மானத்தை விட்டு கடிதத்தை எழுதியிருக்கிறாள். லெட்ஜரில் கையெழுத்து வாங்க வரும் போதெல்லாம் விரல்கள் ஸ்பரிஸிக்கிற மாதிரி நடந்து கொண்டதெல்லாம் தன் காதலை உணர்த்தத்தானா? இவள் எப்பேர்கொத்த அழகி...? அந்த சிவப்பும் அவள் உயரமும் அதரங்களில் மினுங்கும் நளினமும் பின்னலுடையும் பெருவிரல் பார்க்கும் நடையும் ஆஹா ஆஹா அவளைப்பற்றி இன்னும் எவ்வளவோ சொல்லலாமே! மாயாலோகத்திலிருந்து இறங்கி வந்தவள் மாதிரியிருக்கிற இவளுக்கு, நான் பொருத்தமானவன் தானா? பொருத்தமானவனும் அவளுக்கு பிடித்தமானவனுமாய் இருப்பதால்தானே தன் காதலை வெளிப்படுத்தியிருக்கிறாள்?.

கடைசியாகவும் அந்தக் கடிதத்தில் ஒன்றை எழுதியிருக்கிறாளோ... இதற்கெல்லாம் சம்மதமானால் நாளை எட்டு மணிக்கே நுங்கம்பாக்கம் ரெயில்வே ஸ்டேஷனருகே காத்திருப்பாளாம் அங்கே சந்திக்க வேண்டுமாம். ஒருவேளை சந்திக்கத் தவறிவிட்டால் அவளுடைய காதல் தோல்வி பெற்றதாய் எண்ணிக் கொள்வாளாம். அதற்காக அழுவாளாம்... இந்த உலகமே வெறுத்துப் போய்விடுமாம் ப்ளீஸ் ஏமாற்றி விடாதீர்களாம்.

இதைப் பற்றி இவன் ஆழ்ந்து சிந்தித்தான். தான் அவளுக்காக நாளைக் காலை எட்டு மணிக்கு நுங்கம்பாக்கத்தில் இருக்கிறார் போல் கிளம்பிவிடலாமா என்று நினைத்தான். அவளை நுங்கம்பாக்கத்தில் ரெயில்வே கேண்டீனருகே சந்திப்பதென்று தொடங்கிவிட்டால் அந்தக் காதல் வெற்றிபெற்றதாகவல்லவா ஆகிவிடும் என்றும் நினைத்தான்.

இந்தக் காதல் வெற்றிபெற்றால்தான் என்ன என்றும் நினைத்தான். தனக்குள் இந்தக் காதல் பற்றிய ஒரு பலமான முடிவை ஏற்படுத்திக்கொண்டு உட்கார்ந்தான். இப்போது ஒரு சிகரெட் குடிக்க வேண்டும் போல் தோன்றியது இவனுக்கு. இந்த சிகரெட் பழக்கமெல்லாம் இதுநாள் வரையில் இவனுக்கு இருந்ததேயில்லை. கிராமத்தில் இருந்தபோது சின்னவயசு பயல்களோடு சேர்ந்துகொன்டு அப்பாவுக்குத் தெரியாமல் செடி மறைவில் ஓரிருமுறை ‘பாஸிங்ஸோவை' ஊதித் தள்ளினதோடு சரி.

ஃ பேனை நிறுத்திவிட்டு சட்டையைப் போட்டுக்கொண்டு அறைக்குள்ளிருந்து வெளியே வந்தான் கார்த்திகேயன். நடையில் ஈசிச்சேரில் சாய்ந்து கொண்டு தேவாரத்தைப் படித்துக் கொண்டிருந்த ராகவன், “கார்த்திகேயா, இந்த ராத்திரி நேரத்துல சட்டையைப் போட்டுகிட்டு எங்கேடா கிளம்பிட்டே?” என்று கேட்டார்.

“ஒரு பென்சில் வாங்கணும் ஷாப்கடை வரை போய்ட்டுவரேன் அப்பா” என்றான். அப்பா அதற்கப்புறம் பேசவில்லை. மௌனமாகி மறுபடியும் தேவாரத்தில் மூழ்கிவிட்டார். இவன் வாசல் நடையில் ஓதுப்புறமாய்க் கிடந்த செருப்பை மாட்டிக்கொண்டு வெளியே வந்தபோது அப்பாவிடம் ‘பொய்' சொல்ல நேர்ந்துவிட்டதற்காக வருத்தப்பட்டான். இன்னும் இந்தக் காதலுக்காக எவ்வளவு பொய்களைச் சொல்லப் போகிறோமோ என்றும் வருத்தப்பட்டான். எதற்காக இந்த காதல் புத்தி? அதை இப்போதே என் நெஞ்சில் அரும்பு விட்டிருப்பதற்குள்ளாகவே பிய்த்து எறிந்து விடலாமா?. இப்படி நினைக்கவே மனம் ஒப்பவில்லை. அப்படி ஒரு எண்ணமே தனக்கு வந்திருக்கக் கூடாது என்று நினைத்தான்.

தன் நெஞ்சில் அது அத்தனை சீக்கிரத்தில் செடியாய் வளர்ந்து மரமாய் போய் நிறைய கிளைகளுடன் பிஞ்சுகளும்

காய்களும் கனிகளுமாய் செழித்துவிட்டிருப்பதாய் உணர்ந்தான். இந்தக் காதலுக்கு இப்படியொரு அபரிமிதமான வளர்ச்சியா? என்று ஆச்சரியப்பட்டான்.

தெருவில் நடந்து கொண்டிருந்தபோது ஆகாயத்தைப் பார்த்தான். ஒற்றை நிலவோடு பொறியரிசியை இறைத்த மாதிரி பரவிக் கிடக்கும் நட்சத்திரக் குவியலில் அகல்யாவின் முகம் தெரியுமா என்று பார்த்தான். தெரியாது போனாலும் அவளது உருவத்தை அவைகளோடு உருவகப்படுத்திப் பார்த்தான். கற்பனைகளுக்கு எல்லையுண்டா என்ன? தெரியாத பிம்பத்தை தெரிவதாய் கற்பனை செய்யவும் அந்த மாயாஜாலக்காரியின் மகோன்னதமான அழகு ஆளை மயக்கவல்லவா செய்கிறது? இனிமை நிறைந்ததான எண்ணத்தை புறந்தள்ளிவிட்டு பெட்டிக் கடைக்குப் போய் 'வில்ஸ் ப்ளாக்'கை வாங்கி பற்ற வைத்த போது சுருளாய்க் கிளம்பும் அந்தப் புகையினூடே கூட அகல்யாவின் முகம் தெரிவதாய் உணர்ந்து சிரித்தும் கொண்டான். தான் இதுநாள்வரை அடைய முடியாத சந்தோஷத்தையெல்லாம் அடைந்து கொண்டிருக்கிறோமோ என்று நினைத்தபோது அந்த சந்தோஷமான தருணத்தில் இந்த சிகரெட் எதற்கு என்று தோன்றியது. கெடுதலான ஒரு பொருளை தான் உபயோகிப்பது சரியில்லை என்று தோன்றியது. கெடுதலான ஒரு பொருளை தான் உபயோகிப்பது சரியில்லை என்று தோன்றவும், அதை தூக்கி வீசிவிட்டு வீட்டுக்கு வந்தபோது மனசு கனத்திருப்பதுபோல் இருந்தது.

இவன் சட்டையைக் கழற்றி 'ஹேங்கரில்' மாட்டிவிட்டு நாற்காலியில் அமர்ந்தான். அம்மா சாப்பிடக் கூப்பிட்டாள். வேண்டாமென்று சொன்னான். உள்ளுக்குள் நிறைந்திருக்கிற சந்தோஷமே பசியை ஆற்றிவிடுகிறபோது சாப்பாடு அதிகப்படி என்று தோன்றியிருக்க வேண்டும். ஜானுவிடம் ஒரு 'கப்' பால் மட்டும் கொடுத்தனுப்பும்மா" என்று சொல்லிவிட்டு அமைதியானான்.

ஜானு அறைக்குள் வருகிறபோது அந்தக் கடிதத்தைப் பார்த்துவிடக் கூடும் என்பதாய் நினைத்து அதை அவள் பார்த்து விடாத வண்ணம் ஒரு புஸ்தகத்தில் மறைத்து வைத்தான். சற்றைக்கெல்லாம் ஜானு பால் தம்ளருடன் அறைக்குள் வந்தாள்.

இவன் நெற்றிக்கு வருகிற அளவுக்கு அவளும் வளர்ந்திருந்தாள். புதிய நாகரிகச் செருகலுடன் சிகப்பாய் அழகாய் பாந்தமாய் இருந்தாள்.

அவளுக்கு வயது இருபத்து மூன்று நடப்பதாய் அம்மா ஒருநாள் சொன்னது ஞாபகத்திற்கு வந்தது. இவ்வருடத்தோடு எம்.ஏ ஃபைனல் முடிகிறது அவளுக்கு. அடுத்த வருடமே அவளுக்கு கல்யாணம் நடந்தாக வேண்டும். பாங்கில் அவள் கல்யாணத்திற்கென்று சேர்த்து வைத்த தொகை முழுவதும் போன மாதத்தில் அப்பாவுக்கு உடம்புக்குச் சுகப்படவில்லை என்று தனியார் ஆஸ்பத்திரியில் சேர்த்ததில் செலவாகிப் போனது. அக்கவுண்டில் ரெண்டாயிரமோ மூவாயிரமோ மீந்திருப்பது ஞாபகத்திற்கு வந்தது. சம்பளம் வாங்கி கொஞ் சத்தையாவது மீத்தம் செய்து இவள் கல்யாணத்திற்கென்று பாங்கில் போடலாமென்றால் மூச்சு வாங்குகிறது. எல்லாவற்றிற்கும் இவன் ஒருவன் சம்பளத்தை வைத்துதான் அந்த குடும்பச் சக்கரம் சுழன்று கொண்டிருக்கிறது. இவனைச் சேர்த்து ஆறுபேர் அந்தக் குடும்பத்தில் வயிற்றைக் கழுவ வேண்டும்.

இவன் ஜானு, இரண்டு தம்பிகள் அம்மா — அப்பா. மாதக் கடைசியில் அப்பாவுக்கு வருகிற பென்ஷனில் வீட்டு வாடகை சில்லரைச் செலவுகள் என்று சரியாய்ப் போய்விடுகிறது. மற்றபடி இவன் சம்பாத்தியத்தை வைத்துதான் சாப்பாடு, ஜானுவின் படிப்பு, இத்யாதி செலவுகளைப் பண்ணியாக வேண்டியுள்ளது.

இதையெல்லாம் நினைத்தபோது இவனுக்கு சங்கடமாக இருந்தது. காதல் வேண்டியதில்லையே என்று நினைத்தான். குடும்ப பாரத்தை சுமந்து கொண்டிருக்கிற இத்தருணத்தில் காதல் பாரத்தை எப்படி சுமக்க முடியும்? ஜானு பால் தம்ளரை வைத்து விட்டுப் போய்விட்டாள்.

இவன் தம்ளரிலிருந்த பாலைக் குடித்துவிட்டு தம்ளரை மேஜையில் வைத்தான். அகல்யாவின் ஆசைகளையும் அவள் உள்ளத்தில் வேர்விட்டிருக்கும் காதல் எண்ணங்களையும் நினைத்தபோது அத்தனை எளிதில் அந்தக் காதலை நிராகரித்துவிட முடியாது என்றே தோன்றியது. குடும்ப சாகரத்திற்காக காதல் சாகரத்தை விட்டுவிட முடியுமா என்ன? இவனையன்றியே அகல்யாவின் மீது ப்ரியமும் தனியொரு பாசமும் நெஞ்சுக்குள் பொங்கிப் பொங்கி வழிவதை எப்படி தடுத்துவிடமுடியும்?

அன்று இரவு முழுவதும் இவன் தூக்கமில்லாமல் அவஸ்தைப் பட்டான். நினைவு தெரிந்த நாள்முதலாய் தூங்காமல் அவஸ்தைப்பட்ட இரவு அநேகமாக இது ஒன்றாகத்தான் இருக்க வேண்டுமென்று இவனுக்குத் தோன்றியது.

வழக்கமாய் ஒன்பது முப்பதுக்கு ஆபீஸ் செல்லுகிற இவன் காலைக் கடன்களை முடித்துவிட்டு ஏழு முப்பதிற்கெல்லாம் ஆபீஸ் செல்லத் தயாரானான். அப்பா இதைப்பற்றி கேட்டபோது "இன்னிக்கி ஆபீஸ்ல இன்ஸ்பெக்ஷன்ப்பா வேலையிருக்கிறது... முன்னாடியே போகணும்" என்று பொய் சொன்னான். அப்பாவிடம் இரண்டாவது தடவையாக பொய் சொல்ல நேர்ந்து விட்டது என்று துக்கப்பட்டான்.

காலை நேரமாதலால் கிண்டி ரெயில்வே ஸ்டேஷனில் அதிக கூட்டமிருக்கவில்லை. ஸ்டேஷனை அடைந்த கொஞ்ச நேரத்திற்கெல்லாம் எலெக்ட்ரிக் ட்ரெயின் வந்து விட்டது. ரெயிலில் ஏறி அமர்ந்ததும் மணியைப் பார்த்தான். ஏழே முக்கால் ஆகிவிட்டிருந்தது. கால்மணி நேரத்துக்கெல்லாம் நுங்கம்பாக்கம் போய்விடலாம் என்பதை இவனால் தீர்க்கமாய் நம்ப முடிந்தது.

இவன் அகல்யா வரச் சொல்லியிருந்தபடி, சரியாக எட்டுமணிக்கெல்லாம் நுங்கம்பாக்கத்தில் இறங்கி அவள் வந்திருக்கிறாளாவென்று கான்டீனை நோக்கி பார்வையோட்டினான்.

அதோ அகல்யா!

எலெக்ட்ரிக் ட்ரெயின் நின்றபோது அவளும் அவசர அவசரமாக வண்டியிலிருந்து தான் எதிர்பார்த்த கார்த்திகேயன் இறங்குகின்றாரா என்பதை பார்த்துக்கொண்டேயிருந்தாள். இறங்கி வருகிற பயணிகளை ஊடுருவிப் பார்க்கிற மாதிரி அவள் பார்வை இருந்தது. அவள் அப்படி ஒரு தவிப்போடு பார்த்துக் கொண்டிருப்பது தன்னைதான் என்பதை இவன் நினைத்தபோது சந்தோஷமாயிருந்தது. இப்போது மிக அருகில் அவள் இவனைப் பார்த்தாள். குபீரென்று ஓர் பரவசம் அவனுள் இழையோடி முகமெல்லாம் நாணத்தால் சிவந்து சிரிப்பாய் வெளிப்பட்டுக் கொண்டிருந்தது.

நீலநிற ஸாரியில் அவள் வந்திருந்தாள். கையில் ஃபெமினாவையும் டிபன் பாக்ஸையும் தவிர வேறொன்று மிருக்கவில்லை. உடம்பும் முகமும் குதூகலத்தால் பொங்குகிறமாதிரி அவள் நின்று கொண்டிருந்தாள். நிறையச் சிரிக்க வேண்டுமென்று பிரயத்தனப்பட்டு எதற்காகவோ அதைக் கட்டுப்படுத்தவும் பிரயத்தனப்பட்டாள்.

வழக்கமாய் ஆபீஸில் ஒருவரை ஒருவர் பார்த்துக்கொள்ளும்போது சொல்லுகிற “குட்மார்னிங்”கை இருவரும் சொல்லிக் கொண்டார்கள். அதுவே அவர்கள் இருவருக்கும் இனிமையாய் இருப்பதுபோல் இருந்தது.

சட்டென்று இவன் தனக்குத் தெரிந்தவர்கள் யாராவது இருக்கக்கூடும் என்பதற்காக சுற்றுமுற்றும் பார்த்தான். ஒருவரும் அங்கே இருக்கவில்லையென்று தெரிந்ததும் அவள் அருகே சென்றான்.

கேண்டீனைச் சுற்றி சிலர் டீ குடித்துக் கொண்டிருந்தனர். இன்னும் சிலர் பத்திரிகை படித்துக் கொண்டிருந்தனர். ரொம்பச் சிலர் எதையெதையோ வேடிக்கைப் பார்த்துக்கொண்டு வெறுமனேயே நின்று கொண்டிருந்தனர். அவர்களெல்லோரும் தங்களுடைய பேச்சு சுவாரஸ்யத்திற்கு இடைஞ்சலாய் இருக்கக் கூடும் என்பதாய் நினைத்து அகல்யாவை அழைத்துக்கொண்டு தெற்குக் கோடிக்குச் சென்றான். அங்கு ஓரிருவரைத் தவிர அதிகமானவர்கள் இருக்கவில்லையாதலால் அது தங்களின் பேச்சு சுவாரஸ்யத்திற்கு தடங்கலாய் இருக்காது என்று நினைத்தான். சில நிமிடங்கள் வரை இவனுக்கு அவளிடம் என்ன பேசுவதென்றே தோன்றவில்லை. மௌனமாகக் கழிந்து கொண்டிருந்த பொழுதை ஜீரணிக்க மனமில்லாமல் இவன் தான் பேசினான்.

அகல்யா...

பூக்கள் உதிர்ந்து உதிர்ந்து இதமாய் மேனியில் விழுவதைக் காட்டிலும் மென்மையாய் மென்மையினும் மென்மையாய் குரல் வந்த அச்ஷணம் இப்படியே இப்படியே ‘அகல்யா ‘அகல்யா’ வென்று நூறாயிரம் முறை கூப்பிடட்டுமே அவர் என்று மனசு தவித்தது. ஒரு வீணையின் தந்தி கம்பிகளை மீட்டியது போலான லயத்துடன், “உம்” என்றாள் அகல்யா. அச்ஷணம் அவள்

முகத்தில் பூத்த நாணத்தின் அழகை வர்ணிக்க கம்பன் தான் வரவேண்டும்? அடடா! பெண்ணுக்கு நாணமும் நாணத்திற்கு பெண்ணும் எப்படியான சேர்க்கை அது?

"நேத்தைக்கி சாயந்திரம் நீங்க சங்கரன் கிட்டே கொடுத்தனுப்பி யிருந்த லெட்டரைப் பார்த்தேன் அகல்யா"

"அந்த லெட்டரை உங்ககிட்ட நேரிலே கொடுப்பதற்கான தகுதியை நான் பெறாததாலோ அல்லது பயத்தாலோ ரொம்ப யோசனைக்குப் பின்னால்தான் சங்கரன்கிட்ட கொடுத்தனுப்பிச்சேன். இரவு முழுவதும் அப்படிக் கொடுத்தனுப்பியது தப்போன்னு வருத்தப்பட்டேன். இப்படி ஒரு பெண்ணுக்கே உண்டான வெட்கத்தையெல்லாம் விட்டு என் உள்ளத்தைத் திறந்து எழுதி விட்டதற்காக நீங்கள் என்மீது கோபப்படுவீர்களோ என்று பயந்தேன். இதுபற்றி நீங்கள் என்ன முடிவெடுத்திருப்பீர்களோ என்று அஞ்சிக் கொண்டுதான் இங்கே வந்தேன். இப்போ என் ஆசைகளையும் தவிப்பையும் உணர்ந்து நீங்க வந்திருப்பது ரொம்ப மகிழ்ச்சியாயிருக்கு"

"அகல்யா, உன் லெட்டரைப் பார்த்ததிலிருந்து என்னையறியாத ஒரு ஈடுபாடு உன்மேல் படர்ந்துவிட்டிருப்பதை உணர்ந்தேன். அது ரொம்பவும் இனிமையாயிருந்தது அகல்யா. என்னோட வாழ்க்கையில் நேத்தைய இரவில் தூங்கவே இல்லாமல் இரவு முழுக்கவும் உன்னைப் பத்தி மட்டும் சிந்திச்சிகிட்டு உன் நினைவா இருந்ததோட ஒன்னோட துணிச்சலை ரொம்பவே ரசிச்சேன் அகல்யா. வழக்கமா தங்களுக்குள் இருக்கிற காதலை ஒரு பெண்ணெனப்பட்டவள் வெளிப்படுத்துவதற்கு ரொம்பவே தயங்குவார்கள். அந்த இடத்தில் ஆணாகப்பட்டவன்தான் அதில் முந்திக் கொள்வான். நம்மோட காதல் விஷயத்தில் நீங்க எவ்விதமான தயக்கத்தையும் காட்டாமல் நீங்களே முந்திகிட்ட விஷயம் இப்போ நெனச்சாக்கூட ரொம்பப் பெருமையா இருக்கு அகல்யா.

"கார்த்தி, பொதுவா காதலப்பத்தி நீங்க என்ன நெனைக்கறீங்க?"

"அதப்பத்தி பொதுவா எனக்கு எதுவும் தெரியலை அகல்யா. நா அந்த மாதிரி விஷயங்களில் ஈடுபட்டதில்லாததால அது ஒரு சம்பிர்தாயமா இருக்குமோன்னுதான் நெனச்சிப்பேன். இப்போ என் வாழ்க்கையில் முதன்முறையா அந்த அனுபவத்தை நீ எனக்கு

வழங்கியிருக்குற, ரொம்ப ரொம்ப குறைச்சலான நேரத்திலேயே அது தெய்வீகமானதுன்னும் உன்னதமானதுன்னும், மகத்தானதுன்னும் என்னாலே புரிஞ்சிக்க முடியிது ஷணநேரத்தைக்கூட வீணாக்கிடாமலும் விட்டு விடமுடியாமலும் நீங்கள் என்னை நினைப்பதும் நான் உங்களை நினைப்பதும் நடக்குதுன்னா அதெல்லாம் சாதாரணமான விஷயமா இருக்க முடியாது. அகல்யா ரொம்ப உசத்தியான சக்திவாய்ந்த பொருள் அது."

"இவ்வளவு தானா கார்த்தி?"

"பாமரத்தனமா சொல்லப்போனா இன்னும் எவ்வளவோ சொல்லலாம்."

"சொல்லுங்களேன் நானும் ரசிப்பேனில்லையா?"

"கறுப்பிருளில் நெளி நெளியா ஜாலம் காட்டற வர்ணங்களின் கலவை அது. கோடி கோடி மலர்களின் விரிப்பில் சயனித்திருக்கிற மாதிரியானது. மெல்லமாய் விழுகிற மழைத்துளி மாதிரி சுகமானது. கொடிய துன்பத்திலும் அருமையான இன்பத்தைக் கொடுக்கவல்லது. இதைக்காட்டிலும் இன்னும் சுருக்கமா சொல்லலாம்னா உலகத்தில் அது ஒன்றே மிகப் பலம் பொருந்தியது; எதற்குமே அஞ்சாதது அது மட்டும் தான் அகல்யா"

"ஒரு இரவுக்குள்ளேயே காதலைப் பற்றி இவ்வளவு புரிஞ்சி கிட்டீங்களே கார்த்தி..."

"அதுக்கு காரணம் நீதானே அகல்யா"

"கார்த்தி..." எதையோ சொல்லவந்தவள் களுக்கென்று சிரித்துவிட்டு மௌனமானாள். சில நிமிடங்கள் இருவருக்கும் எதுவும் பேசத்தோன்றவில்லை. அந்த மௌனப்போழ்தில் இவன் அவளை முழுவதுமாய் ரசித்தான். அவளை முழுவதுமாய் ரசிப்பதற்கும் சுவைப்பதற்கும் தானே ராஜா என்கிற மாதிரி ரசித்தான். சிரிப்பினூடே பொங்கித் தளும்பும் அவளது நாணத்தை ரசித்தான். ஏக்கத்தோடு ஏறித்தாழும் இளமையை ரசித்தான். அவள் சிவப்பை ரசித்தான்; சிரிப்பை ரசித்தான். அவளது முன்கேசம் நெற்றியில் புரளும் நேர்த்தியை ரசித்தான். தொடைவரை விழும் கூந்தலை ரசித்தான்; அதன் கறுமையையும்

ரசித்தான். அவள் நீலக்கலர் ஸாரியை ரசித்தான்; அதற்கு மேட்சாய் அணிந்திருக்கும் ஒவ்வொன்றையும் ரசித்தான்.

"அகல்யா..."

"சொல்லுங்கள் கார்த்தி?"

"ஒங்கிட்ட இருக்குற எல்லாத்தையும் ரசிச்சிட்டேன் அகல்யா. இனி நான் ரசிப்பது எதைன்னு தெரியலை நீயாகச் சொன்னால் அதையும் ரசிப்பேன்"

"கார்த்தி..."

"சொல்லு அகல்யா?"

"அந்தரங்கம் புனிதமானதுன்னு கேள்விப் பட்டிருக்கீங்களா?"

"எனக்கு அந்தரங்கம் தெரியும் புனிதமானது தெரியாது"

"அதை தெரிஞ்சிக்கக் கூடிய காலம் நம் இருவருக்குமே வெகுவிரைவில் வரும்ன்னு நான் நம்பறேன் கார்த்தி அந்த நம்பிக்கையை காப்பாத்தறது உங்கக் கையில்தான் இருக்கு. அந்தக் காலமும் நேரமும் கூடி வந்துட்டா அந்தரங்கத்தை நான் உங்களுக்குக் காட்டுவேன். நீங்க கேட்டீங்களே இன்னும் வேற எதை ரசிப்பதுன்னு; அது வேறு எதுவுமில்லை கார்த்தி. நான் ரசிக்கக் கூடியதும் நீங்கள் ரசிக்கக் கூடியதும் நம்முடைய அந்தரங்கம் மட்டும்தான்; அது ரசிப்பதற்கும் அப்பாற்பட்ட மகத்தானது; அதனாலதான் நான் அதை புனிதமானதுன்னு சொன்னேன். மகத்தானவர்களும் அதை அப்படித்தான் நம்பிக்கொண்டிருக்கிறார்கள்"

"அகல்யா, இவ்வளவு தத்துவார்த்தமான உங்க பேச்சைக் கேட்கிறப்ப எனக்கு புதிய புதிய உற்சாகமெல்லாம் வர்றாப்ல இருக்கு. அகல்யா காத்திருக்க வேண்டிய காலத்துக்காக உணர்ச்சிகளை கட்டுப்படுத்திக்க வேண்டிய இடத்தில்தான் நாம் இருக்கிறோம் அல்லவா? இந்தக் காதல்கூட நம்பிக்கையின் வெளிப்பாடாத்தான் இருக்க முடியும். "சரி நேரமாயிகிட்டே இருக்கு. ஆபீஸுக்கு போகணுமில்லையா?" என்று கேட்டுவிட்டு அங்கே பயணிகளால் நிறைந்திருந்த ஃபிளாட்பாரத்தைப் பார்த்தான் கார்த்திகேயன். நேரம் கூடக்கூட பயனிகளால் ஃபிளாட்பாரமே தெரியாத அளவுக்கு நிறைந்திருந்தது.

ஆபீஸுக்கு போகிறவர்கள்; வியாபாரத்திற்கு போகிறவர்கள்; பிறபிற வேலைகளுக்கு செல்லக் கூடியவர்கள்; வெளியூர்களுக்கு போகிறவர்களென்று எங்கெங்கிருந்தோ வந்தவர்களாலும் வருகிறவர்களாலும் ஜனங்கள் நெரிசலில் சிக்கித் தவிப்பவர்களாக இருந்து கொண்டிருந்தார்கள்.

அகல்யாவிற்கு கார்த்தியுடனும் கார்த்திக்கு அகல்யாவுடனும் பேசுவதற்கு எவ்வளவோ விஷயங்கள் இருக்கின்றன. அவ்வளவையும் இப்போதேவா பேசித் தீர்த்துவிட முடியும்? அதற்கு இன்னும் எவ்வளவோ சந்தர்ப்பங்களிருக்கின்றன அல்லவா? இன்றைக்கு கொஞ்சம் பேச்சு நாளைக்கு கொஞ்சம் பேச்சு இப்படி இப்படி வாழ்க்கை முழுவதுமே பேச்சுக்களால் தானே வாழ்வு முழுமை பெறப்போகிறது?

“கார்த்தி...”

“என்ன அகல்யா?”

“உங்களுக்காக நம் முதல் சந்திப்பை உத்தேசித்து ஆசைப்பட்டு ஆசைப்பட்டு ஒரு பரிசு கொண்டு வந்திருக்கேன் வாங்கிக்குவீங்களா கார்த்தி”

“என்ன பரிசு அகல்யா? உன் இதயத்தையே எனக்கு பரிசாகத் தந்துவிட்ட பிறகு அதைக் காட்டிலும் மேலான பரிசு எதுவாக இருக்க முடியும்?”

“இந்த ஸ்டெனோவால் கொடுக்க முடியும் என்கிற காதல்பரிசு என் இதயத்தினும் மேலான பரிசு”

“நீங்கள் பிரியமாய்க் கொடுப்பது எதுவானாலும் ஏற்றுக்கொள்வதுதானே சிறப்பான பண்பாக இருக்க முடியும். கொடு அகல்யா கொடு”

அவள் தன் கையோடு கொண்டு வந்திருந்த டிபன் பாக்ஸின் மூடியைத் திறக்கலானாள். அதற்குள்ளிருந்து நளினமாய் ஒரு ரோஜாப்பூ கண்சிமிட்டிக் கொண்டிருந்தது. அதைப் பார்த்த இவன் ஆச்சரியத்தால் அவளைப் பார்த்தான். அவள் ரோஜாவை எடுத்து அவனுடைய கைகளை ஸ்பரிஸிக்கிற மாதிரி அவனிடம் கொடுத்தாள்.

“இந்த ரோஜாவைத்தான் உங்களுக்கு கொடுக்கப் பிரியப்பட்டேன் கார்த்தி. என் வீட்டுத் தோட்டத்தில் நானே

ஆசை ஆசையாக நீர்விட்டு வளர்த்த செடியிலிருந்து பிரசவித்த ரோஜா, காற்றாலும் மழையாலும் வெயிலாலும் அதன் ஒரு இதழ்கூட நசிந்து விடாமல் பாதுகாத்து வளர்த்த ரோஜா. நமது காதல் மலர்ந்திருக்கிற இன்றைக்குதான் இது மலர்ந்திருந்தது. இதை என்னுடைய மானசீகப் பரிசாக உங்களுக்குத் தர்றதிலே பெருமைப்படறேன் கார்த்தி”

இவன் அந்த ரோஜாப் பூவை வாங்கி அதன் காம்பைத் திருகி அதன் சுழற்சியை ரசித்தான். அப்போதுதான் இவனுக்குத் தன் வீட்டுக் கொல்லைப்புறத்தில் மலர்ந்து கொண்டிருக்கிற ரோஜாப் பூவின் நினைப்பு வந்தது. காலையில்கூட இவன் கிளம்பி வரும்போது அந்தப் பூவை பார்த்துவிட்டு தான் வந்தான். நாளை அது அழகாய் மலர்ந்து விடும் பருவத்தில் இதழ் விரித்திருந்தது. நாளைக்கு ஆபீஸிற்கு வருகிறபோது அதைப் பறித்துக்கொண்டு வந்து இவள் தனக்கு கொடுத்தது போலவே இவளுக்குத் தரவேண்டுமென்று முடிவு செய்து கொண்டான்.” அதுபற்றி அவளிடம் முன்னதாய் எதுவும் சொல்ல வேண்டியதில்லை என்றும் தோன்றியது.

“உன் உள்ளத்தைப் போலவே இதன் மலர்ச்சி இருக்கிறது அகல்யா” என்று சொல்லிவிட்டு மணியைப் பார்த்தான். ஆபீஸிற்கு நேரமாகி விட்டது மாதிரி இருந்தது. இனிமேல் இதுமாதிரியான சந்திப்புகளை எல்லாம் மாலையில்தான் வைத்துக் கொள்ள வேண்டுமென்று தோன்றியது. அதை நியாயப்படுத்திக் கொன்டு அவளை கேண்டீனுக்கு அழைத்துக்கொண்டு போனான். இரண்டு காபிக்கு மட்டும் டோக்கன் வாங்கினான்.

மாலையில் ஆபிஸிலிருந்து வீட்டுக்கு வந்ததும் பேண்ட் சட்டையைக் கூட கழற்றாமல் நேரே தோட்டத்திற்குச் சென்று அந்த ரோஜாவைப் பார்த்தான். சன்னஞ் சன்னமாக தன் இதழ்களை விரித்து அழகுக் காட்டிக் கொண்டிருந்தது அந்த ரோஜா. டிரஸ்ஸோடு இருப்பதைக்கூடப் பொருட்படுத்தாமல் கிணற்றிலிருந்து நான்கு வாளி தண்ணீர் சேந்தி ரோஜாச் செடிகளுக்கு ஊற்றிவிட்டு ஒரு திருப்தியோடு அறைக்குள் வந்தபோது ஜானு காபி கொண்டு வந்தாள். அதை நிதானமாக உறிஞ்சிக் குடித்தான். ஜானு தம்ளரை எடுத்துக்கொண்டு போனபின் சட்டையைக் கழற்றி ஹேங்கரில் போட்டு விட்டு ஃபேனை ஓடவிட்டான். சற்று நேரம் வரை நாற்காலியில்

அமர்ந்து எதையோ தீவிரமாய்ச் சிந்தித்தான். வட்டவட்டமாக அகல்யாவின் நினைவுகளே சுழன்று சுழன்று கோணங்கித்தனம் பண்ணியது. அந்த சுகத்தை அனுபவிக்கிற மாதிரி ரொம்பநேரம் வரையிலும் அகல்யாவின் நினைவை அகற்ற முடியாமல் உட்கார்ந்திருந்தான்.

கதிரவனின் கிரணக்கதிர்கள் பற்பல விழுதுகளாய் அறையினுள் பாய்ந்து கொண்டு ஜாலம் காட்டிற்று. கார்த்திகேயன் நேற்றுத் தூங்க முடியாததாலோ என்னவோ இன்று அதிகநேரம் வரையிலும் தூங்கிக் கொண்டிருந்தான். அம்மா வந்து எழுப்பாது போனாலும் இவன் இன்னமும் கூடத் தூங்குவானோ என்னவோ தெரியவில்லை. படுக்கையிலிருந்து எழுந்த பிற்பாடு ஜன்னல் வழியாகத் தெருவைப் பார்த்தான். சிலர் ஆபீஸிற்கு புறப்பட்டுச் சென்று கொண்டிருந்தனர். கொஞ்சநேரம் போனால் ஜானுகூட காலேஜுக்கு புறப்பட்டுப் போய் விடுவாள். இவன் கட்டிலிலிருந்து எழுந்து உட்கார்ந்து கொண்டு கண்களை கசக்கிக் கொண்டிருக்கும் போது ஜானு வந்தாள்.

“அண்ணா...”

“என்ன ஜானு?”

“காலேஜுக்கு போயிட்டு வரேன்”

“எதுக்கு இத்தனை முன்னாடி?”

“இன்னிக்கி எக்ஸாம் கடைசி. சிநேகிதிகள் கிட்டே டிஸ்கஸ் பண்ண வேண்டியிருக்கு”

“சரி நல்லபடியா எழுதிட்டு சீக்கிரம் வந்துடு”

“சீக்கிரம் வரமுடியாதுண்ணா லேட்டாதான் வருவேன்”

“எதுக்கு?”

“கடைசி பரீட்சையில்லியா ஹோட்டல் பீச்சுன்னு சுத்திட்டு லேட்டா...”

“சரிசரி என்ஸாய் என்ஸாய் ஆமாம் பணம் வெச்சிருக்கியா?”

“நூறு ரூபாய் கொடுண்ணா??”

“அவ்வளவா தேவைப்படும்?”

"நான்தான் சொன்னேனே ஹோட்டல் பீச்... அப்பறம் சினிமா கூட"

"பர்ஸில் இருக்கும் எடுத்துக்கிட்டு போ"

"வரேண்ணா"

"ம்... ம்..."

ஜானு போய்விட்டாள். இவன் வெகு நேரத்திற்கப்புறம் கட்டிலை விட்டு எழுந்து புழக்கடைக்குப் போனான். அந்த ரோஜா நன்கு மலர்ந்து விட்டதா என்ற ஆவலில் புழக்கடை தாழ்வாரத்து ஜன்னல் வழியாக பார்வையோட்டியபோது சுருக்கென்றது!. நேற்று மாலை வரையிலும் ஏன் இரவு ஒன்பது மணிக்கு மேல் பாத்ரூம் போய்விட்டு வந்தது வரையிலும் செடியில் அழகாய் கண்சிமிட்டிக் கொண்டிருந்த அந்த ஒற்றை ரோஜாவைக் காணோம்!.

இது பிரமையோ என்கிற மாதிரி தோட்டத்திற்குப் போய் செடியைக் கூர்ந்து பார்த்தான். கண்களைக் கசக்கி விட்டுக் கொண்டுப் பார்த்தான். ஆம் ரோஜாவைக் காணோம். அந்த ரோஜா பூத்திருந்த செடியைப் பார்த்தபோது அது சற்று நேரத்திற்கு முன்புதான் கிள்ளப்பட்டிருப்பது தெரிந்தது.

இவன் ஒரு ஆத்திரத்தோடு அம்மாவைக் கூப்பிட்டு இதுபற்றி விசாரித்தான். அப்பாவைக் கூப்பிட்டு விசாரித்தான். தம்பிகளைக் கூப்பிட்டு விசாரித்தான். ஊஹூம்... ஒருவரும் அதைப் பறிக்கவில்லையாம். அதைக் கண்ணால் பார்க்கக்கூட இல்லையாம். அப்போ அந்த ரோஜா எங்கே போயிருக்கும்?

ஒருவேளை ஜானு பறித்திருப்பாளோ? அவள் காலேஜுக்கு போகும் போது இவனிடம் சொல்லிவிட்டுத்தானே போனாள்? போகும்போது சில புஸ்தகங்களும் டிபன் பாக்ஸும்தான் எடுத்துச் சென்றாளே தவிர மற்றபடி அவள் வேறு எதையும்தான் எடுத்துச் செல்லவில்லையே.

ரோஜாவைப் பறித்திருந்தால் தலையில் சூடியிருப்பாள். அவள் போகும்போது சரமாய் மல்லிகைப் பூவைத்தான் தலையில் சூடியிருந்தாளே தவிர ரோஜா இல்லையே!... தோட்டத்தைச் சுற்றி காம்பவுண்ட் சுவர் எழுப்பியிருப்பதால் அடுத்த வீட்டுக் குழந்தைகளும் அதைப் பறிப்பதற்கு வழியில்லையே...

அப்புறம் அந்த ரோஜா? இவனுக்கு மனம் பதறிப் போனது. அகல்யாவிற்கு அதை எத்தனை ஆசையோடு பரிசளிக்க வேண்டுமென்று நினைத்திருந்தானோ அதெல்லாம் தூளாகிப் போனது மாதிரியிருந்தது. மனசிற்குள் எதுவோ இருட்டாய் அப்பிக்கொண்டது போலிருந்தது.

இதுபற்றி தீர மாலையில் விசாரித்துக்கொள்ளலாம் என்கிற முடிவில் அவசர அவசரமாக ஆபிஸிற்குப் புறப்பட்டுப் போனான்.

ஆபீஸிலிருந்து வீட்டுக்கு வந்த கார்த்திகேயன் "ஜானு வந்துட்டாளா?" தான் கேட்டான்.

"வரலையப்பா நாழிகெழிச்சுதான் வருவேன்னு சொல்லிட்டுப் போனாள். அவளுக்கென்னடா இப்போ? வர்றபோது வரட்டுமே..." என்றாள் அம்மா.

"வந்தாளான்னுதான் கேட்டேன் வேற ஒண்ணணுமில்லே நீ வேலைய பாரும்மா"

"என் வேலையை நான் பார்க்காமல் நீயா பாக்கப் போறே... உன் அதிகாரமெல்லாம் என்மேல் தானா?"

இவன் பேசவில்லை. உம்மனாம் மூஞ்சியாய் உட்கார்ந்திருந்தான் ஜானு. வீட்டுக்கு வர ஏழு ஏழரை ஆகிவிட்டது. "கொல்லையில் பூத்திருந்த ரோஜாவை யார் பறிச்சது ஜானு?" நிதானமாகவும் அமைதியாகவும் தான் கேள்வியைக் கேட்டான் கார்த்திகேயன்.

இப்போது அவள் எதற்காகவோ தயங்குகிற மாதிரி நின்று கொண்டிருந்தாள். அந்த ரோஜாவை யார் பறித்தால் தான் என்ன? அது பறிக்கக் கூடிய பொருள் தானே...? பறிக்காது போனால் அதுவாகவே வாடி கீழே உதிர்ந்துவிடும். இவ்வளவு அக்கறையாகவும் பதட்டத்தோடும் பறிதவிப்போடும் கேட்கிறானென்றால் அந்த ரோஜா அவனுக்கு ஏதோ ஓர் முக்கியப் பொருளாய் இருக்கும் போலிருக்கிறதே அதனால்தான் கேட்கிறானோ?." இப்படியெல்லாம் அவள் யோசித்தபோது குப்பென்று வியர்த்துப் போனது. அதைத் துடைக்கக் கூட முடியாமல் அவனையே பார்த்துக் கொண்டிருந்தாள்.

"சொல்லு ஜானு, அந்த ரோஜாவை யார் பறிச்சது?"

இவன் குரல் முன்னைக் காட்டிலும் உயர்ந்தது. அவள் இந்தக் கேள்விக்கு பதில் சொல்ல முயன்றபோது அவள் அதரங்கள்

துடித்தன. என்றாலும் வார்த்தைகள் தொண்டைக்குழியிலேயே புதைந்து கொண்டது.

“ம்... அந்த ரோஜாவை யார் பறிச்சான்னுக் கேட்டா சொல்லமாட்டியா ஜானு... யார் பறிச்சது?”

“ந... நான்தான் அண்ணா”

“உம்... எவ்வளவு நெஞ்சழுத்த மிருந்தா அதைப் பறிச்சிருப்பே? எத்தனை ஆசையோடு அதை பாதுகாத்தேன் தெரியுமா உனக்கு?”

“இதைப்போய் இவ்வளவு பெருசா எடுத்துக்க மாட்டியேன்னு நெனச்சிதான் பறிச்சேண்ணா”

“எப்போ பறிச்சே?.”

“காலேஜ் போகச்சே”

“காலேஜ் போறப்பதான் உன்னைப் பார்த்தேனே நீ அந்த ரோஜாவை வெச்சுகிட்டுப் போகலையே”

“அதை நான் வெச்சுக்கப் பறிக்கலை”

“பின்னே எதுக்காகப் பறிச்சே?”

“உங்கிட்டே சொல்றதுக்கு பயமாருக்குண்ணா?,”

“நான் புலியா சிங்கமா பயப்புடுறதுக்கு உன் அண்ணன் தானே... எதாயிருந்தாலும் பயப்படாம சொல்லு ஜானு”

“அண்ணா...”

“ம்”

“அத... அத... அத...”

“அத”

“அதுவந்து... அதுவந்து...”

“என்ன ஜானு வந்துபோயிங்குற... எதாருந்தாலும் சீக்கிரம் சொல்லு. நான்தான் புலியோ சிங்கமோ இல்லன்னு சொல்லிட்டன்ல்ல...”

“என் காதலருக்கு அன்பு பரிசாக கொடுக்கறதுக்காக...”

“வாட்?”

“.... பறிச்சேன்”

“ஜானு...”

“என்ன மன்னிச்சுடுண்ணா”

இவன் ஜானு சொன்னதைக் கேட்டதும் ரொம்ப நேரம் வரையிலும் பொறி தட்டிப் போனதுபோல் நின்று கொண்டிருந்தான். ஜானு இவன் என்ன சொல்லப் போகிறானோ அல்லது என்ன செய்யப் போகிறானோ என்று பயம் கலந்த திகிலுடன் நின்று கொண்டிருந்தாள். அவளது கண்களும் ததும்பிக் கொண்டிருந்தது.

“ஆமாம் அண்ணா நான் காலேஜில் என்கூட படிச்சிகிட்டிருந்த ஒருத்தரை நேசிக்கிறேண்ணா... அவர் ரொம்ப நல்லவரன்னா உனக்கு அவரை ரொம்பப் பிடிக்கும்ண்ணா அவரும் என்னாட்டம் எம்.ஏ ஃபைனல் இயர்தான், பேருகூட பேருகூட பிரபுண்ணா... நல்ல பேரு தானேண்ணா? ஏண்ணா என்னை அப்புடி சுட்டுப் பொசுக்கப் போறேன்னு பாக்கறியா?”

“அந்த ரோஜாவை எப்படித் தெரியாமே பறிச்சு எடுத்துட்டு போனே ஜானு?”

“அது வந்து... டிபன் பாக்ஸ் சுக்குள்ள சாப்பாடு எடுத்துட்டு போகாமே ரோஜாவை மறச்சி எடுத்துட்டு போனேண்ணா... இது என் தப்புதாண்ணா என்னை மன்னிச்சிருண்ணா... திரும்பத் திரும்ப பொசுக்கிடற மாதிரி பாக்காதேண்ணா... நீ சிங்கமோ புலியோ இல்லன்னு சொன்னாலும் அதைக் காட்டிலும் வேற ஒரு பெரிய மிருகமா எனக்குத் தெரியறேண்ணா... உண்மையிலேயே உனக்கு நான் செஞ்சது தப்புதான்னு பட்டதுன்னா உங்கையாலேயே என் கழுத்தை நெறிச்சி கொன்னுடுண்ணா... கொன்னுடுண்ணா...”

“ஜானு- என் செல்லமே- அப்படியெல்லாம் நீ சொல்லலாமாடா- நா ஒன் அண்ணன்டா... உன்னைக் கொல்றதுக்காகவா... இவ்வளவு தூரம் உன்னை வளர்த்து படிக்க வைத்து எல்லாம் பண்ணிவச்சிருக்கோம்? உன் அண்ணங்கிட்டப் போய் இப்படி ஒரு வார்த்தையை கொன்னுடுன்னு நீ சொல்லலாமாடா... என் கட்டிக் கரும்பே... எதையும் நீ தப்பா பண்ணிடலே. அமைதியாய் இரு” என்று சொல்லிவிட்டு அவள் கண்களிலிருந்து வழிந்து

கொண்டிருந்த கண்ணீரைத் துடைத்தவன், அவளை அங்கிருந்து போகச் சொல்லிவிட்டு, ரொம்ப நேரம் வரையிலும் இதுபற்றி சிந்திக்க ஆரம்பித்தான். இவள் செய்து விட்டு வந்திருக்கிற இக்காரியம் நியாயமில்லையென்றால் நான் அகல்யாவை நேசிப்பது மட்டும் நியாயமாகி விடுமா? உண்மையில் யோசிக்கப்போனால் இதெல்லாம் யாருடைய தப்புமே இல்லை. அதன் அதனுடைய சரியான பருவகாலங்களில் தனக்குத் தேவையானவற்றை தானே தேர்ந்தெடுத்துக் கொள்கிற இயற்கையின் நியதிகள் தான். அகல்யா என்னை விரும்புவதும் நான் அகல்யாவை விரும்புவதும்கூட இயற்கையின் நியதிகளால் விளைந்தவைகள்தானே. தெரியாமலா சொல்லிவிட்டுப் போயிருக்கிறார்கள் 'குற்றம் பார்க்கின் சுற்றமில்லை' என்று இது காதலுக்கும் பொருந்தும் தானே?

"ஜானு…"

"என்னண்ணா…"

"ஒரு கப் காபி கிடைக்குமாடா?"

"காபி மட்டும்தானா… ஸ்வீட்டே கிடைக்கும்ண்ணா"

"ஸ்வீட்டா ஏதுடா செல்லம்?"

"நான்தான் காலையிலேயே சொன்னேனேண்ணா, ஹோட்டல் பீச்செல்லாம் போறேன்னு அங்கிருந்து வாங்கிட்டு வந்தேண்ணா"

"எனக்கு மட்டும்தானா?"

"அம்மா அப்பா தம்பிகள் எல்லாருக்கும்தாண்ணா"

"அப்ப எடுத்துட்டு வாடா"

"இதோ வந்திட்டேண்ணா"

இவன் ஜானு கொண்டுவந்து கொடுத்த ஸ்வீட் காபியெல்லாம் சாப்பிட்டுவிட்டு மிக அமைதியாய் நாற்காலியில் போய் உட்கார்ந்தான். மனசு லேசான போதிலும், ஏனோ தெரியவில்லை அந்த ஒற்றை ரோஜா இவன் நெஞ்சுக்குள் கண்சிமிட்டிக் கொண்டிருந்தது!

நொண்டிப் பெண்

ரகுராமனுக்கு ஆபீசுக்குப் போகப் பிடிக்கவில்லை. தான் ஒருவர் போகாவிட்டால் அங்கு எத்தனை காரியங்கள் தடைபட்டுப் போகும் என்பதும் தெரியாமலில்லை. பழுதடைந்த எந்திரமாய் அவர் மனம் கசங்கிப்போயிருந்தது.

பூ ஜாடியினுள் அழகாய் பூங்கொத்துகள் செருகப்பட்டிருந்தன. டிஸ்டம்பர் சுவர்கள் கண்ணுக்குப் பளிச்சென்று இருந்தன. சோபா கம்பெட்டுகளில் எவ்வித அசிங்கமும் அந்த அறையினுள் பண்ணப்பட்டிருக்கவில்லை. இருந்தும் அவருக்கு இருப்பு கொள்ளவில்லை.

ராஜாமணிக்கோ அல்லது தனக்கோ ஏன் இப்படி ஓர் ஆவல் ஆசை நெஞ்சில் ஏற்பட்டிருக்க வேண்டும்? தன் நொண்டிப் பெண்ணிற்கு மாப்பிள்ளை தேட முற்பட்டது தவறு தானோ? இதுதான் அவரது குழப்பத்திற்குக் காரணமாக இருக்க வேண்டும்.

அவர் பெண் ராதா கண்ணுக்குப் பிடித்தமான அழகாய் இருந்தாள். பட்டதாரியும் கூட. அவள் ஒருநாள் காலேஜுக்குப் போய்விட்டு வரும்போது சென்னை மௌண்ட் ரோட்டில் ஆக்ஸிடென்டில் அகப்பட்டுக் கொண்டாள். இடது காலில் எலும்பு முறிவு. விபத்துக்குள்ளானாள். அந்தக்கால் எந்த வைத்தியத்தினாலும் தன்நிலைக்கு வரமுடியவில்லை. அந்தக்கால் நொண்டியாகிப் போய்விட்டது. மற்றபடி அவளுள் எந்தக் குறையுமில்லை.

நேற்று ஒரு நப்பாசை ரகுராமனுக்கும் அவர் மனைவி ராஜாமணிக்கும் தோன்றியது. தனக்கும் கீழ் வேலை பார்க்கும்

சி.எம்.முத்து

சிவக்குமாரின் பையனுக்கு கொடுப்பதான உத்தேசம்தான் அது. எப்படியும் அந்த இடத்தில் தன் பெண்ணிற்கு சம்பந்தம் போட்டு விடலாம் என்ற திட்டத்தில்தான் அவரும் ராஜாமணியும் போனார்கள்.

சிவக்குமார் இதற்கு சம்மதிக்கவில்லை. தன்னுடைய பையன் கோபிநாதன் அதிகம் படித்தவனில்லாது விட்டாலும் அழகுள்ளவன் திறமையுள்ளவன் என்று அடித்துச் சொன்னார். “மானேஜிங் டைரக்டரா இருக்கற நீங்க ஒரு நொண்டிப் பெண்ணிற்கு வாழ்க்கை அமைத்துக் கொடுக்க என் பையனைத் தேடி வந்திருக்க வேண்டிய அவசியமில்லை. உங்களுக்குக் கீழ் வேலை செய்கிற அலுவலர் இதற்கு சம்மதித்து விடலாம் என்ற நப்பாசையில் நீங்கள் வந்திருக்கலாம். அவனுடைய அழகிற்கு தன் பெண்களைக் கொடுப்பதற்காக ஆயிரம் கோடீஸ்வரர்கள் காத்துக் கிடக்கிறார்கள்” என்றார் எகத்தாளமாக அவர்.

சிவக்குமாரின் இந்தப் பேச்சு ரகுராமனின் இதயத்தில் ஈட்டியாய் பாய்ந்தது. என் பெண்ணை எனக்கு முன்னாலேயே இழித்துப் பேசும் இவன் ஒரு மனிதனா? என்று தனக்குள்ளாகவே ஆத்திரப்பட்டுக் கொண்டார். அப்புறம் சிவக்குமாரிடம் பேசுவதற்கு ரகுராமனுக்கு விருப்பம் வரவில்லை. இருவரும் எழுந்து வந்து விட்டார்கள்.

வீட்டில் ராதா நொண்டியடித்துக் கொண்டிருந்தாள். இவர்கள் முக ஜாடையைக் கொண்டே அவர்கள் போன காரியம் காய் என்பதை தனக்குள்ளாக நிர்ணயித்துக் கொண்டாள் ராதா.

ரகுராமன் இவளை ஏக்கத்தோடு கவனித்துவிட்டு அறைக்குள் போனவர் படுக்கையில் சாய்ந்து விட்டார். அப்புறம் அவருக்கு எழுந்திருக்கத் தோன்றவில்லை. மனச்சுமைகளினுடேயே தூக்கம் கண்ணை அமுத்திற்று. அப்படியே தூங்கிப்போய் விட்டார்.

விடிந்து தூக்கத்திலிருந்து எழுந்த ரகுராமன் அறை பளிச்சென்றிருப்பதைக் கண்டார். வேலைக்காரன் அறை முழுவதையும் தூய்மை செய்து எந்தப் பொருளை எங்கே வைக்க வேண்டும் என்பதையெல்லாம் பார்த்துப் பார்த்துச் சரியாகச் செய்திருந்தான். வெறும் ஷூக்களை மட்டும் கழற்றிவிட்டு கட்டிலில் ஷூட்டோடும் கோட்டோடும் தூங்கியிருப்பது

அப்புறம்தான் நினைவுக்கு வந்தது ரகுராமனுக்கு. குளித்தும் அவருக்கு மனசு சரியல்லை. டிரஸ் பண்ணிக் கொண்டார். டைனிங் டேபிளில் டிபன் தயாராயிருந்தது. தான் சாப்பிடுகிறோம் என்ற உணர்வேயில்லாமல் அதைச் சாப்பிட்டு முடித்தார்.

ஆபீஸிற்கு நாழியாகிக் கொண்டிருந்தது. முன் ஹாலில் அவர் பெண் ராதா ஊன்றுகோலின் உதவியால், 'டொக் டொக்' கென்று ஓசையெழுப்பி நடந்து கொண்டிருப்பது காதில் விழுந்தது. ராஜாமணி அவர் அறைக்குள் வந்தவர், "ஆபீஸுக்குப் போகலையா?" என்று கேட்டார்.

'போகப் போகிறேன்' என்பதை வெறும் மௌனங்களாலேயே பதிலாகச் சொன்னார் ரகுராமன். ஒரு வழியாக சூன்யமாக இருந்த மனதை கழுவிச் சுத்தப்படுத்தியதோடு அதை திடப்படுத்திக் கொண்டும் ஆபீஸிற்கு கிளம்ப ஆயத்தமாகிவிட்டார். கையில் சூட்கேஸை எடுத்துக்கொண்டு ஹாலுக்கு வந்தபோது ராதா கண்ணில் பட்டாள். என்ன தோன்றியதோ அவருக்கு அப்படியே அவளைப் பார்த்துக் கொண்டே நின்று போய்விட்டார்.

ராதாவும் அவரும் ஒருவரை ஒருவர் பார்த்துக் கொண்டார்கள். நேருக்கு நேரான பார்வை சில வினாடிகள் அங்கே மௌனப் போராட்டங்கள் நடந்து கொண்டிருந்தன.

"டாடி..." ராதாதான் முதலில் பேச்செடுத்தாள். வார்த்தையில் இருந்த விநயம் அவர் மனதை கசக்கிப் பிழிந்தது. 'என்ன ராதா?" என்று கேட்பதைப்போல் அவர் அவளை நோக்கினார்.

"உங்கள் மனசு சரியில்லையா டாடி?"

"இல்லை அப்படியெல்லாம் ஒன்றுமில்லை ராதா. துக்கத்தில் வெடித்த சோகத்தை அவள் முகத்தில் காட்டிக் கொள்வில்லை அவர். அவளுக்கும் தெரியாமல் கண்களைத் துடைத்துக் கொண்டார் ரகுராமன்.

"பொய் சொல்றீங்க டாடி உங்கள் மனசு சரியில்லைன்னு எனக்குத் தோணுது." ஒன்றும் சொல்ல முடியவில்லை அவரால். அவரிடமிருந்து ஏதும் பதில் வரும் என்று அமைதியாய் நின்று கொண்டிருந்தாள் ராதா. சிகரெட்டைப் பற்ற வைத்தார் அவர். அதன் புகையை மெல்லமாய் உள்ளுக்கு இழுத்து வெளியில்

விட்டார். அவர் புகையை வெளியேற்றிய விதத்திலிருந்தே அவர் விரக்தியைப் புரிந்து கொண்டாள் ராதா.

அவள் கேட்டாள், எனக்காக நீங்க சிரமப்படறீங்களா டாடி?

"ஏன்? உனக்காக நான் சிரமப்பட்டால் என்ன அதில் என்ன தப்பிருக்க முடியும் ராதா?"

"எனக்கு கல்யாணமே வேண்டாம்னு தோனுது டாடி" ராதா சட்டென்று இதைச் சொல்லிவிட்டு ரகுராமனைக் கவனித்தாள். அவர் முகத்தில் கடுமையும் அதே சமயத்தில் சோகமும் தென்படுவதைக் கவனித்தாள்.

"ஒரு நொண்டியா ஆகிப் போயிட்டோமேங்கிற கவலையாலே தானே இதைச் சொல்றே ராதா?"

"அங்கக் குறைகளை சமூகம் வெறுக்கும் போதோ அல்லது அதை ஆதரிக்க தயாரில்லாத போதோ நாம ஆசாபாசங்களுக்கு இடம் வைச்சுக்கலாமா டாடி" "ஆசாபாசங்கள் நொண்டி யாகிறதில்லையே ராதா" என்று அவளிடம் சொல்லி விட்டார். விடுவிடென்று போர்டிகோவிற்கு வந்தார். கார் தயாராக இருந்தது. கால்மணி நேரம் தாமதமாகப் போகப் போகிறோம் என்று நினைத்துக் கொண்டார் ரகுராமன்.

ஆபீசில் என்றுமில்லாத கலகலப்பு இன்று குடிகொண்டிருந்ததற்கு காரணம் இருந்தது. மானேஜிங் டைரக்டர் ரகுராமன் தன்னுடைய நொண்டிப் பெண்ணிற்கு மாப்பிள்ளைத் தேடி தன் வீடுவரைக்கும் வந்துவிட்ட விஷயத்தை சிவக்குமார் எல்லோரிடமும் தமுக்கு அடித்ததோடு தான் இதற்குச் சம்மதிக்கவில்லை என்கிற விஷயத்தைச் சொல்லி அவர் முகத்தில் கரியை அப்பி அனுப்பியதையும் மறவாமல் சொல்லி விட்டார்.

அதுவரையில் வெறும் வாயை மென்று கொண்டிருந்தவர்கள் அவல் கிடைத்த மகிழ்ச்சியில் அந்த விஷயத்தை ஆளுக்காள் பெரிதுபடுத்தியும் சிறிதுபடுத்தியுமாக மெல்ல ஆரம்பித்து விட்டனர். தாங்கள் இப்படியொரு கேவல நாடகத்தை நடத்துவதின் மூலம் டைரக்டர் இனிமேல் ஆபீஸ் விஷயத்தில் எல்லோரிடமும் கண்டிப்பாக இருப்பதைக் குறைத்துக் கொள்வாரென்ற நப்பாசைதான் காரணம். இவர்கள் எல்லோருமே தத்தம் இடங்களில் அமராமலேயே ஒரு மேஜைக்கு இருவர் மூவர்

என்ற விகிதத்தில் அமர்ந்து கொண்டு இப்பிரச்சினையை மெல்ல ஆரம்பித்தனர்.

ரகுராமன் பத்து ஐந்திற்கெல்லாம் ஆபீஸிற்கு வந்துவிட்டார். வராண்டாவில் நடந்து வரும்போதே ஊழியர்கள் அங்கும் இங்குமாக சிதறிக் கிடப்பதையும் அவர்களால் எடுத்துக்கொண்டு பேசப்பட்ட பிரச்சினை தன் குடும்பத்தைப் பற்றியதுதான் என்பதை தீர்க்கமாகக் கண்டுகொண்ட பின்னர்தான் அவர்கள் பேசிக் கொள்வதைக் கேட்க வேண்டும்போல தோன்றியது. ஆபீஸ் பியூனிடம் சைகை காட்டிவிட்டு கதவு மறைவில் நின்று கொண்டார். அவர்கள் தன் பிரச்சினைகளைப் பற்றி இழிவாகப் பேசிக் கொண்டிருப்பதை இன்னமும் கேட்டுக் கொண்டிருக்க முடியாது என்று தோன்றியதும் தான் கதவு மறைவிலிருந்து விடுபட்டு விருட்டென்று உள்ளே சென்றார். ஆத்திரத்தை முகத்தில் காட்டிக் கொள்ளவில்லை. அதைத் தன் ஷூக்களின் ஒலியில் காட்டிக் கொண்டார்.

மேஜைப் பலகையில், நாற்காலி கைப்பிடியில், தூண்களின் மறைவுகளில் இன்னும் எங்கெல்லாமும் மறைந்திருந்தவர்கள் எல்லோரும் பரக்கப் பரக்க தம் இடங்களில் அமர்ந்தும் கூட அவர்கள் எதுவுமே நடவாததைப்போல ரகுராமனை நோக்கினர். சிலர் சிரிப்பு வந்ததை அடக்கிக் கொள்ள முயன்றனர். ஏதோ அவருக்கு இவர்கள் பயந்தவர்களைப் போல் ஃபைல்களை விரித்துக்கொண்டு காரியங்களை கவனிப்பது போல் பாவனைகள் செய்தனர்.

இவையெல்லாவற்றையும் பொறுமையாகக் கவனித்துக் கொண்டுதான் தன்னுடைய அறைக்குள் போனார் ரகுராமன். சுழல் நாற்காலியின் இதம் அவருக்கு உறுத்திற்று. ஃபைல்களில் கவனம் செல்லவில்லை. பேனா முள் எதையெதையோ கிறுக்கித் தள்ளியது. தனக்கும் கீழ் வேலை பார்க்கும் நூற்றுக்கணக்கான ஊழியர்கள் விஸ்வரூபமெடுத்து தன்மீது பாய்வது போன்ற பிரமை.

லஞ்ச் டைம். ரகுராமனுக்கு சாப்பிடப் பிடிக்கவில்லை. இலையில் சோற்றைக் கிளறிக் கொண்டிருந்தார். வாஷ் பேஸினில் கையலம்பிக்கொண்டு மீதப்பட்ட சோற்றை பியூனைக் கூப்பிட்டு தோட்டியிடம் போடச் சொன்னார். மனதில் அமைதியில்லை

என்று தெரிந்தும் ரிக்ரியேஷனுக்குப் போனார். செய்திகளைப் புரிந்து கொள்கிற அளவுக்கு இவரால் முழுமையாகப் படிக்கமுடியவில்லை. ரிக்ரியேஷனில் கூட சில பேர்களிடமிருந்து இவர் பிரச்சினைகளைப் பற்றிய பேச்சு கிசுகிசுக்கப்பட்டுக் கொண்டிருந்ததை இவர் கேட்கத் தவறவில்லை.

ஆபீஸ் முடிந்து வெகுநாழிக்கப்புறம் இவர் வீட்டுக்கு புறப்பட்டுப் போனபோது நடுவில் காபிகுடிக்க வேண்டும் போல் தோன்றிவிட்டது. காரை ஒதுக்குப்புறமாய் நிறுத்திவிட்டு டிரைவரோடு ஹோட்டலுக்குப் போனார்.

சர்வரிடம் அல்வாவிற்கும் மிக்ஸருக்கும் ஆர்டர் செய்தார். அதுவரும் வரையில் ஹோட்டலில் சாப்பிட்டுக் கொண்டிருந்தவர்களையும் இயந்திர சுறுசுறுப்பில் இயங்கிக் கொண்டிருந்தவர்களையும் ஹோட்டலின் அமைப்பையும் ஸீரியல் விளக்குகளையும் பீங்கான் கோப்பைகளையும் அரையும் குறையுமாக வேடிக்கைப் பார்த்தார். அவர் கேட்டவை வந்ததும் ஸ்பூனால் சாப்பிட ஆரம்பித்தார். "இனிமேல் ரகுராமன் பெண்ணிற்கு மாப்பிள்ளையாக எவனும் கிடைக்கப் போவதில்லை. அந்த அளவிற்கு அவரது கௌரவத்தை ஆபீஸில் நாறடித்து விட்டாகி விட்டது".

திடுமென்று ஒலித்த சிவக்குமாரின் குரலைக் கேட்டு ரகுராமன் பின்னுக்குத் திரும்பினார். சிவக்குமார் மசாலா பாலை ஸ்பூனால் அள்ளிக் குடித்துக் கொண்டே, தன் சக ஊழியர் ஒருவரிடம் பேசிக்கொண்டிருந்தார். அப்புறம் ரகுராமனுக்கு சாப்பிடத் தோன்றவில்லை. சர்வரைக் கூப்பிட்டு பில்லை போடச் சொன்னார். பில் வந்ததும் பர்ஸிலிருந்து பணத்தை எடுத்து பில்லுக்கான தொகையை டிரைவரை விட்டு கொடுக்கச் சொல்லிவிட்டு வெளியில் வந்து காரில் ஏறும்போது சிவக்குமாரை நேருக்குநேர் பார்க்கும்படியான சூழ்நிலை ஏற்பட்டது. தன் ஆத்திரத்தை சிவக்குமாரின் முன்பு காட்டிக் கொள்கிற விதத்தில் கார்க்கதவை அடித்துச் சாத்தினார்.

வீட்டுக்கு வந்தும் ரகுராமனுக்கு இருப்புக் கொள்ளவில்லை. ஆபீஸில், லஞ்ச்டைமில், ரிக்ரியேஷனில், ஹைவேயில் இன்னும் எங்கெல்லாமோ ஊழியர்கள் பேசிக்கொண்டதை தனக்குள்ளாகக் கொண்டுவந்து அசைபோட ஆரம்பித்தார்.

*ர*குராமன் இன்று கோபமாக இருக்கிறார் என்பதை சக ஊழியர்கள் அனைவரும் தெரிந்து கொண்டு கப்சிப் ஆனார்கள். பஸ்ஸரை அழுத்தினார். பியூன் வந்தான். "சிவக்குமாரை வரச்சொல்" அவன் போனதும் முகமெல்லாம் பொடிப் பொடியாக வியர்த்திருந்த வியர்வைத் துளிகளை டர்க்கி டவலால் அழுந்தத் துடைத்துக் கொண்டார். மின்விசிறியின் வேகத்தை அதிகரித்தார். அவரால் இருப்பு கொள்ள முடியாததாலோ என்னவோ சுழல் நாற்காலியில் அரைவட்டமாக சுற்றிக்கொண்டிருந்தார்.

"கூப்பிட்டீங்களாமே?" அப்போதுதான் அறைக்குள் வந்தார் சிவக்குமார் கேட்டுக்கொண்டே.

"ஆமாம்"

"என்ன விஷயமாய் சார்?"

"வார்த்தையில் விழுந்த விநயம் அவருக்கு கொடுக்க வேண்டும் என்ற வேதனை உணர்ச்சியால் வந்தது என்பதை ரகுராமனே புரிந்து கொண்டார். ஃபைலை விரித்து குறிப்பிட்ட இடத்தில் ஆட்காட்டி விரலை வைத்துக் காட்டினார் ரகுராமன்".

ஐயாயிரம் மொத்த டோட்டல் அது.

"கம்பெனிக்கு வரவேண்டிய தொகை அப்படித்தானே?"

"ஆமாம்"

"இருபத்தைந்தாயிரம் பதினைந்தாயிரம் பத்தாயிரம் இம்மூன்றையும் கூட்டினால் ஐயாயிரம்தான் வருமா?. சிவக்குமார் கண் தெரிஞ்சே கம்பெனிக்கு வரவேண்டிய நாற்பத்தையாயிரத்தை நீங்கள் சாப்பிடப் பாத்தீங்களா?"

சுருக்கென்றது சிவக்குமாருக்கு. "ஒரு சைபர் தவறுதலா விட்டுப் போச்சு சார்"

"ஒரு சைபர் தவறுதலா விட்டுப்போனதினால் கம்பெனிக்கு எவ்வளவு பெரிய நஷ்டத்தை ஏற்படுத்தப் பார்த்தீர்கள்?"

"ஒரு சைபர்தானே சார். இப்பவே அதைப் போட்டுடுறேன் இதைப் போய் ஏன் பெருசு பண்ணப் பார்க்கிறீர்கள்?" சிவக்குமாரின் கோபம் அதிகரிப்பதை ரகுராமன் புரிந்துகொண்டார்.

“சின்ன விஷயங்கள் தானய்யா பெரிசாகிறது”.

“ஞாபக பிசகால் எதிர்பாராமல் நடந்துட்ட பிழையை உங்களால் மன்னிக்க முடியாதா?”

“எதிர்பாராத விபத்தால் என் பெண் ராதா நொண்டியாயிப் போயிட்டா. அவளுக்கு உங்கப் பையனைப் பார்க்க வந்தது என்னோட பொறாமை அல்லது ஆசை அப்படின்னா அதை மன்னிக்க முடியாதா, அல்லது தெரியாதா? நீங்க பண்ணின தவறை எப்படி மன்னிக்க முடியும்னு நினைக்கறீங்க? சிவக்குமார் என் பெண்ணிற்கு நீங்கள் மதிப்புத் தரமுடியாவிட்டாலும் ஒரு பெண் என்ற முறையிலாவது மதிப்புத் தரலாமே? ஒய் சிவக்குமார் ஒரு கம்பெனி டைரக்டரின் கௌரவத்தை காப்பாற்றத் துடிக்கிற ஊழியரா நீங்க? தவறிப்போன சைபரை இப்பவே நீங்க போட்டிடலாமய்யா ஆனா நொண்டியாய்ப் போய்விட்ட என் பெண்ணின் காலை உடனேயே சரியாக்கிட முடியாதய்யா?”

“உங்க நொண்டிப் பெண்ணிற்கு என் பையனை தரவில்லை என்ற கோபத்தில் தானே இப்படியெல்லாம் சுத்தி வளைச்சுப் பேசறீங்க,” “ஸ்டுபிட்” என்று கத்திவிட்டார் ரகுராமன். நொண்டிப் பெண்’ என்று இன்னொரு முறை சொன்னாயோ உன் நாக்கைத் துண்டித்து விடுவேன்’ என்பதைப் போல் அவரைப் பார்த்தார். மேஜையில் இருந்த ஃபைலை அவர் மூஞ்சியில் வீசாத குறையாக எடுத்துக் கொடுத்தார். ஆத்திரத்தோடு ரகுராமனுக்கு அப்புறமும் கூட ஆத்திரம் அடங்கவில்லை.

காஷ்மீர் வரை டிராவலிங் டூர் சென்று விட்டு வருகிறேன் என்று சொல்லி விட்டுப் போன சிவக்குமாரின் பையன் கோபிநாதன் அவன் சென்ற ஐந்து நாட்களுக்குப் பிறகு வலது கையை முறித்துக்கொண்டு வீட்டிற்கு வந்தான். அவன் கையில் பெரிய கட்டாகப் போட்டிருப்பதைக் கண்டு சிவக்குமார் அதிர்ந்து போய் விட்டார். தான் ரகுராமன் பெண்ணை சதாநேரமும் ‘நொண்டிப் பெண்’ என்று பழித்துப் பேசியதற்கு பரிகாரமாக இருக்குமோ என்று பயந்து போனார். அந்த எலும்பு முறிவை இனி ஒன்றும் செய்ய முடியாதாம் என்று டாக்டர் சொன்னதாக கோபிநாதன் சொன்னதும் துடித்துப் போய் விட்டார். சிவக்குமாரின் மனைவி மரகதம்மாள், “இனி

நொண்டியாய்ப் போய் விட்ட நம் பையனுக்கு மட்டும் யார் பெண் கொடுப்பார்கள்?" என்று கேட்டதும்தான், தான் ரகுராமனை துவேஷமாகப் பேசியிருக்கக் கூடாது என்று நினைத்தார் சிவக்குமார். அந்தப் பெண்ணின் குறையை சதாநேரமும் சொல்லி பழிப்புக் காட்டியதற்காக வருத்தப்பட்டுக் கொண்டார்.

சிவக்குமாருக்கு ஏனோ திடுமென்று ரகுராமனைப் பார்த்தாக வேண்டுமென்று உண்டாகிவிட்டது. அதுமட்டுமல்ல நொண்டியாய்ப் போய்விட்ட தன் பையனுக்கு ராதாவை திருமணம் செய்துவைக்கவும் முன்வந்துவிட்டார். இதற்கு கோபியின் சம்மதம் கிடைத்ததும் சிவக்குமாரும் மரகதமும் உடனேயே கிளம்பிவிட்டார்கள் ரகுராமன் வீட்டிற்கு.

"எங்கே வந்தீர்கள் மிஸ்டர் சிவக்குமார்?" சிகரெட்டை பற்ற வைத்துக் கொண்டே அலட்சியமாகக் கேட்டார் ரகுராமன்.

"பையனுக்கு உங்கள் வீட்டில் சம்பந்தம் செய்து கொள்ள வந்தோம் சார். நடந்ததை மறந்து விட்டு" சிவக்குமார் சொல்லவும், கலகலவென்று சிரித்து விட்டார் ரகுராமன்.

"சிவக்குமார், உங்கள் பையன் நல்லா இருந்தபோது ஒரு நொண்டிப் பெண்ணையா என் பையனுக்கு கட்டி வைக்கமுடியும்னு அகம்பாவமா பேசினீங்க. இப்ப உங்க மகனும் நொண்டியானதுக்கப்பறம் நொண்டிக்கு நொண்டி தான் பொருத்தம்னு பெண் கேட்டு வந்துருக்கீங்க போல... அப்படித்தானே சிவக்குமார்.?

மிஸ்டர் சிவக்குமார் ஒரு விஷயம் தெரியுமா உங்களுக்கு... அமெரிக்காவிலே இருந்து ஒரு ஸ்பெஷலிஸ்ட் வந்துருக்கார் நிச்சயமா என் மக காலை சரியாக்கிட முடியும்னு அவர் சொல்லியிருக்கார். அதனாலே அவ சீக்கிரமே குணமாயிடுவா அவளை ஒரு நொண்டிப் பையனுக்கு...

"வெந்த புண்ணிலே வேல் பாய்ச்சாதீங்க டைரக்டர் சார்... உங்களுக்கு. கீழே வேலை பார்க்கிறவனா இல்லே ஒரு நொந்து போன தந்தையா வந்திருக்கேன். என்னோட உணர்ச்சிகள் உங்களுக்குப் புரியும்னு நினைக்கிறேன்...

சி.எம். முத்து ✳ 89

நானும் அப்படித்தானே மிஸ்டர் சிவக்குமார் அன்னக்கி உங்களோட மேலதிகாரியா வராமே ஒரு நொண்டிப் பெண்ணோட தந்தையா வந்தேன் அப்போ என்னோட உணர்ச்சிகள் உங்களுக்குப் புரியலே. அதுமட்டுமா?. ஆபீஸிலே இந்த விஷயத்தை பூதாகரமாக்கி எவ்வளவு கேவலப்படுத்தினீங்க. அதையெல்லாம் நான் மறந்துவிட முடியுமா? யு மே கோ.?" இரக்கமின்றி சொன்னார் ரகுராமன். ஏமாற்றத்துடன் திரும்பினார் சிவக்குமாரும் மரகதமும்.

கையில் போடப்பட்டிருந்த பெரிய கட்டை வெறுப்புடன் அவிழ்த்தெறிந்தான் கோபிநாதன். தந்தையின் அகம்பாவத்தை ஒடுக்கத்தான் தான் முடமாகி விட்டதாக ஒரு நாடகம் ஆடத்தான் அவன் திட்டமிட்டான். ஆனால் அது அவனுக்கு எத்தனைப் பெரிய இழப்பைத் தேடித் தந்து விட்டது ஒருவர் செய்யும் தவறுக்கு மற்றவர் தண்டனை அனுபவிப்பது என்ற உலக நியதியில் இருந்து அவன் மட்டும் தப்பிவிடமுடியுமா என்ன?

●

அவன் செய்தது நியாயம் என்றால்...

ஏதோ ஓர் எதிர்பார்க்க முடியாத சந்தர்ப்பம். அவர்களிருவர் பார்வைகளும் நொடி நேர மின்னலில் ஒன்றோடு ஒன்று மோதிக்கொண்டன. வெறும் ஊமைப் பார்வைகள்தான். அந்தப் பார்வையில் அழுத்தம் இருந்தது. அந்தப் பார்வையே தங்களை ஒருவருக்கொருவர் அறிமுகம் செய்து கொள்வதாகவும் இருந்தது.

இவள் அமுதா, நடந்தாள். கால்கள்தான் நடந்தன மனம் ஆகாய வானில் நடந்தது.

இன்றைக்குத்தான் அவனை இவள் முதன் முதலாகப் பார்த்திருக்கின்றாள். அதுவும் தன் நாசியில் உயர்ந்தவித 'செண்ட்' வாசனை ஊடுருவியதும் இவள் அவனை எதேச்சையாய் தலைநிமிர்ந்தது பார்த்தபோது, அவன் எதிரே இவளைப் பார்த்துக் கொண்டே போய்க் கொண்டிருந்தான்.

அவன்மேல் மேயவிட்ட அந்தப் பார்வையை எடுப்பதற்கு படீரென்று மனசு வரவில்லை இவளுக்கு குறைந்தது ஐந்து வினாடிகளாவது இவள் அவனை நோக்கினாள்.

அவனும் அப்படித்தான் இவளை நோக்கினான். நான்கு கண்களும் ஒன்றுடன் ஒன்று கலந்து கொண்ட அந்த நொடி நேர மின்னலில் கண்ணெதிரில் சொர்க்கம் தெரிந்தது மனங்கள் பூந்தோட்டங்களாயின. நேற்று வரையில் — இன்றைய சிறிது பொழுதுக்கு முன்வரை இவள் மனம் நிர்மலமாய் இருந்தது. இவள் மனக்குட்டையில் எத்தனையோ சிறுசிறு கற்கள் விழுந்திருக்கின்றன. ஆனாலும் அந்தக் கற்களால் சலனப்பட்டுப் போய் விடவில்லை இவள்.

இன்று இவள் மனக்குட்டையில் விழுந்த அந்தக் 'கல்' சக்கரமாய் விரிந்து விரிந்து விரிந்துகொண்டே போயிற்று.

இரவு இவள் தூங்கவில்லை. மனமெங்கும் அவன் இருந்தான்.

விடிந்தபோது அவனைப் பார்க்க வேண்டும் போல் இவளுக்கு ஆசை உண்டாகி விட்டது. இவள் எண்ணத்திற்கு தகுந்தாற்போல் 'அவன் எதிர்ப்படுவானா' என்ற சந்தேகமும் உண்டாகிவிட்டது. ஆனாலும் அவன் வருவான் வரத்தான் வேண்டுமென்று இவள் மனம் சொல்லிக் கொண்டது.

தங்கச் சிலைபோல் தன்னை அலங்கரித்துக் கொண்டாள். தலை நிறைய பூவைத்துக் கொண்டாள். அவனைக் காணவேண்டுமென்ற துடிப்பில் சரியாகக்கூடச் சாப்பிடவில்லை. ஏதோ பேருக்கு சில புஸ்தகங்களைச் சுமந்து கொண்டு அதை மார்புப் பக்கம் சாய்த்துக்கொண்டு கல்லூரிக்குக் கிளம்பினாள்.

பளீரென்று மின்னல் பளிச்சிட்டதைப்போல் இவள் கண்கள் பிரகாசமுற்றன. இவள் நினைத்தது வீண்போகவில்லை. ஐம்பதடி தூரத்திற்கும் அப்பால் எதிரில் அவன் வந்து கொண்டிருந்தான்.

அவன் இவளை நெருங்க நெருங்க கால்கள் பின்னிக்கொள்ள ஆரம்பித்தன இவனுக்கும். அவனுக்கும் சற்று தள்ளி தூரத்தில் ஒரு கிழவன் மட்டும்தான் வந்து கொண்டிருந்தான். அவன் யாரோ ஒரு கிழவனாக இருக்கும். மேலும் வானத்தில் சிட்டுக்குருவிகள் வட்டமிட்டுப் பறந்து கொண்டிருந்ததைத் தவிர மற்றபடி அந்தச் சாலை வெறிச்சோடி தான் கிடந்தது.

அவன் இவளை வேகமாக நெருங்கிக் கொண்டிருந்தான் காற்று வீசிக்கொண்டிருந்தது. அவன் முகத்திலுள்ள கரும்புள்ளி தெரிகிற அளவுக்கு அவன் இவளை நெருங்கிய போது பார்வைகள் மோதி பேசிக்கொண்டன. மனங்கள் அசைவற்றன கால்கள் பின்னிக் கொண்டன. இதயங்கள் படபடத்தன.

அவன் இன்று ரொம்பவும் இவளைப் போலவே 'டீக்காக' உடையணிந்து கொண்டு வந்திருந்தான். அடர்த்தியான ரோமத்திற்கு பொருத்தமான ஸ்டீல் ஃபிரேம் போட்ட ஃபிரவுன் கலர் கண்ணாடி அவனின் சதுர முகத்திற்கு பொருத்தமாக இருந்தது. அது அழகாகவும் இருந்தது. பூட்சுகளின் 'கிறீச்' ஒலியில் இவள் உள்ளம் கிளுகிளுப்படைந்தது.

கைத் தவறுதலினாலோ அல்லது வேண்டுமென்றோ ஒரே ஒரு காகிதத்துண்டு இவளையறியாமலேயே கீழே நழுவியதும் அப்போது வீசிக்கொண்டிருந்த காற்றால் அந்தக் காகிதத்துண்டு பறந்து வந்து அவன் முகத்தில் அடித்தது.

காகித அடியை அவனால் தாங்கிக் கொள்ள முடிந்தது. ஆனால் அப்போது அவன் உள்ளத்தில் ஏற்பட்ட வலியை அவனால் தாங்கிக் கொள்ள முடியவில்லை. மேலும் காகிதத்தைப் பறக்க விடாமல் கெட்டியாகப் பிடித்துக் கொண்டான் அவன். காகிதம் வெறுமையாய் இருந்தது. 'சாண்' அகலம் கூட இல்லாத வெறும் காகிதத் துண்டு. இவள் நின்றாள். தன்னிடமிருந்து தவறிப்போன அந்த காகிதத் துண்டை பெறுவதற்காக நின்றிருக்கலாம் அல்லது அதையே ஒரு சாக்காய் வைத்து அவனோடு பேசுவதற்காக நின்றிருக்கலாம். ஆனாலும் இவள் மனம் அடித்துக் கொண்டது என்ன பேசுவது எப்படி பேசுவது"

இவனுக்கு சிரிப்பு வந்தது. அந்தச் சிரிப்பே அவளுக்கு 'சாரி' சொல்வது போலிருந்தது "மேடம், பேப்பர்" குரல் அவனுடையது. நீண்டிருந்த கையில் பேப்பர். துண்டுக் காகிதத்தை வாங்குவதற்காக இவள் கையை நீட்டினாள். காகிதம் கை மாறிச் செல்லும் போது விரல்கள் உரசிக் கொண்டது இனிமையாயிருந்தது. 'சிலீர்' அப்படியான உணர்ச்சி அது. "நன்றி" என்றாள். இமைகள் படபடத்தன.

இவன் நன்றி சொன்னதற்காக அவன் சிரித்தான். முத்துக்கோத்தாற்போன்ற பல்வரிசை முன்கேசம் நெற்றியில் வழிந்து சுழித்துக் கொண்டிருந்தது. அழகாயிருந்தது. பிரிந்தார்கள். உள்ளங்கள் பிரியவில்லை.

இன்றைய இரவில் இவள் முழுதுமாகத் தூங்கவில்லை. தலையனையின் மென்மை சுகத்தில் இவள் கனவு கண்டு கொண்டிருந்தாள். இவள் மனத்திரையில் அவன் விளையாடிக் கொண்டிருந்தான்.

இன்று இவர்கள் சந்தித்துக் கொண்டபோது சிரித்துக் கொண்டார்கள். பழக்கப்பட்டுப் போனதில் பேசிக்கொள்ளக் கூடத் தோன்றிற்று. இவள்தான் பேசினாள். "எங்கே வேலை?"

"ஸ்டேட் பாங்கில்"

"அட்டெண்டர்?"

"நோ கேஷியர்"

"நேமை தெரிஞ்சிக்கலாமா?"

"தாராளமா சுரேஷ்"

சிரிப்பு. வளை குலுங்கியது. கால் கொலுசின் 'ஜல் ஜல்' லும் கூட

"நீங்கள் உங்களைப்பற்றி கொஞ்சம் சொல்லலாமா?"

"எஸ் எஸ் சொல்லலாம்"

"................."

"செயிண்ட் மேரியில் பி.ஏ எகனாமிக்ஸ்"

"இயர்?"

"தேடியர்"

"அடுத்து?"

"பாஸாயிட்டா எம்.ஏ"

"நீங்க பாஸ் தான்"

இருவரும் சிரித்தார்கள் கண்ணாடி கிளாஷ் உடைந்தது மாதிரியிருந்தது. இவர்கள் இருவரும் பேசிக்கொண்டிருந்ததை சிலர் திரும்பித் திரும்பி பார்த்துக்கொண்டு போய்க் கொண்டிருந்தார்கள். சிலர்தான் அதைக் கவனித்தும் கவனிக்காததைப் போல் தங்கள் பிரச்சினைகளையே குறிக்கோளாய்க்கொண்டு அதில் ஒன்றியவர்களாய் நடந்து கொண்டிருந்தனர்.

"அப்போ போயிட்டு வாங்கோ" இதைச் சொல்லும் போது அவன் முகத்தில் மகிழ்ச்சி ஏற்பட்டதை இவள் கவனிக்கத் தவறவில்லை. அவன் இவளுடன் பேசியது இவளுக்கு சந்தோஷத்தின் உச்சத்துக்கே கொண்டு போனது போலிருந்தது. இருவரும் பிரிந்தார்கள். தாங்கிக்கொள்ள முடியாத பிரிவாய் இருந்தது அது.

இன்று இவள் அவனைச் சந்தித்தபோது அவன் முகம் மகிழ்ச்சியோடு இருப்பதைக் கன்டாள். அவன் தான் வருகிற நேரம் அறிந்து வருவதைப் பார்த்ததும் 'இவருக்கும் என்னைப்

பார்ப்பதில் சந்தோஷமடைகின்றாரோ' என்று என்னத் தோன்றிற்று. அந்த இவளுடைய நினைப்பே அமுதமாக இனித்தது இவளுக்கு.

ஒருவருக்கொருவர் நன்றாய் பரிச்சயப்பட்டுப் போனதில், "ஹாய்" என்றாள் இவள்.

"ஹாய்..." கைகள் உயர்ந்தன. அதனூடே சிரிப்பும்

"இன்னிக்கி டிரெஸ் சேஞ்ச் ஏ ஒன்" அவன் சொன்னது இவளுக்கு தேனாய் இனித்தது. வெட்கம் கலந்த நாணப் பார்வையை வீசிக்கொண்டே, "உங்களுக்கு மட்டும் என்னவாம் 'ஜிதேந்திராவை' நினைவுபடுத்துகிறீர்களாக்கும்" என்றாள் இவள். "

"ஹோ... அப்படியா?"

"நீங்களும் கூடத்தான் ஹேமமாலினியை..."

சிரிப்புக்குப் பின் மௌனம். வினாடி வினாடியாக நேரம் வீணாகிக் கொண்டிருந்தது. இருவருக்குமே என்ன பேசுவதென்ற தடுமாற்றம். பின் அவன்தான் கேட்டான், "கூல்டிரிங் சாப்பிடலாமா?"

"பிஸ்கெட்?"

"ரெண்டும்"

"வரேன்"

அந்த சிறிய கேண்டீனுக்குள் போய் பிஸ்கெட்டும் கூல்டிரிங்ஸ்கும் சாப்பிட்டு விட்டு வந்தார்கள் சில்லரை அவன்தான் கொடுத்தான். அதை அவள் தடுக்கவில்லை.

"டார்லிங், இன்னிக்கி சபையருக்கு போகலாமா?" பர்ஸை பேண்ட் பாக்கெட்டினுள் செருகிக் கொண்டே கேட்டான் சுரேஷ்.

"உங்களோடா?"

"பின்னே? என்னோடதான்"

"அம்மா திட்டும்"

"என்னோட ஷோவுக்கு வர்றதாலயா?"

"அப்படி நான் சொன்னேனா?"

"அம்மா திட்டும்ன்னா?"

"அம்மா திட்டும்ன்னா... நான் தனியா போனாலும் திட்டும். அதைத்தான் நான் சொன்னேன். அவன் முகம் இப்போது கோபமோ அல்லது வருத்தமோ பெற்றிருக்கிறதா என்பதைக் கவனித்தாள் இவள். இரண்டுக்குமே ஆளாகாத அவன்முகம் தெளிவாக இருந்தது அவளுக்கு மகிழ்ச்சியாக இருந்தது. ஆனாலும் அவர் உள்ளாந்தரத்துக்குள் 'ஏமாற்றமுற்றிருப்பாரோ' என்ற கலக்கம் வந்ததும் அவனோடு சினிமாவிற்குப் போவதற்கு ஒத்துக் கொள்ளும்படியாய் நேர்ந்தது.

"உங்கள் பிரியத்தை தடுக்க மனசு வரலை சுரேஷ். வரேன்"

"மனம் ஒரு குரங்குங்கறது சரியாப் போச்சு"

சிரிப்பு கண்ணாடி டம்ளர் உடைந்ததுமாதிரி கலகலவென்று.

"மாலை சபையர் கேண்டீனில் சந்திக்கிறேன்"

பிரிந்தார்கள். மனசு நிர்மலமாயிருந்தது. அவனை சந்தித்ததிலிருந்து ஏற்பட்ட உறுத்தல்களெல்லாம் போயே போய்விட்டன. அவன் தன்னை விரும்புகின்றான் என்ற நினைப்பே இவளுக்குத் தேனாக இனித்தது. இன்றைய இரவில் கால்பகுதி சபையரில் கரைந்தது.

அமுதா சுரேஷிடம், "என் அம்மா உங்களைப் பார்க்க வேண்டுமென்று பிரியப்படுகிறார் வரமுடியுமா டார்லிங்?" என்று கேட்டாள்.

"அதற்கென்ன வந்து விட்டால் போச்சு. இப்படிப்பட்ட ஒரு சந்தோஷமான தருணம் கிட்டுமா என்றுதான் கவலைப்பட்டுக்கொண்டிருந்தேன் அதற்கு நீயே பச்சைக் கொடி காட்டிவிட்டாய் எப்போது போகலாம்?"

"இன்னிக்கே. இப்போதே என்னோட வாருங்கள் இருவருமாகப் போவோம்"

அமுதா வீட்டில் சுரேஷ்.

டைனிங் டேபிளில் பலகாரங்கள் வைக்கப்பட்டு அது காலியாகி விட்டிருப்பதற்கான அடையாளமாக தட்டுகளில் சிப்ஸ்களும் லட்டும் சிதறிக்கிடந்தது. அம்மாக்காரி அடிக்கடி

சுரேஷைப் பார்த்த விதத்திலிருந்து அவளுக்கு அவனைப் பிடித்திருக்கிறது என்பது தெரிந்தது. இப்போது மூவருக்கும் என்ன பேசுவதென்றே தெரியவில்லை. நீண்ட அமைதி அங்கே நிலவியிருந்தது. பின் அம்மாதான் மௌனத்தை உடைத்தெறிகிற மாதிரி பேசினாள்.

"சுரேஷ், ஏம் பெண்ணை நீங்க விரும்பறீங்களா?"

"அமுதா என்னை மறக்கமுடியும்னா கூட அமுதாவை விட்டு பிரிஞ்சி என்னாலே ஒரு நிமிஷம் கூட இருக்கமுடியாது மாமி" என்றான் சுரேஷ்.

"அப்படின்னா நீங்க எம்பெண்ணை கல்யாணம் செஞ்சி தான் ஆகணுமா?"

"ஆமாம் மாமி அதில் சந்தேகமே இல்லை"

"இப்போ எம் பெண்ணை உங்களுக்கு கல்யாணம் பண்ணிக் கொடுக்க என்னிடம் வசதி போதாதே?"

"கல்யாணத்தை சிம்பிலா நடத்திட்டாகூடப் போதும் மாமி"

"பெண்ணிற்கு வரதட்சணை ஏதும் கொடுக்க வேண்டாமா?"

மௌனம் சாதித்தான் சுரேஷ். அவனுக்கு என்ன சொல்வதென்றே தோன்றவில்லை. அம்மா சொன்னாள், "எம் பெண்ணிற்கு வரதட்சணை வேண்டாம்னா இப்பவேகூட எனக்கு நிச்சயதார்த்தம் நடத்திக்க சம்மதம் தான்" என்றவள் சற்று நிதானித்து, "மாப்பிள்ளை..." என்று கூப்பிட்டாள்.

"என்ன மாமி?"

"இதில் உங்களுக்கு சம்மதம் தானே?"

அவன் லேசாகச் சிரித்தான். மற்றபடி எதுவும் பேசவில்லை. நாற்காலியிலிருந்து எழப் போனவனைத் தடுத்து, "என்ன மாப்பிள்ளை அதுக்குள்ள எந்திரிச்சிட்டீங்க பால் குடிச்சிட்டுப் போகலாம்" என்றவள், அமுதாவைப் பார்த்து, "அமுதா, மாப்பிள்ளைக்கு பால் கொடுக்கலை?" என்று கேட்டாள்.

"இதோம்மா"

அமுதா அவனிடம் பால் தம்ளரை நீட்டும்போது நாணப் புன்னகைப் புரிந்தாள். "காதலின் பொன் வீதியில் மகிழ்ச்சியுடன் உலா வருவோம் டார்லிங்" என்றாள்.

"உன் அம்மாதான் இப்போ உலா வரப் போகின்றவள் அமுதா" என்று சொன்னவன்; பாலைக் குடித்து விட்டு எழுந்து போனான். அவன் செல்வதையே வேடிக்கைப் பார்த்துக் கொண்டிருந்தாள் அமுதா.

நீண்ட நாட்களுக்குப் பிறகு ஒரு மாலைப் பொழுது. சபையர் கேண்டீன்.

அமுதா அவனை நோக்கி வந்து கொண்டிருந்தாள்.

"ஹாய்..."

"ஹாய்"

சிரிப்பு. சிரிப்பு.

வழக்கமான பேச்சுக்கள் கண்களின் சுழிப்புகள், வளைகுலுங்கல்கள், கால் கொலுசின் ஜல்ஜல்.

"அமுதா..."

"டார்லிங்..."

"உள்ளே போவோமா?"

"ஓகே கணேஷ்"

ஆமாம் அவன் சுரேஷ் அல்ல 'கணேஷ்' அமுதாவின் புதிய காதலன்!

தனக்கு வரதட்சணை இல்லையென்று ஆனதும் மறுபடி சுரேஷ் அமுதாவை சந்திக்கவே இல்லை.

"ஆடை மாற்றுவதுபோல ஒரு பெண் ஆண்களை மாற்றுவது நியாயமா? என்று கேட்கத்தோன்றுகிறது அல்லவா? யாரும் அப்படிக் கேட்டு விடாதீர்கள் நீங்கள் அதைக் கேட்கப் போக பதிலுக்கு அவள்.

"வரதட்சணை கிடைக்காது என்று தெரிந்ததும் ஒரு கோழை ஓடி ஒளிந்து கொள்வது நியாயம் என்றால் ஆண்மையுள்ள வேறு ஒருவனை ஒரு பெண் தேடுவது மட்டும் எப்படி நியாயமில்லாமல் போகும்? என்று திருப்பிக் கேட்டாளானால்...

முகத்தை எங்கே சார் வைத்துக்கொள்வது?

●

பந்தி

● ● ●

அப்பா கிணற்றடியில் குளித்துக் கொண்டிருந்தார். சோப்பு மற்றும் வாசனாதி திரவியங்களையெல்லாம் எடுத்துக்கொண்டு குளியல் போடுகிற ஆசாமியல்ல அவர். இரண்டு மூன்று வாளித் தண்ணீரிலேயே குளியலை முடித்து விடுவார். உடம்பிலுள்ள அழுக்கைப் போக்குவதற்கு அவர் கைவிரல்களில் வளர்த்து வைத்திருக்கிற நகங்களே போதுமானதாயிருக்கும். வரட்டு வரட்டென்று மேலுக்கும் கைகால்களுக்கும் ரெண்டு இழுப்பு இழுத்தாரானால் படர்ந்திருக்கிற அழுக்கு முழுவதும் படல் படலாய் உருட்டிக்கொண்டு வந்துவிடும். அதற்குமேல் ஒரு வாளித் தண்ணீரை மேலுக்கு ஊற்றியதுமே அழுக்கு முழுவதும் போய் விட்டதாக நினைப்பு வந்துவிடும். ஈரத்துண்டைப் பிழிந்து தலை உடம்பென்று துவட்டி முடிந்ததும் அந்தத் துண்டை வாளி நீரில் போட்டு ரெண்டு அலசு அலசிப் பிழிந்து கொடியில் உலரப் போட்டுவிட்டால் குளியல் பூரணத்துவம் பெற்று விடும்.

வீட்டுக்குள் வந்து வேறு வேஷ்டியைக் கட்டிக்கொன்டு சுவாமி படத்திற்கும் முன்னால் போய் மாடப்பிறையில் வைத்திருக்கிற திருநீறு மடலிலிருந்து கொஞ்சம் போல் திருநீறை எடுத்து உள்ளங்கையில் வைத்து கொஞ்சம் போல் நீர்விட்டு குழைத்து முடித்ததும் பட்டை போடும் படலம் ஆரம்பமாகி விடும். நெற்றி, நெஞ்சு கைகள் என்று மூவிரல்களால் பட்டைக் கோடுகள் போட்டு முடிந்ததும் திருநீறு இட்டுக் கொண்டது தெரியாமல் தானிருக்கும். அது நேரம் ஆக ஆக உலர்ந்து வெண்மைக் கோலமாகிவிடும். அப்படித்தான் இப்போதும் இருந்து கொண்டிருந்தார். காமாட்சி விளக்கில் எண்ணெயிட்டு

சி.எம்.முத்து

திரிபோட்டு தீபம் ஏற்றி முடிந்ததும் சுவாமி படங்களைப் பார்த்து இரண்டு கைகளையும் கூப்பிக்கொண்டு பகவானே தாயாரே! உலகத்தை நல்லபடியாய் வையப்பா'வென்று உதடுகளில் முணு முணுத்தபடி கும்பிடுவதை முடித்துக் கொண்டார். அவர் எப்போதும் எங்கேயிருந்து ஸ்வாமியை தரிசனம் செய்துகொள்ளும் போதெல்லாம், உலகம் செழிக்க வேண்டும் என்றுதான் பிரார்த்தனை செய்து கொள்வார். தனக்காகவோ தன் குடும்பத்தார்களுக்காகவோ அவர் ஒரு நாளும் பிரார்த்தனை செய்து கொண்டதாக சரித்திரமே இல்லை. அவர் கமலாம்பாளை திருமணம் செய்து கொண்டபின் மாமனார் கந்தசாமி வீச்சாத்தேவரிடமிருந்து பெற்றுக் கொண்ட பழக்கம் இது. "மாப்ள, நாம எப்போது சாமி கும்பிட்டாலும் ஒலகம் நல்லாருக்கணும்னு தான் கும்புட்டுக்கணும், ஒலகம் நல்லாருந்தாதான் நாமளும் நல்லாருக்க முடியும்" என்பார். கமலாம்பாளை திருமணம் செய்து கொண்டு வந்து நாற்பது வருஷங்களுக்கு மேல் கடந்துவிட்டது. அவரும் ஐந்தாறு பிள்ளை குட்டிகளையும் பெற்றுக்கொண்டு விட்டார். இவ்வளவு காலங்களாக அவர் பிரார்த்தனை முழுவதும் உலக நன்மையை உத்தேசித்துதான் இருக்கும்.

"பாப்பா கால ஆகாரம் என்னா இருக்கு?" அப்பா கேட்டார்.

"பளையதுதான்" என்றார் அம்மா.

அதுதான் இருக்குமென்று அவருக்கும் தெரியும். கார்த்திகை, அமாவாசை, சனிக்கிழமை இப்படி விரத நாட்களில் மட்டும்தான் பாப்பா என்கிற கமலாம்பாள் தோசைக்கென்று மாவாட்டி வைத்துக் கொள்வார். மற்ற நாட்களிலெல்லாம் பழையது மட்டும்தான் அவருக்கு காலை உணவு.

கும்பா நிறைய பழையதைப் போட்டுக்கொண்டு கூடத்தில் வைத்தார் அம்மா. தொடுகறியாக இரவு சுண்டவைத்தக் குழம்பும் கொஞ்சம் போல் மாங்காய் ஊறுகாயும் பக்கத்தில் இருந்தது. அவர் சாப்பிடத் தொடங்கிய போதுதான் கீழ்திசையிலிருந்து பாட்டு சப்தம் வந்து கொண்டிருந்தது.

"ஏரிக்கரையின் மேலே

போறவளே பொன்மயிலே..."

சாம்பசிவ தஞ்சிராயர் வீட்டிலிருந்துதான் அந்த பாட்டுச் சப்தம் வந்து கொண்டிருக்கிறது. நேற்று சாயந்திரத்திலிருந்தே அந்த பாட்டுச் சப்தம் ஆளை தூங்க விடாமல் தான் பண்ணிக் கொண்டிருக்கிறது. நித்தமும் கேட்கிற பாட்டுச் சப்தமில்லை. வீட்டில் ஏதாவது விசேஷமென்றால் ரேடியோ செட்டுக்காரர்களை அழைத்துக்கொண்டு வந்து பாட்டுக்கள் போட்டுக் கொண்டிருப்பார்கள். அந்த பாட்டுக்கள் ஒரு சில சமயங்களில் ஆனந்தமாக இருக்கும். சில சமயங்களில் நிறுத்திவிட மாட்டார்களா என்று எரிச்சலாக இருக்கும். இதற்காகவெல்லாம் என்ன செய்துவிடமுடியும்? எல்லாவற்றோடும் தானே மனித வாழ்க்கை இயங்கிக் கொண்டிருக்கிறது?

பழைய சோறு சுண்டக்குழம்பிற்கும் ஊறுகாய்க்கும் ஏக பொருத்தமாய் இருந்தது. சற்றைக்கெல்லாம் கும்பா சோறும் வயிற்றுக்குள் தஞ்சமாகிவிடும் அம்மா வைத்திருக்கிற தொடுகறிக்கு கும்பாச் சோறல்லாம் எம்மாத்திரம்? அம்மாவின் கைமணம் அப்படி அவர் சாதாரணமாக மொச்சக்கொட்டையை வறுத்துப் போட்டு ஒரு புளிக்குழம்பு வைத்து விட்டால் கூட தேவாமிர்தமாயிருக்கும். மறு சோற்றுக்கு ரசத்தையோ தயிரையோ மனம் தேடவே தேடாதே, "கொழம்பு தேன் மாதிரியிருக்கு பாப்பா அதையே போடு" என்பார் அப்பா.

சமையல் கலையைப் பற்றி கமலாம்பாளின் தாயார் அவர் வயசுக்கு வந்து வீட்டிலிருக்கிற காலத்திலேயே அடுக்கடுக்காய் சொல்லிக் கொடுத்திருக்கிறார். சாம்பார் புளிக்குழம்பு, வத்தல் குழம்பு, வடைகுழம்பு, மீன்குழம்பு, கறிக்குழம்பு கருவாட்டுக்குழம்பு இவைகளோடு கூட்டுக் கறிகளெல்லாம் எப்படி எப்படி செய்ய வேண்டும் என்கிற பக்குவத்தையெல்லாம் பாடமாய் படித்து வைத்து விட்டார். தாயார் அந்தக் காலத்தில் சொல்லிவைத்த பக்குவமெல்லாம் அம்மாவின் மனதில் அப்படியே பதிந்து போய்விட்டதால் அவர் எது செய்தாலும் மணக்கும். இன்னும் கொஞ்சம் வைக்கமாட்டார்களா வென்று மனசை ஏங்க வைக்கும். அம்மாவின் தாயார் சமையல் பக்குவம் எப்படி இருக்க வேண்டும் என்பதில் வித்தகர் என்றால் சமைத்த உணவை எப்படி பரிமாற வேண்டும் என்பதில் பலே கில்லாடி. அம்மாவிடம் அப்பா, பூவைக்க வேண்டிய இடத்தில் பூவையும் செருப்பை வைக்கவேண்டிய இடத்தில் செருப்பையும் வைக்க

வேண்டுமென்று இலக்கணம் பேசுவார். வைக்க வேண்டிய கூட்டுக்கறியை மாற்றி வைத்து விட்டால் வைத்தவருக்கு கட்டாயமாக ஒரு அடி கிடைத்துவிடும் எதைச் செய்தாலும் திருத்தமாய்ச் செய்யவேண்டும் முறையாகச் செய்ய வேண்டும் என்பது அவரது கொள்கையாக இருக்கும். மனிதர்களுக்கு ஆடத்தெரியவில்லை பாடத்தெரியவில்லை ஓடத் தெரியவில்லை நடக்கத் தெரியவில்லை சாப்பிடக் கூடத் தெரியவில்லையென்று ஓயாமல் சொல்லிக் கொண்டேயிருப்பார். இப்படி எல்லாவிதமான காரியங்களிலும் ஒரு ஒழுங்கு இருக்க வேண்டும் கட்டு சட்டு இருக்க வேண்டும். எல்லாவற்றுக்கும் மேலாய் நிதானம் இருக்க வேண்டும் என்பார். பதார்த்தங்களை வாடிக்கிறபோது முக்கியமாய் பொறுமை இருக்க வேண்டும் அவசரம் இருக்கக் கூடாது என்பார். பரிமாறப்பட்ட சாப்பாட்டு இலையைப் பார்க்கும்போது ஒரு ஓவியத்தைப் பார்க்கிறபோது ஏற்படுகிற சந்தோஷம் போல் இருக்க வேண்டும் என்பார் அப்பா. அப்பேர்பட்டவரின் மருமகனாயிற்றே ஒழுங்கையெல்லாம் கற்றுக்கொள்வதில் சோடைபோய் விடுவாரா என்ன?

தெருவாசல் பக்கமிருந்து ஏதோ வாசம் வந்தது. புத்தாடையின் வாசம்தான் அது. அவற்றோடு கொஞ்சம்போல் சந்தனமும் மணத்தது. சாப்பிட்டுக் கொண்டிருந்த அப்பா மென்ற சோற்றை விழுங்கியவாறே தெரு வாசலைப் பார்த்தார். சாம்பசிவ தஞ் சிராயர்தான் வீட்டுக்குள் வந்து கொண்டிருந்தார். புத்தாடையில் என்றைக்குமில்லாத ஒரு பொலிவு அவரிடம் தோன்றியிருந்தது.

வந்தவர் அதிர்ச்சியாக அப்பாவைப் பார்த்துவிட்டு, "ஒசந்தானா... என்னண்ணா பளையது சாப்புட்டு கிட்டிருக்கியோ... அங்க பண்ணி வச்சிருக்குறதை யெல்லாம் ஆரு சாப்புடறதுன்னு நெனச்சிகிட்டு இஞ்ச சாப்புட்டுகிட்டு குந்திருக்கியோ கைய களுவிபுட்டு எந்திரிச்சி வாங்கண்ணா... பந்தலுல ஒங்க தலைய காணாமதான் தவிச்சிப்போயி ஓடியாந்தன்" என்றார் தஞ்சிராயர்.

"காலையிலயே அங்க வரணும்னுட்டுதான் குளிச்சன். தம்பி குளிச்சதுமே பசிச்சாப்புல இருந்துச்சி பளையதப் போடு தின்னுட்டு போறன்னு பாப்பாகிட்ட சொல்லிகிட்டிருந்தன். அதுவும் போட்டாந்து வச்சிச்சி ரெண்டு வாயி அள்ளிப்போடல.

நீங்க வந்துட்டியோ அங்க வரணும்னு எனக்குத் தெரியாது. அப்புடியா மழுங்கத்தனமாவா இருப்பன்?

“அது அப்புடி இல்லண்ணா கண்ணாலத்துல எதெத எப்புடி... எப்புடி செய்யணும்னு ஒங்களுக்குத்தான தெரியும்; எனக்கென்னாத் தெரியும். நம்ப ஊருக்குள்ளதான் அப்புடியெல்லாம் செய்யணும் கொள்ளணும்னு ஆருக்காவது தெரியுமா? பந்தலுல ஒங்கத் தலைய காணாம... எனக்கு கையும் ஓடல காலும் ஓடல கைய கால முறிச்சிகிட்டு ஓடியாரன்னா பாத்துக்கங்களன்... நா இப்பதான் இருந்துருந்து ஏ பொண்ணு கண்ணாலத்த வச்சன். நீங்க என்னடான்னா இந்த சாப்பாட்ட அங்க வந்து சாப்புடாம இஞ்சி சாப்புட்டுகிட்டு குந்திருக்கியோ...

“சரி சரி... ரொம்பப் பேசாத கைய களுவிபுட்டு பொறத்தாலயே வாரன். நீ போயி முன்னால பாக்க வேண்டியத பாத்துகிட்டிரு... காலப் பந்தி ஆச்சாடா தம்பி?”

“நீங்க வராம எப்புடி ஆவும்ண்ணா...? நீங்க வந்துதான அதையெல்லாம் ஒளுங்கு பண்ணி குடுக்கணும்”

“நீ போடாத் தம்பி பொறத்தாலயே வர்றன்” என்று சொல்லிவிட்டு சாப்பிடுவதை நிறுத்திக்கொண்டு முற்றத்தில் இறங்கி கையைக் கழுவினார். கும்பாவினுள் பாதிக்குமேல் பழையது தங்கிப்போயிருந்தது. அதை அம்மா சாப்பிடுவார் இல்லாது போனால் கழுநீர் தொட்டிக்குப் போகும். எது எப்படியிருந்தாலும் பழையது வீணாயிப் போகாது.

தஞ்சிராயர் வந்த பாய்ச்சலிலேயே கிளம்பிப் போய்விட்டார். இவர் குளித்துவிட்டு கட்டும்போதே கல்யாணத்திற்கு போக வேண்டுமென்று நல்ல வேஷ்டியாய்த்தான் எடுத்து கட்டிக் கொண்டிருந்தார். தற்போது வேஷ்டி பிரச்சினை இல்லை. கொண்டையை அவிழ்த்து மயிற்றை கைவிரல்களுக்குள் விட்டு ஒரு அலசு அலசி மறுபடியும் கொண்டை போட்டு முடிந்து விட்டு கொண்டை அவிழ்ந்து விடாமல் இருப்பதற்காக கொண்டை ஊசியையும் சொருகிக் கொண்டார். மறந்து விடாமல் மொய் செய்ய வேண்டிய பணத்தை எடுத்து மடியில் வைத்தார். தோளின் மேல் போட்டுக் கொள்ள கொடியில் நல்ல துண்டு ஒன்றும் காணாததால் டிரங் பெட்டியைத்

திறந்தார். பெட்டியைத் திறக்கும்போதே அந்துருண்டை வாசனை மூக்கில் ஏறியது. பட்டைக்கறை போட்ட துண்டை எடுத்து நீளமாய் மடித்த வாக்கிலேயே தோளில் கிடத்தினார். உள்ளூர் விசேஷங்களுக்கெல்லாம் அவர் மேற்சட்டை போட்டுக் கொள்வதில்லை. மேற்சட்டை போடாமலேயே அவர் அழகாய் தானிருப்பார்.

"பாப்பா... பாப்பா..." என்று அம்மாவைக் கூப்பிட்டார் அப்பா.

"ஏ... ஏ..." என்று கேட்டுக் கொண்டே வந்தார் அம்மா.

"நீ கண்ணாலத்துக்கு வரலியா?"

"நீங்கதான் போறியள... நானுமா அங்க வரணும்?"

"உள்ளூரு கண்ணாலம்.. மூஞ்ச காமிச்சிட்டு வரதில்லையா.. நாளை மித்துனா நீ வரலன்னு ஏங்கிட்ட கோச்சுக்க மாட்டாவ்வோளா?"

"காலையிலருந்தே வூட்டு வேல பாக்குறதுக்குதான் பொளுது சரியாருந்துச்சி இன்னம குளிக்கணும் கொள்ளணும்"

"குளிக்காமயா வரமுடியும்... குளிச்சிட்டு பொடவைய சுத்திகிட்டு வந்து சேரு" என்று சொல்லிவிட்டு கமலாம்பாளின் பதிலைக் கூட எதிர்பார்க்காதபடி பத்தாயத்திற்கும் அடியில் கிடந்த செருப்பை மாட்டிக்கொண்டு கிளம்பி விட்டார்.

தெருவில் தெப்பல் தெப்பலாய் கல்யாணத்திற்கு செல்வோர் ஆண்களும், பெண்களும் குழந்தைகளுமாய் கல்யாண வீட்டை நோக்கி போய்க்கொண்டிருந்தார்கள். காரிலிருந்து இறங்கி வருகிறவர்கள் பக்கத்து ஊர்களிலிருந்து நடந்தே வருகிறவர்கள் என்று நிறைய பேர்கள் வந்து கொண்டிருந்தார்கள். தஞ்சிராயர் வீட்டு முதல் கல்யாணம் இது. கூட்டம் நிறையாத்தான் இருக்கும்.

கல்யாண வீட்டிலிருந்து இன்னமும் பாட்டு சப்தம் தான் வந்து கொண்டிருந்தது. மேளச் சப்தம் கேட்காதது அவருக்கு சற்று வருத்தமாகத்தான் இருந்தது. மாப்பிள்ளை பெண் சீக்கா களிக்கும் நேரம் வரப்போகிறது. இன்னமும் மேளச் சப்தம் கேட்காமல் இருந்தால் எப்படி?

தஞ்சிராயர் வீட்டின் முன்னால் தெருவடைத்து பந்தல் போட்டு வாழைமரமும் கட்டியிருந்தார். வண்ணார் துணி காகித்

தோரணங்களெல்லாம் கட்டி பந்தல் அமர்க்களமாயிருந்தது. பந்தலிலேயே மணவறையும் ஜோடித்திருந்தார்கள். மணவறைக்கும் முன்னால் அரசாணி பானைகளெல்லாம் வைத்து அம்மியும் வைத்திருந்தார்கள். ஐயருக்கு வேண்டிய சாமான்களும் தயாராய் வைக்கப்பட்டிருந்தது. மேளக்காரர்கள் பந்தலிலேயே ஜமுக்காலம் விரித்து ஒரு ஓரமாய் உட்கார்ந்திருந்தார்கள். தவிலடிப்பார் இன்னமும் மேளத்தை மூடாக்கிலிருந்து அவிழ்த்து வைக்காமல் கூட ஏதோ நினைப்பில் அமத்தாக உட்கார்ந்து கொண்டிருந்தார். நாயனக்காரர் அப்போது தான் நாதஸ்வரத்தை டோக்கிலிருந்து உருவி வெளியில் எடுத்துக்கொண்டிருந்தார்.

அப்பாவைப் பார்த்ததும் கல்யாணத்திற்கு வந்திருந்தவர்கள் பெரிய பெரிய கும்பிடுகளைப் போட்டு விட்டு, “நல்லாருக்கியளாய்யா? என்று கேட்கவும் செய்தார்கள். ஊருக்குள் யார்வீட்டு விசேஷம் என்றாலும் அப்பாதான் முன்னாடி ஆளாய் வந்து எல்லாவித வேலைகளைப் பற்றியும் எப்படி செய்ய வேண்டுமென்பதை விளக்கம் கொடுத்துக் கொண்டிருப்பார். கல்யாணத்திற்கு வந்திருக்கிறவர்களுக்கு தேவைக்காரர் இவரா வேறொருத்தரா என்று சந்தேகம் தோன்றும். அப்படி தன் வீட்டு தேவை மாதிரி எல்லா வேலைகளையும் இழுத்துப் போட்டுக்கொண்டு பார்த்துக் கொண்டிருப்பார். வந்திருப்பவர்கள் அது சரியில்லை. இது சரியில்லையென்று ஒரு பேச்சுபேசி விட முடியாது. அப்படி எல்லா காரியங்களையும் ஒழுங்காகவும் கச்சிதமாகவும் பார்ப்பார்.

இப்போது கூட அவர், “ஆர்ரா ரேடியா செட்டுக்காரன், பொண்ணு மாப்ளை சீக்கா களிக்கப்போவுது இன்னுமா பாட்டப் போட்டுகிட்டிருக்க மொதல்ல அத நிறுத்துடா” என்று வேகமாய் கடிந்து கொண்டவர், மேளக்காரர்கள் பக்கம் வந்து, “ஆருய்யா மோளக்காரவுங்க... வந்ததுமே தூங்க ஆரம்பிச்சிட்டியளா மோளத்த எடுத்து தட்டுய்யா இப்பத்தான் தட்டுவமா வாணாமான்னு அமத்தலா குந்திருக்கியோ” என்று மேளக்காரர்களை சப்தம் போட்டுவிட்டு “சாம்பசெவம், மணி என்னாச்சி... அங்குட்டும் இங்குட்டும் ஓடிகிட்டிருந்தா சரியாப் போச்சா... ஐயிர கூப்புட்டுவுட்டு பொண்ணு மாப்ள சீக்கா களிக்கிற வேலையப் பாக்கச்சொல்லு சீக்கிரம் ஆவட்டும்ய்யா”

என்று தஞ்சிராயரிடம் சப்தம் போட்டு விட்டு மளமளவென்று சமையல் கட்டுப் பக்கம் ஓடினார். பந்தியில் வைக்க வேண்டிய பதார்த்தங்களெல்லாம் போதுமான அளவுக்கு இருக்கிறதா வென்று மேலோட்டமாய் ஒரு கண்ணோட்டம் போட்டு விட்டு சாப்பாட்டு கொட்டகைக்கு வந்தார். அப்போது தான் இரண்டு மூன்று பேர் பந்திக்கி போட வேண்டிய இலையை துரித கதியில் போட்டுக் கொண்டிருந்தார்கள். இவர் போன சூட்டிலேயே, “ஆர்ரா அவன் எல போடுறது... தாயிளி எல போடத் தெரிஞ்சா போடணும். இல்லாட்டி தெரிஞ்சவன போடச் சொல்லிபுட்டு எட்டிப் போயிரணும்... ஏட்டெலையா போடுற எடம் வலம் பாக்காமப் போடுறதுக்கு... போடுறது நுனி எல எடம் வலம் பாத்து போட வாணாம்... போட்ட எலையை எல்லாம் எடுத்து நுனிய வலப்பக்கம் வச்சி போடுடா” என்று ஓங்கி சப்தம் போட்டார்.

இலை போட்ட ஆள் வெலவெலத்துப் போனான். தான் நுனி இலையை தவறாகப் போடுகிறோம் என்று அப்போதுதான் அவனுக்குத் தெரிந்தது. அதோடு அந்த ஆளுக்குச் சின்னக் குழப்பம் வேறு. வலப்பக்கம் எது என்பதுதான் குழப்பமே. அப்பாவின் மீது யாரும் அவ்வளவுலேசில் கோபப்பட்டு விட முடியாது. கோபித்துக் கொண்டால் நாலு பேர் இருக்கிறார்கள் என்றெல்லாம் பார்க்கவே மாட்டார் அடிகொடுத்து விடுவார். அவ்வளவு கோபமான ஆள் அப்பா. அப்பாவின் கோபத்திற்கு பலியாகிவிடக் கூடாது என்று பயந்துபோன அந்த ஆள் கேட்டான்.. கத்தாதீங்கய்யா தெரியாமப் போட்டுட்டன் வலது பக்கம்ன்னா எந்தப்பக்கம்யா?

“வலப்பக்கம் எடப்பக்கம் தெரியாமலயாடா, ரெண்டு புள்ளைய பெத்து தொலச்ச... நீ சொல்றது பெரிய கங்காச்சியால்ல இருக்கு... வலப்பக்கம்ன்னா சோத்தாங் கையிடா எடப்பக்கம்ன்னா பீச்சக் கையி நுனிய சோத்துக்கையி பக்கம் வச்சி போட்டுகிட்டு போடா “என்றதும்,

சரிய்யா... என்று சொல்லிவிட்டு அவன் அவர் சொன்னமாதிரி இலையை போட்டுக் கொண்டே போனான். அடுத்ததாக ஒருவனிடம், “நீ போட்டுருக்குற எலைக்கெல்லாம் தண்ணிய தெளிச்சிகிட்டே போடா” என்றார்.

அவன் சொம்பிலிருந்த நீரை கொஞ்சம்போல் கையில் எடுத்துத் தெளித்தது மாதிரி பாவலா பண்ணிக்கொண்டே போனான். அரைச்சொம்பு நீரில் பந்தி எலைக்கே தெளித்து விட்டான் என்றால் பார்த்துக் கொள்ளுங்கள்.

“அடுத்து ஆருடா பொங்கல் வாளி வச்சிருக்குறவன்”

“நாந்தான் பெரிய்யா” என்று சொல்லிக் கொண்டே பொங்கல் வாளியுடன் அவர் முன் தோன்றினான் ஒருவன்.

“நீயாடா... சரிசரி பொங்கல் ஒரு கரண்டிக்கி மேல எலையில வைக்கப்புடாது சாப்புடுறவுங்க வேணுமுன்னு கேட்டா வச்சுக்கலாம்” என்று அவனிடம் சொல்லி விட்டு, அடுத்து ஆர்ரா இட்டிலி வைக்கப் போறது.” என்று கேட்டார்.

“நாந்தான் மாமா”

“எலையில ரெண்டு ரெண்டு இட்டிலியா வச்சிகிட்டு போடா கேட்டா மேக்கொண்டு வச்சுக்கலாம் எலையில் வக்கிறது எதுவும் வீணா போயிரக்கூடாது அதுக்குதான் இம்புட்டு பாடமும் படிச்சிகிட்டிருக்கன்” என்றார் அப்பா.

காலைப் பந்தி முடிந்த கையோடு கல்யாண வேலைகளைப் போய் கவனிக்கத் தொடங்கி விட்டார்.

சாம்பசிவ தஞ்சிராயருக்கு அப்பா முன்னின்று காரியங்களை பார்த்துக் கொண்டிருப்பது பரம சந்தோஷமாயிருந்தது. தனக்கு பொறுப்பு விட்டதுபோல் மணவறையின் பக்கம் நின்று பெண்ணுக்கும் மாப்பிள்ளைக்குமாகச் செய்ய வேண்டிய சடங்குகளைச் செய்துகொண்டிருந்தார். அவர் சற்று நிம்மதியாக மூச்சு விட்டுக் கொண்டார் என்றுதான் சொல்ல வேண்டும்.

ஆனால் அப்பாவோ இனிமேல்தான் தனக்கு அதிக பொறுப்பே என்று நினைத்துக் கொண்டிருந்தார். ‘ஊராவூட்டு எளவுக்கு பாயப்போட்டு அழுவுறாண்டா’ என்பார்கள். இவர் பஞ்சணையே போட்டுக்கொண்டு அழுவார். ஊருக்குள் கல்யாணம் என்றுதான் இல்லை எந்தக் காரியம் நடந்தாலும் அப்பாதான் முன்னுக்கு நிற்பார். எதிராளி சண்டைக்காரராகவே இருந்தாலும் கூட நல்லது கெட்டதுகளை விட்டுக் கொடுக்கவே மாட்டார். அதற்காகவெல்லாம் களைத்துக் கொள்வதோ சலித்துப்

போவதோ கிடையாது. பொங்கல் வைப்பதற்கு மணி பார்த்து சொல்வது சாப்பிடுவதற்கு மணிபார்த்து சொல்வது பொன்னேர் கட்ட நாள் பார்த்து சொல்வது, நல்லக்காரியம் நடத்துவதற்கு நாளும் நேரமும் குறித்து சொல்வது, ஆடிப்பெருக்குக்கு பெண்களை நேரம் பார்த்து காலா காலத்தில் ஆற்றுக்கு ஸ்வாமி கும்பிட அனுப்பிவைப்பது, செத்தப் பிணத்தை போட்டு வைக்காமல் இடுகாட்டுக்கு அனுப்புவது. வருஷப்பிறப்பு வரப் போகிற தென்றால் இரண்டு நாட்களுக்கு முன்னதாகவே பாம்புப் படம் 'போட்ட பஞ்சாங்கத்தை வீட்டுக்கு வாங்கிக்கொண்டு சேர்ப்பது இப்படி அறுபது வருட பஞ்சாங்கத்தையும் அணுகுலையாமல் வீட்டில் சேர்த்து வைத்திருப்பதெல்லாம் அவருக்காக மட்டும் தானா என்றால் அதுதான் இல்லை. ஊராரின் சௌகரியங்களுக்காகவும் தான் அவர் சேர்த்துக் கொண்டிருப்பார்.

கல்யாணப் பந்தலில் கெட்டி மேளம் முழங்க தாலிகட்டும் வைபவம் முடிந்து போய்விட்ட அடுத்த ஷணமே சாப்பாட்டுக் கொட்டகைப் பக்கம் நடக்கத் தொடங்கி விட்டார் அப்பா.

பந்தியில் இலைகள் போடப்பட்டிருந்தது. பந்தி வாடிக்க வந்திருந்த அவ்வளவு பேருமே உள்ளூர் பையன்கள்தான். வகைக்கு ஒரு பையன் என்று கணக்குப் போட்டு பையன்களை கொண்டு வந்தது நிறுத்தியிருந்தார் அப்பா.

சாதம், சாம்பார், ரசம், மோர், வடை, அப்பளம், பாயாசம் என்பதோடு கூட்டுக் கறிகளாக எத்தனை வகை செய்யப்பட்டிருக்கிறது அவை என்னன்ன காய்கறிகள் என்பதையும் கண்டு கொண்டார். இதெல்லாம் இப்போது பிரச்சினை இல்லை. அத்தனை கூட்டுகளும் ஒன்று இரண்டு மூன்று என்று வைத்துக்கொண்டு வரும்போது முதல் இடத்தில் எந்தக் காயின் கூட்டு இருக்க வேண்டும் இரண்டு மூன்று நான்கு என்ற இடங்களில் எந்தெந்த காய்கறிகளின் கூட்டுகள் இருக்க வேண்டும்; என்பதில்தான் அப்பா தெளிவாய் இருப்பார். சாப்பிடுபவர்கள் எதை முதலில் விரும்பி சாப்பிடுவார்களோ அந்தக் காயின் கூட்டுதான் முதல் இடத்தில் இடம் பெற வேண்டும். அப்படி சாப்பிடுபவர்களின் எண்ண ஓட்டத்தை

வெகு துல்லியமாய் தெரிந்து கொண்டு வைத்திருப்பார் அப்பா. கடைசி இடத்தில் தயிர் பச்சடியும் ஊறுகாயும் இடம்பெற வேண்டும். அப்பா சொல்கிற கணக்கில் பரிமாறப்பட்டால் அந்த சாப்பாடு பரிமாறப்பட்டிருக்கும் போதே ஒரு ஓவியம் போல் இருக்கும். சாப்பிடுபவர்களும் எதையும் மீதம் வைத்து விட்டுப் போக மாட்டார்கள். கூட்டு வாளியை வைத்திருக்கிற பையன் அவன் எந்த காய்கறியை வைத்திருக்கிறான் என்பதை நோட்டம் பார்த்துக்கொண்டு அவர்களையும் ஒன்று, இரண்டு, மூன்று என்று வரிசைக் கிரமமாக நிறுத்தி வைத்து விடுவார். முதல் ஆள் முதல் கூட்டை வைக்க ஆரம்பிப்பான். அவன் அப்படி வைத்துக் கொன்டு பந்தியில் பாதி தூரத்தைக் கடந்தபின் தான் இரண்டாம் கூட்டு வைக்கிறவனை அனுப்புவார். இப்படி வைப்பது கூட்டுகளின் வரிசை மாறி விடக் கூடாது என்பதற்காகத்தான். கூட்டுகள் ஒழுங்காக வைக்கப்பட்டு விட்டால் சாதம் வைப்பது சாம்பார் ஊற்றுவது என்பதெல்லாம் முறையாக நடந்து விடும் என்பதுதான் அப்பாவின் திட்டம். இம்முறையில் குறைவாக வைத்து நிறைவாக சாப்பிட முடியும். வீணாப் போவதற்கு இடமே இருக்காது. குறைகள் சொல்வதற்கும் வழிகள் இல்லாமல் போய்விடும்.

பந்திகளையெல்லாம் முடித்துக்கொண்ட பின்னால்தான் அப்பா சாப்பாட்டுக் கொட்டகையை விட்டு வெளியே வந்தார். பந்தலில் கூட்டம் குறைவாகத்தான் இருந்தது. நிகழ்வுக்கு வந்தவர்கள் சாப்பிட்டுவிட்டு மொய் எழுதி விட்டுப் போய் விட்டார்கள் போல. ஐயர், மேளக்காரர், ரேடியோ செட்டுக்காரர் போன்றவர்களுக்கெல்லாம் அப்பாதான் கணக்கு தீர்த்து அனுப்பி வைத்தார்.

இப்போதுதான் சாம்பசிவ தஞ்சிராயர் பெண்ணின் திருமணம் நல்லபடியாய் முடிந்துவிட்ட நிம்மதியோடு அப்பாவைப் பார்த்தார். “எம்புட்டு, வேல எங்க அண்ணனுக்கு” என்றவர், “சாப்புட்டீங்களாண்ணா?” என்று கரிசனமாகக் கேட்டார்.

“அதெல்லாம் ஆயிருச்சி தம்பி... நீ போயி பொண்ணு மாப்பளையப் பாரு பால் பழம் சாப்புட்டுட்டு நல்ல நேரத்துல அவ்வொள மாப்புள வூட்டுக்கு அனுப்பி வுடணுமுல்ல...”

"சரியண்ணா நா போயி பாக்குறன்" தஞ்சிராயர் போய்விட்டார், மொய் எழுதுபவர்கள் அப்போதுதான் கணக்குகளைச் சரிபார்த்துக் கொண்டிருந்தனர். அப்பா மடியில் வைத்திருந்த பணத்தை அவர்களிடம் கொடுத்து பெயரை எழுதச் சொல்லி விட்டு, மெல்ல வீட்டுக்கு நடக்க ஆரம்பித்தார். காலையில் சாப்பிட்ட அரைகுறை சாப்பாட்டால் அவருக்கு ஏகமாய் பசி எடுக்க ஆரம்பித்து விட்டது.

வீட்டுக்குள் சென்றதும், "பாப்பா, என்ன சாப்பாடு என்னா கொளம்பு எதாருந்தாலும் போட்டாந்து வையி ரொம்பதான் பசி கண்டு போயிருச்சி" என்று சொல்லிக்கொண்டே கைகால்கள் அலம்புவதற்காக முற்றத்தில் இறங்கினார்.

ஆண்டவா மழை நிக்கப்படாது

வெளியே நன்னா மழை பேயறது. நேத்தைக்கி சாயரச்சே பிடிச்ச மழை இன்னும் விட்டபாடில்லாமே பேயறது. நன்னா பேயட்டுமேன்னுதான் நேக்குத் தோன்றது. இந்தப் பொண்ணு இப்போ எதுக்கு அவசியமில்லாமே மழைய பேயச் சொல்றான்னு நெனச்சிக்கப்படாது. உங்களுக்கு வேணா மழை பேயறது அவசியமில்லாமே இருக்கலாம். நேக்கு இப்போ மழை அவசியம். அவசியம்ன்னா அவசியம் இதுக்கெல்லாம் போய் காரணம். கேட்காதேங்கோ?

பின்னே என்னவாம், இப்போ என்னப் பத்தி நீங்களே கொஞ்சம் நெனச்சிப் பாத்தேள்னா நான் அப்படி நெனச்சுக்கறதுக்கெல்லாம் காரணம் இருக்குதுன்னு நீங்களே புரிஞ்சிப்பேள்.

ரெண்டு வருஷத்துக்கு முன்னாடி நான் காலேஜ் போகச்சே சேஷாத்ரியைப் பாத்தேன். ஆள் நன்னா செக்கச் செவேர்னு ஒசறமா மொழு மொழுன்னு இருப்பர். கிராப்புத்தலை உச்சில அஞ்சாறு தலைமுடியை சேர்த்து நன்னா உருட்டி சின்னதா முடி போட்டுண்டு இருப்பர். பாருங்கோ! அதைப் பாக்கறதுக்கே அவ்வளவு நன்னாருக்கும். அவா ‘ஹர்லிங்’ ஹேருக்கும் சதுர மொகத்துக்கும் அந்த சின்னக் குடுமியோட சேத்து பாக்கறச்சே... பாத்துண்டே இருக்கணும் போலத் தோணும். அவா நெத்தில விபூதிப் பட்டை இட்டுண்டுருக்காரோன்னோ, அதுக்கு மத்தில சந்தனத்தக் கொழச்சி சின்னப் பிறை மாதிரி அழகா வரஞ்சிண்டு இக்கன்னாவுக்கு கானாவோட தலைக்கி மேலே சின்னதா ஒரு புள்ளி வப்பமோன்னோ? அப்படி அந்தப் பிறைக்கு மத்தில குங்குமத்த எடுத்துண்டு சின்னதா ஒரு புள்ளி வெச்சிருப்பர்

பாருங்கோ! அடடா1 அந்த தேஜஸைப் பாக்கறதுக்கே கோடிக்கண்கள் வேணும். அப்படியான அழகு அது. இம்புட்டு நேமமா காலேஜ் போறவர் வேஷ்டி கட்டி பஞ்சகச்சம் போட்டுண்டு போகணுமோல்லியோ அப்டியெல்லாம் போக மாட்டர். காலேஜ்ல உள்ளவா எல்லாரும் சிரிப்பாளோன்னு நெனச்சிப்பரோ என்னவோத் தெரியலை. வெறுமன பேண்ட் சட்டையோடதான் போவர். அதுவும் கூட பாக்கறச்சே நன்னாதான் இருக்கும்.

நான் ஆர்ட்ஸ் காலேஜில் படிக்கறச்சே அவர் மெடிக்கல் காலேஜில் படிச்சிண்டிருந்தர். பஸ்ஸிலே போகச்சே வரச்சே அவரைப் பார்ப்பேன். தினம் தினம் பார்ப்பேன் நான் எப்பவும் போற ஆறாம் நம்பர் பஸ்ஸிலேதான் அவரும் வருவர். ஆறாம் நம்பர்ன்னா நீங்கள் எத்தனையோ ஆறாம் நம்பர்னு நெனச்சிக்கப்படாது. கரெக்டா நயன் தர்ட்டிக்கு ரயில்வே ஸ்டாப்பிங்கில் நிக்குமே! அந்தப் பஸ்ஸில்தான் அவரும் வருவர். பஸ் ஸ்டாண்டிலயே அவர் ஏறிடுவரோ என்னவோ?

நான் ஆர்ட்ஸ் காலேஜ் ஸ்டாப்பாண்டே எறங்கறச்சே... ஏதோ ஒன்னை விட்டுட்டு அதை முழுசுமா எழந்துட்டதுபோல வரும். என்னோட எறங்குறவாள்ளாம் என்னன்னவோ பேசிப்பா சிரிச்சிப்பா பாட்டெல்லாம் கூட பாடுவள். சிவாஜியைப் பத்தி, எம்.ஜி.ஆரைப் பத்தி, சோவைப் பத்தி இன்னும் யாரெல்லாம் பத்தியோ 'கமெண்ட் அடிச்சிண்டே வருவள். நான் அதிலெல்லாம் கலந்துக்காத மாதிரி ஒத்தையா அனாதையா அவாளோட ஜோடியாதான் போறேன்னாலும் நேக்கு மட்டும் நான் ஒத்தைன்னுதான் தோணும். போவேன். அந்த பஸ் வெகுதூரம் போயிட்டோன்னு... ரோட்டை ரோட்டைப் பார்ப்பேன்... அந்த பஸ் கண்ணை விட்டு மறஞ்சப்புறம்தான் காலேஜ் போவேன்.

காலேஜூல வகுப்பு இல்லாத நேரத்துல வெறுமனையே உக்காந்துண்டிருக்கச்சே அவர் நெனப்பு வரும். அவர் சிரிப்பாரோன்னோ அந்த சிரிப்பு நெனப்பு வரும். அவர் திருட்டுத்தனமா ஒண்ணரைக் கண்ணாலே என்னை பார்ப்பரே1 அந்த பார்வை நெனப்பு வரும். அவர் கலர்க் கலரா போட்டுண்டு வருவரே, அந்த சட்டையெல்லாம் நெனப்பு வரும். கன்னத்திலே ஒட்டிண்டாப்ல அடைமாதிரி வெச்சிருப்பரே! 'ஸைட் பர்ன்'

அது நெனப்பு வரும். இன்னும் அவரோட் 'ஷூ' நெனப்பு வரும் 'டை' நெனப்பு வரும். அவர் ஆசை ஆசையா வளர்த்து வளர்த்து 'ஹர்லிங்கெல்லாம் வெச்சிருப்பரே அந்த 'ஹேர்' நெனப்பு வரும். நான் சிரிச்சுப்பேன். மெதுவா, 'சேஷாத்ரி'ன்னு சொல்லிப்பேன்.

அவாள் பேரை நான் அடிக்கடி என் வாயால் சொல்லிண்டிருக்கச்சே நேக்கு ஆசை ஆசையா இருக்கும்... ஸ்ரீராமஜெயம் ஸ்ரீராமஜெயம்னு மறுபடி மறுபடி சொல்லிண்டிருக்காப் போலவே அவர் பேரையும் மறுபடி மறுபடி சொல்லிண்டே இருக்கணும் போலத் தோணும். அவரோட 'சேஷாத்ரி'ங்கற நேமை அவரா சொல்லி நான் தெரிஞ்சுக்களை. ஒருநா நான் பஸ்ஸில் வரச்சே அவர் டைரியின் முகப்பில் எழுதி வெச்சுண்டிருந்த நேமை திருட்டுத்தனமா பாத்தேனா, அப்போ தெரிஞ்சண்டதுதான். அந்த 'டைரி' யாரோடதோன்னுக்கூட நேக்கு சந்தேகம்தான். மறுபடி மறுபடி அவர் அதே டைரியை எடுத்துண்டு வரச்சேதான் டைரி அவரோடதுதான்னு யூகிச்சுனுடறேன்.

ஒருநாள் அப்படித்தான் பாருங்கோ பஸ்ஸிலே வரச்சே நல்லக் கூட்டம். கூட்டம்ன்னா கூட்டம் அப்புடியொரு கூட்டம். பஸ்ஸே அதகளப்படுது. நெரிசல் சாஸ்தியா போயி ஒருத்தர் சதை ஒருத்தர்மேல் பிதுக்குறாப்ல நின்னுண்டிருக்கா. கண்டக்டர் அந்த நெரிசலிலேயும் தள்ளிமுள்ளி டிக்கெட் போட்டுண்டு வந்துண்டுருக்கச்சே, அவரால சமாளிச்சுக்க முடியாதுங்கற கட்டத்துல, 'எல்லாரும் முன்னாடி போங்கோங்கறார். நேக்கும் பின்னாடி நிக்கல் கம்பியை பிடிச்சிண்டு நின்னுண்டிருந்த அவர், மொல்லமா நகந்து நகந்து தம் புடிச்சிண்டே என் பக்கமா வரார் நான் இதையெல்லாம் கவனிச்சுக்காத மாதிரி கவனிச்சுக்கறேன். அவர்முன்னாடி வர வர நேக்கு சிரிப்பாவும் வர்றது. என்னோட ஸாரி அவர் மேல் படறாப்போல வந்துட்டர். நான் தெணறடியா நின்னுண்டிருக்கேன். அந்த சமயம் பாருங்கோ அவர் என்ன நெனச்சரோ தெரியலை பக்கத்தாப்போல நின்னுண்டிருந்த ஒரு ஆளை முண்டி முண்டி தள்ளியடிச்சுண்டு மெல்லமா என் முன்னாடி வந்துட்டர். அவர் அப்படி வந்ததும் நேக்கு தேமேன்னு ஆயுடுத்து. வெக்கம், நாணம் சிரிப்பு இப்டி

எல்லாம் கலந்த மாதிரியா நான் நின்னுண்டிருக்கேன். எனக்கும் முன்னாடி அவர். அவர் முதுகுக்கும் பின்னாடி நான் இப்படி ஒரு சேர்க்கை வரம்தானே? ஒருத்தர் மூச்சு ஒருத்தர் மேலதான் விட்டாகணும் அதுதான் நிலமை. கூட்டம் விழி பிதுங்கறதே...

பின்னாடியா டிக்கெட் போட்டிண்டிருந்த கண்டக்டர் இன்னும் ஒரு தடவை முன்னாடி நகருங்கோ நகருங்கோ'ன்னு கத்தறார். அவர் பெலக்கணமா கத்தவும் நேக்கும் பின்னாடி நின்னவா முன்னாடி வர்ற ஹோதாவுல என்னை முன்னாடி தள்ளினா பாருங்கோ என்னோட பால் குடங்கள் ரெண்டும் அவர் முதுகிலே நசுங்கறது. நன்னா நசுங்கறது. அப்போ நேக்கு கிடைச்சது பாருங்கோ ஒரு சுகம். அது சுகம் மட்டும் தானா? பரமானந்தம்! ஆனந்தத்திலும் ஆனந்தம் பரமானந்தம்னு சொல்லிக்குவாளோன்னோ. அந்த பரமானந்தத்தை ஈஸ்வர கிருபையாலே அனுபவிச்சிண்டிருக்கேன். சும்மா சொல்லப்படாது அப்படி ஒரு சுகத்தை என் ஆயுசிலே ஒரு நாளும் காணலே. காணாத, நெனச்சே பாக்காத சுகம் அது. இந்த சுகத்துக்கு ஈடா லோகத்தையே விலை பேசினாலும் தகும். இந்த இக்கட்டான நேரத்துலக்கூட நான் எப்பவோ வாசிச்ச ஒரு கவிதை மனசுலே உதிக்கிறதுன்னா பாத்துக்கோங்களேன்! அப்படியாப்பட்ட சுகம்தானே அதை நினைக்க வைக்கறது. அந்தக் கவிதை என்னன்னா என் வாயாலேயே சொல்லக் கேளுங்களேன்...

கனியிரண்டைக் கொடிஏந்தி நடக்கும்- சிவந்த
கயலிரண்டு விழிக்குளத்தில் மிதக்கும்!
துணிமூடி பால்குடங்கள் குலுங்கும் - அங்கு
சொர்க்கத்தின் திரைவிலகி விளங்கும்!
கைச்சிறையில் அகப்படுமே மேனி - காதல்
கடல்மிதக்கும் உடலென்னும் தோணி!
பொய்யிடையில் சுற்றிவிட்ட ஆடை இன்பப்
புண்ணாகும் இதழென்னும் மேடை!
போர்வைக்குள் உடலிரண்டு நெருங்கும் - அங்கு
புதியதொரு தொடர்கதையும் தொடங்கும்!
வேர்வைப்பூ நெற்றியிலே பூக்கும் - அன்று
விளங்காத கேள்விபதில் பிறக்கும்!
சரிகின்ற கூந்தல் மலர் சிந்தும்- நின்று

தடுமாறும் காலிரண்டும் பின்னும்!
அறியாத பல வித்தை தெரியும் - அந்த
ஆண்டவனின் படைப்பன்று புரியும்!

இந்தக் கவிதையை நெனைக்கறச்சே... நேக்கு ஏதோ மாயாஜால லோகத்துல சஞ்சரிக்கறா மாதிரியிருக்கு. என்னா மாதிரி கவிதை பாத்தேளா? எப்பவோ படிச்சது. இப்போ ஞாபகத்துல உதிக்கிறதுன்னா... இங்கே இருக்கற சூழலும் கிட்டத்தட்ட அந்த மாதிரிதானே இருக்கு.

இப்போ பாருங்கோ! என்னை யாரும் நெருக்கியடிச்சுண்டு முன்னாடி தள்ளலே. ஆனாலும் சித்தமுந்தி கெடச்ச அந்த சுகம் நேக்கு வேணுமேன்னு நெனச்சுண்டு பின்னாடி உள்ளவா என்னை தள்ளரா மாதிரி என்னோட பால்குடங்களைக் கொண்டு அவர் முதுகை அழுத்தறேன். குடங்கள் ரெண்டும் அதற்கு மேல் நசுங்க முடியாது என்கிற அளவுக்கு அழுத்தி விட்டேன். இப்போ இந்த சுகத்தால் அவர் மொகத்துல ஏற்படற பரவசத்தைப் பாக்கணும்போல ஆசையாயிருக்கு நேக்கு. அவர் திரும்பவே இல்லையே என்ன பண்றது? அந்த சுகத்தை அவர் அனுபவிச்சிருப்பரோ இல்லையோன்னு நெனைக்கறச்சே நேக்கு வருத்தமா வேற இருக்கு.

இப்போ பாருங்கோ ஒரு வேடிக்கை நடக்கறதை... அவர் எதுக்காகவோ தெரியலை என்னை திரும்பித் திரும்பிப் பாக்கறார். பெருமூச்சு விடறார். அந்தக் காத்து என் முகத்திலே பட்டு என்னமோ பன்றது. என்னோட பேசிடமாட்டமான்னு தவிக்கறார். நானும் பிகு பண்ணிண்ட மாதிரி அசட்டையாவே நிக்கறேன். ஆர்ட்ஸ் காலேஜை பஸ் நெருங்கரச்சே... வெடுக்குனு டைரியிலேருந்து ஒரு சீட்டை உருவி என் கையிலே வேகமா திணிச்சுட்டு யாரும் பாக்காதது மாதிரி நிக்கறார்.நேக்கு வியர்த்துக் கொட்றது. யாரும் இதை கவனிச்சிருப்பாளோன்னு மனசு பதர்றது. பாத்தால்தான் என்னன்னும் ஒரு தைரியத்தை வரவழைச்சுண்டு மொல்லமா அந்த சீட்டை ஒரு புஸ்தகத்துல வெச்சு மறைச்சுக்கறேன்.

அன்னிக்கு பாருங்கோ பஸ்ஸை விட்டு எறங்கறச்சே நேக்கு மனசுல பாரம் இல்லாத மாதிரி லேசா இருக்கறது. அந்த

பஸ்ஸை சும்மா சும்மா திரும்பித் திரும்பிப் பார்ப்பேனோன்னோ அப்படி பாக்கவே தோணலை. அவர் என்னண்டே கொடுத்த அந்த ஸீட்டில் என்ன எழுதியிருப்பார்ணு நெனச்சுக்கறேன். அதை இப்பவே பிரிச்சி படிச்சுப் பாக்கறதுக்கு நேக்கு சந்தர்ப்பம் ஏதும் அமஞ்சிடக்கூடாதான்னு ஆயாசமா வேற இருக்கு. என்னோட கூட வர்வாளெல்லாம் முன்னாடிப் போய் தொலையமாட்டாளான்னு எரிச்சலா வேற இருக்கு. ஆனா என்னாலே ஒண்ணுத்தயும் பண்ணிக்கமுடியம அவா பின்னாலயே போறேன். மனஅழுத்தத்துல நன்னா கையப் பிசையறேன். இப்போ நெனச்சாலும் நேக்கு சிரிப்பா வர்றது. ஏன் பேக்பெஞ்சிலே உக்காந்துக்காம போனோமேன்னு தான். வகுப்பிலே புரபொஸர் லெக்ஸர் பன்றச்சே... என்னாலே எப்படி முன்னாடி டெஸ்கிலே உக்காந்துண்டு அந்த சீட்டை படிக்கமுடியும்னு தோன்றது. அன்னிக்கி முச்சூடும் நேக்கு பாடத்திலே கவனமே போகலே. அந்த சீட்டைப் பத்தியேதான் சிந்திச்சுண்டிருந்தேன்.

மத்தியான சாப்பாட்டுக்கு மணியடிச்சதும் மொல்லமா அந்த சீட்டை மறச்சிவெச்சேனே புஸ்தகம். அதை எடுத்துண்டு தோட்டத்துப் பக்கம் போறது மாதிரி போறேன். யாரும் என்னை கவனிக்கறாளான்னு கவனமா சுத்திமுத்தி நன்னா பாத்துண்டு செடிமறைவுல நிண்டபடி சீட்டைப் பிரிக்கறேன்.

“ராதா இன்று மாலை உனக்காக ‘மேரீஸ் கார்னர்” ஸ்டாப்பில் காத்திருப்பேன். நீ அங்கேயே இறங்கிவிடு. மற்றவை நேரில்.” இவ்வளவுதான் அந்த ஸீட்டில் எழுதியிருந்தது. எழுத்து சுத்தமில்லை அவசரத்தில் எழுதியிருப்பரோ என்னவோ... நான் இதப்பத்தி யோசனை பன்றச்சே நேக்கு சிரிப்பா வர்றது. என்னோட நேமை எப்படி தெரிஞ்சுண்டார்ன்னு சந்தேகம் வரது ஒரு அசாத்தியமான தைரியத்தோடேயே, “போகணும்” னு முடிவு பண்ணிண்டு. மறுபடியும் அந்த சீட்டை புஸ்தகத்துலயே மறச்சி வெச்சுண்டு காலேஜக்குள்ளப் போறேன்.

அன்னிக்கி சாயரச்சை மேரீஸ் கார்னராண்டே அவரை பக்கத்தில் பக்கத்தில் பாக்கறச்சே நேக்கு வெக்கம் வெக்கமா வரது. யாரோ ஓர் அந்நிய மனுஷாளோட நெருக்கமா இருக்கோமேன்னு நேக்கு சங்கோஜம் எதுவும் வரலே. அவரை

அந்நிய மனுஷாளா நெனைக்கவே நேக்குத் தோணலையே! அப்பறம் எப்படி வரும். என்னோட ரத்த பந்தத்துல ஒருத்தர் மாதிரிதானே நேக்குத்தோன்றரார். ஆனாலும் அவரோட முதன் முதலா நேக்கு என்ன பேசறதுன்னே தோணலை. அவரும் அப்படித்தான் என்னோட என்ன பேசறதுன்னு தெரியாமே விழிச்சிண்டிருந்தர். கொஞ்சநேரம் வரைக்கும் ரெண்டு பேரும் 'தேமே'ன்னு நின்னுண்டிருக்கம். ரொம்ப நேரத்து அமைதியை கலைச்சுடர மாதிரி நான்தான் பேச வேண்டியதாச்சு.

"என் பேர் ராதான்னு உங்களுக்கு எப்படித் தெரியும் சேஷாத்ரி?" அப்படி கேக்கச்சே,

"என் பேர் சேஷாத்ரிங்கறது நோக்கெப்படித் தெரிஞ்சது?"ன்னு அவர் அதே கேள்வியைத் திரும்ப என்னண்டே கேட்டச்சே, நான் நறுக்குனு நாக்கை கடிச்சிண்டேன். ஏன்தான் அவர் பேரைச் சொன்னோமோன்னு ஆயிடுத்து நேக்கு அப்றமா உண்மையைச் சொல்லிட்டேன்.

"பஸ்ஸுல போகச்சே ஒங்க டைரியை திருட்டுத்தனமாப் பாத்து தெரிஞ்சுண்டேன் சேச்சு"

"நானும் அப்டிதான். உன் கல்லூரி நோட்டில் முன் அட்டையில் எழுதியிருந்தாயோன்னோ? அதைப் பாத்து தெரிஞ்சுண்டேன் ராதா"

அவர் இப்படி சொன்னதும் குபீர்னு சிரிச்சுனுட்டேன். அவரும் என்னோட சேந்துண்டு சிரிச்சர். அவர் சிரிப்பும் என் சிரிப்பும் ஒன்னா கலந்துட்ட மாதிரி நேக்கு தோனித்து. வார்த்தையால் விவரிக்க முடியாத அந்த சந்தோஷத்தை அவ்வளவு இனிமையானதுன்னு வேணா வெச்சுக்கோங்களேன்.

"ராதா, உன்னை அடிக்கடி பஸ்ஸில பாக்கச்சே என்னை ஏதோ நொறுக்கித் திங்கறமாதிரி இன்ப உணர்வால் தவிச்சுப் போறேன் ராதா, சதாநேரமும் உன்னையே பாத்துண்ட்டிருக்க மாட்டோமான்னு தோன்றது. காலேஜுல கூட சதாநேரமும் உன்னைப் பத்திதான் நெனச்சுப்பேன். அது என்ன, எப்டி, எதுக்குன்னல்லாம் நேக்குத் தெரியாது. ராதா பல இரவுகள் தவிப்போடதான் போயிகிட்டிருக்கு"னு சொல்லிண்டு என்னையே வெறிச்சுப் பாத்துகிட்டிருந்தர்.

நான் என்னோட ஆசைகளையெல்லாம் அவர்கிட்டே சொல்றதுக்கு வெட்கப்பட்டுண்டு பேசாமலிருந்தேன். எனக்கும் அப்படித்தாங்கற மாதிரி அவரைப் பாத்தேன். அவர் நான் வாயைத் திறந்து எதையாவது பேசமாட்டாளான்ற மாதிரி என்னையே உத்துப்பாத்துண்டிருந்தர். நான் உருகிப் போனேன்.

"சேச்சு, உங்கக்கூட ஒரு ஈடுபாடு நேக்கும் தான் உண்டு. அது எப்போத்திலேருந்துன்னு கேட்டுடாதேங்கோ. உங்களை எப்போ பாத்தேனோ அப்போத்திலேருந்துன்னு வெச்சுக்கோங்களேன். என்னோட முரட்டுத்தனமான காதலுக்கு அளவெல்லாம் வெச்சு அளந்து பாத்துர முடியாது சேச்சு. அளவுகளுக்கெல்லாம் அப்பாற்பட்டக் காதலைத்தான் நான் உங்கமேல் வெச்சுருக்கேன். முரட்டுத்தனமான காதல்னு சொன்னேனோல்லியோ அதோட அடையாளம்தான் இன்னிக்கிக் காத்தாலே பஸ்ஸுக்குள்ள நடந்த விவகாரமெல்லாம். என் பால்குடங்களைக்கொண்டு உங்க முதுகை முட்டித் தள்ளினேனே! அது என் முரட்டுத்தனமான காதலின் பிரதிபலிப்புதான். அந்த சுகம் என்னாலே உங்களுக்கு கிடைச்சபோது அதை நீங்க எப்படி அனுபவிச்சேளோ நேக்குத் தெரியாது. ஆனா நான் சுகத்தின் உச்சத்துக்கே போயிட்டேன் சேச்சு."

"நீ சுகத்தின் உச்சத்துக்குப் போனதா சொன்னியோன்னோயே. நான் அந்த சுகத்தோட உச்சத்தின் உச்சத்துக்கே போயிட்டேன். ராதா ஒங்கிட்டேருந்து அப்படியொரு சுகம் நேக்கு கெடைக்கணுங்கற எதிர்பார்ப்பை உத்தேசித்து தான் நான் அவ்வளவு பேரையும் முண்டியடிச்சி தள்ளிண்டு உன் முன்னாடி வந்து நின்னது நடந்தது. நானும் அந்த அற்புதமான சுகத்தை அனுபவிச்சேன். நோக்கு கெடைச்ச அந்த பரமானந்தம் நேக்கும் கெடைச்சது ராதா. அதனோட துளிதான் இந்த நம்முடைய சந்திப்பும் கூட. இது நோக்கு மகிழ்ச்சிதானே ராதா?"

மகிழ்ச்சி சேச்சு, ரொம்ப மகிழ்ச்சி. இப்படி ஒரு சந்தர்ப்பத்துக்காகத்தான் நானும் காத்துக் கொண்டிருந்தேன். அப்படி ஒரு சந்தர்ப்பத்தை இன்னிக்கி நேக்கு நீங்களே உருவாக்கித் தந்துருக்கேள். இது என்னுள்ளே அளவற்ற சந்தோஷத்தை கொடுத்துகிட்டிருக்கு சேச்சு. ஆனால் இந்த நம்மோட பழக்கம் காலமெல்லாம் ஒரே கோட்டில் உண்மையா நடக்கணுமேன்னுதான் வருத்தப்படறேன்"

"இதுக்காக வருத்தப்படறது நானும்தான் ராதா. நிச்சயமா நீ நெனைக்கிற மாதிரி ஒரே கோட்டில் என்னாலயும் இருந்துக்க முடியும். உன்னைப் பொறுத்தவரைக்கும் அந்த நேர்க்கோடு வட்டமாவோ சதுரமாவோ போயிடக்கூடாதேன்னுதான் வருத்தப்படறேன்."

தப்பு சேச்சு என்னைப் பொறுத்தவரைக்கும் வரையப்பட்டக் கோட்டைக் கொண்டுதான் வட்டத்தையும் சதுரத்தையும் உருவாக்கமுடியும். ஒரே கோட்டில் நிக்கறச்சே ஆபத்து வரலாம். வரையப்பட்டக் கோட்டை வட்டமாவோ சதுரமாவோ ஆக்கி அதுக்குள் அடங்கினாத்தானே பாதுகாப்பா இருக்க முடியும்? நான் எங்கே சுத்திண்டிருந்தாலும் அந்த வட்டத்துக்குள்ளோ சதுரத்துக்குள்ளோதான் சுத்திண்டிருப்பேன். ஆனா உங்களுக்காக சுத்திண்டிருக்குற வட்டத்தை விட்டோ சதுரத்தை விட்டோ வேறு ஒரு கோட்டால் வரையப்பட்ட வட்டத்துக்கோ சதுரத்துக்கோ போயிட மாட்டேன் சேச்சு இதுமட்டும் உண்மை?"

நானும் அப்படிதான் ராதா சுத்திண்டிருப்பேன். நீ ஒரு வேளை ஆத்துல உள்ளவாளுக்கு பயந்துண்டு மனசை சிதைச்சிட மாட்டியே ராதா? அப்படி உன்னாலே சிதைச்சுக்கற ஒரு சூழ்நிலை ஏற்பட்டா என்னாலே தாங்கிக்க முடியாது ராதா... அப்படிக்கூட ஏற்பட்டுடுமோன்னு பயந்தியேயானா ஏங்கிட்ட முதல்லயே சொல்லிடு. நம்மோட காதல் வேர் விடறதுக்குள்ளேயே பிடுங்கி எறிஞ்சிடலாம் பாரு"

"இல்லை சேச்சு இல்லை அப்படி ஒரு சூழ்நிலை நேக்கு ஏற்படவே ஏற்படாது. அப்படி ஏற்பட்டா நேக்கு ஒரு அண்ணா இருக்கான் அவனுக்கு என்மேலே ரொம்ப பாசம். என்னோட சுகத்துக்காக அவன் எதையும் செய்யக்கூடியவன். என்னோட ஆசையை அவன்கிட்டே சொன்னேனானா எப்பாடுபட்டாவது அதை நிவர்த்தி செய்துடுவன், அவ்வளவுக்கு நல்லவன் எங்களண்ணா. நான் இவ்வளவுக்கு இறங்கி வந்தும் துணிஞ்சும் உங்களை நேசிக்கறதும் காதல் வயப்படறதும் முடியறதுன்னா எங்களண்ணா நேக்கும் பக்கத்துல இருக்கான்ற தைரியம்தான் சேச்சு, அதைச் செய்ய வைக்குது. நீங்க இதுமாதிரியெல்லாம் ஏங்கிட்டே வந்து வேரோட பிடுங்கி எறிஞ்சிடலாம்ங்கற வார்த்தையையெல்லாம் பிரயோகிக்க வாணாம் சேச்சு.

அப்படியெல்லாம் சொல்லாதேங்கோ அதையெல்லாம் தாங்கிக்கிற சக்தி நேக்கு இல்லே”

சேச்சுவாண்டே நான் இதச் சொல்றச்சே நேக்கு கண்ணிலேருந்து கடகடன்னு ஜலம் வந்துடுத்து. சேச்சுதான் என் மொகத்துக்கு நேரா கையைக் கொண்டுவந்து வழிஞ்சிண்டிருந்த ஜலத்தை துடைச்சுவிட்டடர்.

“இது போதும் ராதா இந்த ஒன்னோட வைராக்கியம் ஒன்னு போதும் நேக்கு. ஒங்கிட்டருக்கற அதே வைராக்கியம் எங்கிட்டயும் இருக்கு. இனிமே எனக்கு நீயும் உனக்கு நானும் தான் சாஸ்வதம்”னு சொல்லிட்டு சட்டைப்பைக்குள்ளிருந்து ஒரு ரோஜாப் பூவை கசங்காமல் எடுத்துக் என்னண்டே கொடுக்கவும் அதை அவர். கிட்டேருந்து ப்ரியமாய் வாங்கி தலையிலே வெச்சுண்டேன்.

“வரச்சே காலேஜ் வாசல்லே இது இருந்தது. நோக்குப்ரசண்ட் பண்ணலாமேன்னு இதை பறிச்சிட்டு வந்தேன் ராதா. இதைக் காட்டிலும் நோக்கு காஸ்ட்லியா ப்ரசண்ட பண்ற நேரம் வரும். அப்படி வரச்சே அதைப் பண்ணுவேன் ராதா”

“அதைத்தான் இன்னிக்கே செய்துட்டேளே சேச்சு. ஒங்களோட காஸ்ட்லி இதயத்தை நேக்கு பரிசா தந்ததுக்கப்பறம் வேற என்ன பெருசா தரப்போறேள்?”னு கேட்டுட்டு அவரைப் பார்த்தேன், அவர் என் கன்னத்தை செல்லமா கிள்ளிண்டே சிரிச்சுக்கறார். அவர் ரெண்டு கைகளையும் கோத்து அப்படியே அவருக்குள் என்னை சிறைப்படுத்திண்டிடக்கூடாதான்னு தோனித்து நேக்கு. “அதோ பஸ் வரது ராதா. நான் இந்த பஸ்ஸிலியே போயிடறேன் நீ. அடுத்த பஸ்ஸுல வந்துக்கலாம். இந்த மாதிரி நாம ரெண்டு பேரும் அடிக்கடி சந்திச்சுக்கணும் ராதா மேரீஸ் கார்னர் வேண்டாம் பெரிய கோயில், பூங்கா, அரண்மனை, பீரங்கிமேடு இப்படி நம்ம சந்திப்ப வெச்சுக்கலாம். இன்னும் இதைக் காட்டிலும் பெரிய சந்தர்ப்பமெல்லாம் கெடைச்சா ஊட்டி, கொடைக்கானலுனு கூட போகலாம். அப்போ நா வரட்டா? குட் ஈவ்னிங் ராதா”

“குட் ஈவினிங் சேச்சு... பஸ்ல ஏறச்ச படில ஜாக்றதையா கால் வச்சி ஏறுங்க சரிக்கினுட்டுடும் பத்தரம் பத்தரம் டாடா பைபை”

அடுத்த பஸ்ஸிலே தான் நான் போனேன், அம்மா, ஏண்டி லேட்டு?னு கேட்டச்சே "ஸ்பெஷல் கிளாஷ்" அப்டின்னு ஒரு பொய்யைச் சொன்னேன். தைரியமா பொய் சொல்லக்கூட பழகிட்டேனோன்னு நெனக்கறச்சே குப்புக்குனு ஒரு சிரிப்பு வந்தது பாருங்கோ... அது எப்படி வந்துச்சுன்னு இப்பவரைக்கும் நேக்குத் தெரியலை.

அப்றம் எங்கப் பழக்கம் அவர் சொன்னது மாதிரி பெரியகோயில் பூங்கா, அரண்மனைன்னு ஜோரா வேர்விட ஆரம்பிச்சுட்டது. தரையில படர்ற செடி கொடிகளுக்கு ஒரு கொழுகொம்பு கெடச்சா அது எப்புடி ஆனந்தமா படறுமோ அப்டி நேக்கு சேச்சும் சேச்சுக்கு நானும் கெடச்சிட்டதால எங்களோட பொழுதெல்லாம் ஆனந்தப் பொழுதா மாறினுட்டுதுன்னா பாத்துக்கோங்களேன்?

இப்போல்லாம் அம்மாட்டே நன்னா பொய் சொல்லக் கத்துனுட்டேன். இதையெல்லாம் போய், அப்பாவோ அண்ணாவோ ஒன்னையும் கேட்டுக்க மாட்டாளான்னா கேட்கப்படாது. நான்தான் அண்ணாவப் பத்தி முன்னாடியே சொல்லிருக்கேனோன்னோ? ஏங்கிட்ட அண்ணா எப்படியோ அப்பாவும் அப்படிதான். அவரும் எதையும் கண்டுக்க மாட்டர். தானுண்டு தன் வேலையுண்டு பூஜை புனஷ்காரங்கள் உண்டுன்னு மட்டும் இருந்துக்கறவர், ஏதோ ஆத்துல அவர் இருக்கர்; அவரோட நானுமிருக்கேன். மத்தவாளும் இருந்துண்டிருக்கா அப்படிதான் அவர் பொறுப்புப் போயிண்டிருக்கு இதிலே நானும் அவாளெல்லாம் கோச்சுக்கிறாப்ல நடந்துக்குற தில்லையோன்னோ?

இதிலே கொஞ்சம் அப்டி இப்டி அம்மாதான். நான் சொல்றதை அத்தனை சட்டுனு நம்பிடமாட்டா. குறுக்கால குறுக்கால கேள்வியெல்லாம் கேட்டு மனுஷியை தெனறடிச்சினுடுவள். நேக்கு அவாளை சமாதானம் பண்ணி ஒரு வழிக்குக் கொண்டாரதுக்குள்ளே போறும் போறும்னு ஆயிடும்.

நானும் சேச்சும் உள்ளூர்ல சந்திச்சுக்கறது போறாதுனுட்டு ஊட்டின்னும் கொடைக்கானல்னும் மகாபலிபுரம்னும் ஊர் சுத்தினதோட, சினிமான்னும் டிராமான்னும் கூட பார்க்கத் தொடங்கினுட்டேன். ரெண்டு பேரும் காலேஜ் முடிச்சப்பறமும்

கூட பூங்காலே சந்திக்க ஆரம்பிச்சோம். அப்றம் ஓர்நாள் அவரோட அப்பாக்கு மெட்ராசுக்கு மாத்தல்னு சொல்லிண்டு அவா குடும்பத்தார் எல்லாரும் தஞ்சாவூரை விட்டுக் கெளம்பரச்சே நேக்கு என்ன பண்றதுனே தோணலை. பித்துப்பிடிச்சாப்ல மனநிலை ஆயிட்டது. தேமேன்னு எங்காத்து முன் வாசப்பக்கம் இருக்கே ஒரு ஜன்னல் அந்த ஜன்னலாண்டையே உக்காண்டு அழுதுண்டுருந்தேன். எங்கே அவரை மறுபடி பாக்கமுடியாமப் போயிருமோன்னு நெனைக்கறச்சே ஆயாசமா வரது. மாரெல்லாம் வலிக்கிறாப்ல வரது. தலை கைகால் உடம்பு முழுக்கவே வலியால் அவஸ்தை படறாப்போல ஹிம்சையா இருந்துண்டிருக்கு. எத்தனை தரம் 'சேச்சு சேச்சு" னு கூப்பிட்டாலும் அவர் காதுக்கு எட்டி ஓடி வந்துடவா போறார்? மெட்ராஸாமே சென்னப்பட்டணம்னு கூட அதை சொல்லிக்குவாளாம். தஞ் சாவூர்லேருந்து முந்நூறு மைலோ நானூறு மைலோங்கறா நா என்னத்தக் கண்டேன்? ஊட்டி கொடைக்கானலெல்லாம் கூட அதுல முக்கால்வாசி தூரம்னு சொல்லிண்டுதான் சேச்சு என்னய கூட்டிண்டு போனார். அங்கே போயி பாத்தா திரும்பின பக்கம் கண்ணுக்கெட்டின, தூரமெல்லாம் மலை மலை மலைன்னு ஒரே மலைப்பிரதேசம். இந்த மலைக்காட்டிலேயும் மனுஷாளெல்லாம் வாசம் பண்ணிண்டிருக்காளேன்னு நேக்கு அதிசயமா தோணித்து, ரெண்டாயிரம் அடி மூவாயிரம் அடி நாலாயிரம் அடி கடல் மட்டத்துலேருந்துன்னு வழியெல்லாம் போர்டு எழுதி வெச்சிருந்தாளோன்னோ, அதைப் பாக்கறச்சேயே நேக்கு குலையெல்லாம் நடுங்கித்து. தமிழ்நாட்டுல மலைகளே இல்லாத ஒரு மாவட்டம் இருக்குதுன்னா அது தஞ்சாவூர் மாவட்டம் மட்டும்தான்னு சொல்லிக்கறா. அதனால தானோ என்னவோ இதை இந்தியாவுக்கே சோறு போடுற பூமின்னு பெருமையா சொல்லிக்கறாளாம். இந்த ஊருக்குள்ள மலைகளே இல்லாததால இங்கே ஓடற பொன்னி நதி பலபல கிளை ஆறுகளா பிரிஞ்சி ஓடறதுக்கு வசதியா போயிட்டுது. அதனாலதான் இந்த பூமி வளங்கொழிக்கற பூமியா மாறிருத்தாம். இப்பேர்கொத்த இந்த அருமையான பொன்னி நதி ஓடற பூமியை உட்டுட்டு வேலை நிமித்தமா இவாள்ளாம் எப்படிதான் இடம் பெயர்ந்து போறாளோன்னு நேக்கு ஆச்சரியமாவும் இருக்கு. ஆயாசமாவும் இருக்கு. அவாளெல்லாம் எங்கே

வேணாலும் போகட்டும் அதையெல்லாம் தடுக்கறதுக்கு நான் யாரு சொல்லுங்கோ? சேச்சு ஏங்கிட்டே சத்தியம் பண்ணாத கொறையா சொன்னாரோன்னோ நான் வரஞ்சி வெச்ச வட்டத்திலும் சதுரத்துலயும்தான் சுத்திண்டிருப்பேன்னு அந்த வாக்கை அவர் காப்பாத்திக் கொடுத்துட்டாபோறும் நேக்கு அவர் தேசாந்தரம் போற மாதிரி போனாரோன்னோ? ஏன்னண்டே சொல்லாம கொள்ளாமப் போயிரலை ஒரு இடத்துக்கு என்னையும் வரச்சொல்லி அங்கே வச்சு என்னண்டே சொல்லிண்டுதான் போனார். நான் அவராண்டே எதையும் சொல்லிக்க முடியமே தேமேன்னு அவர் எதற்காண்டே நின்னுண்டு அழுதுண்டுருக்கச்சே... என் கண்ணையெல்லாம் பாசத்தோடு துடைச்சு விட்டுண்டு, அழாதேடி ராதே! எதுக்காக துக்கிரித்தனமா அழுதுண்டிருக்கே? போறவா அங்கேயேவா சமஞ்சுடப் போறன். நேக்கு வூடு வாசல் இல்லையா ஊர் இல்லையா சொந்தபந்தமில்லையா இன்னிக்கி அவ்வளவையும் ஒதறிட்டுப் போனாலும் நாளைக்கு அதெல்லாம் வேணும்னு தோனாமலாப் போயிடும். அதுக்கொசறமாவது நாங்க ஊர் திரும்பத்தானே வேணும். முக்கியமா ஒன்னய கல்யாணம் பண்ணிக்கிறதுக் கொசறம் நான் திரும்பத்தானே வேணும். அழாதேடி ராதேனு சொல்லிண்டு வாக்கெல்லாம் கொடுத்துட்டு போனாரோன்னோ அந்த நம்பிக்கையிலதான் என் மனசை தேத்திண்டு இந்த ஜன்னலாண்டையே உக்காந்துண்டிருக்கேன்.

மெட்ராசுக்கு போன சேச்சு அங்க போன புதுசுலே நேக்கு மூணு நாலு தபால் போட்டார். தபால் கார்டு இருக்கோன்னோ அதுல துளி எடம் கூட வுடாம நுணுக்கி நுணுக்கி பொடிப் பொடியான எழுத்துல, அவர் என்னமா தான் அப்படி நுணுக்கி நுணுக்கி எழுதுவரோ தெரியலை. அதை வாசிக்கிற நமக்கு கண்ணெல்லாம் வலியெடுத்து வலியெடுத்து ஜலமே வந்துடும். நேக்கும் அப்படி தான் அதை வாசிக்கறச்சே தாரை தாரையா ஜலம் ஊத்திடுத்து. நானானா அவர் ஒரு கார்டுல எழுதி அடக்குவரே அந்த சமாச்சாரங்கயெல்லாத்தையும் எழுதறதுக்கு பெரிய சைஸ் கட்டுரை நோட்டுல ரெண்டு பக்கம் வேணும். அம்புட்டு பொடுசா எழுதுவர். அவர் போன புதுசுலே அவர் நாலு தபால் போட்டார்ன்னு சொன்னேனோல்லியோ... அதுக்கப்பறமா அவர் எந்தத் தபாலும் போடலை. அவர் கடைசியா போட்ட நாலாவது தபாலிலே பம்பாயிலே நர்ஸிங்ஹோம் ஒன்றிலே

டாக்டரா ஓர்க் பண்றதா எழுதியிருந்தர். சந்தோஷப்பட்டேன் மறுபடி அவர்கிட்டேருந்து தபால் எதுவும் வரலை. ஏன் வரலை எதுக்கு வரலைனு என்னையே நொந்துண்டேன். என்னை ஏமாத்திட்டாரேன்னு கவலைப்பட்டேன். இதப்பத்தியெல்லாம் சதாநேரமும் நெனச்சிண்டிருக்கச்சே... ஆகாயம் சரியற மாதிரியும் அது சரிஞ்சி என் தலமேல விழற மாதிரியும் நேக்கு தோணித்து. ரொம்ப நாள் வரையிலும் அவர்கிட்டேருந்து எந்தத் தொடர்பும் இல்லாதபோது துடிச்சுப் போனேன், பொழுது விடிஞ்சி பொழுது போற ஒவ்வொரு நாளும் அவருக்காகவும் அவர் தபாலுக்காகவும் ஏங்கிச் செத்தேன்.

அப்பறமாதான் நான் அவரைக் கொஞ்சம் கொஞ்சமா மறக்கப் பாத்தும் அது முடியாமப் போச்சு, அவரோட பழகினதானது எம் மனசிலே நன்னா பசுமரத்தாணியாட்டமா பதிஞ்சி போனதோ என்னவோ? நேக்கு அந்த ஆணியை பிடுங்கி எறியமுடியாமப் போச்சு ஒருநாள் கூடவா அவர் என் கண்ணிலே படாமல் போயிடுவர்ங்கற குருட்டு நம்பிக்கையை வெச்சு வெச்சு தெம்பை உண்டாக்கிண்டிருக்கேனோல்லியோ?. போகப்போக இதுக்குள்ளே எங்கிருந்தெல்லாமோ என்னை பெண் கேட்டு பலபேர் ஆத்துக்கு வந்தா. அவாளையெல்லாம் நான் பிடிக்கலேன்னு நிராகரிச்சுட்டதாலும் சூழ்நிலை சரியில்லாமப் போனதாலும் கல்யாணம் தட்டிண்டே போனது. அதுகூட என் நல்லதுக்குன்னுதான் நேக்குத் தோணித்து. என் கண்ணிலே அவர் மாட்ட மாட்டாரான்ற நப்பாசைக் கூட ஒரு காரணம்னு வெச்சுக்கோங்களேன். இன்னிக்கி என்னை பெண் பாக்க வராளோன்னோ அவா கூட மெட்ராஸ்தானாம் மாப்பிள்ளைக்கு கூட நல்ல உத்தியோகம் தானாம் அண்ணா ஏற்பாடு. எங்களாத்திலே மாப்பிள்ளை தேடறதும் பெண் தேடறதும் நானும் எங்களண்ணாவும்தான். அம்மா அப்பாக்கு இதிலே பங்கில்லையான்னு கேட்காதேங்கோ அவாளுக்கும் பங்கு உண்டுதான். ஆனா அத்தனைக்கி வெடக்கட்டை தெரிஞ் சவாள்ளே அவா ரெண்டுபேரும். கரிசனம் உண்டு. ஆனா கரிசனமில்லே அப்படிங்கற மாதிரி வெச்சுக்கோங்களேன். இந்த மாதிரியான லௌகீக விஷயங்களிலே அவா குறைச்சல்தான். அண்ணாக்கும் நேக்கும் நாலு பேரோட பழக்கமும் ஈடுபாடும் கொஞ்சம் சாஸ்திங்கறதாலே வரவாளும் எங்களாண்டேதான்

சொல்லிக்குவா. நாங்களும் அந்தக் காரியங்களை எடுத்துண்டு பார்ப்போம்.

அண்ணா எனக்கொசறம் மெட்ராஸ் போய் எப்படியாவது ஒரு மாப்பிள்ளையை தீர்மானம் பண்ணிண்டுதான் ஆத்துக்குள் நுழைவேன்னு வீராப்பு பண்ணிகிண்டிருந்தானோல்லியோ அப்போதான் நேக்கு அவன் மேலே பொல்லாத சந்தேகம் வந்து அந்த சந்தேகமே என்னைக்குத்தி ரணகளப்படுத்த ஆரம்பிச்சிடுத்து. குறுக்கால வந்த அந்த சந்தேகம் என்னங்கறதையும் உங்களாண்ட தெளிவு படுத்திடுறேனே...

என் கல்யாணத் தடையாலேதான் இவன் கல்யாணத்தை நடத்தமுடியாமே போறதோன்னு ஆயாசப்படறானோன்ற கவலைதான் அது. அந்தக் கவலைதான் பெருசா என்னையும் அரிச்சியெடுக்க ஆரம்பிச்சிடுத்து. அவனோட ஆயாசம் நேக்கும் சரினுட்டுதான் தோணித்து. ஏன்னா எங்களண்ணா நேக்கும் நாலஞ்சி வருஷம் முன்னாடிப் பிறந்தவன். அவனுக்கும் என்ன மாதிரியே வயசாயிட்ட தோன்னோ? ஊருக்குள்ளே இருக்குற அவனொத்தவாளெல்லாம் ஒரு பொண்ணைக் கட்டிண்டு நன்னா வாழ்ந்துண்டிருக்கச்சே... அவாளைப்போல இவனுக்கும் வாழணும்னு ஆசையிருக்குமோல்லியோ? அதையெல்லாம் புரிஞ்சுண்டுதான் நானும் இவளுக்கு பொண்ணு வேண்டி தெரிஞ் சவாகிட்டேயெல்லாம் சொல்லி வெச்சுண்டிருந்தேன். அவாளும் எனக்கொசறம் சும்மா இல்லாமே ரெண்டொருத்தர் பொண் இருக்கற விஷயத்தையும் ஏங்கிட்டே சொல்லிருந்தா. அவர் சொல்லிருந்த அந்த விஷயங்களையும் அண்ணா ஆத்துலருக்க சமயம் பாத்து அம்மா அப்பாவ பக்கத்துல வெச்சுண்டு சொல்லவும் செஞ்சேன். “நீ வேணா கல்யாணம் பண்ணிக்கோடா வெங்கிட்டு என் கல்யாணம் தேங்கிருச்சுங்கறதாலே உன் கல்யாணம் தாமசப்பட வேணாம் அது நல்லதும் இல்லே... தெக்கு வீதில சஞ்சாரம் பண்ணிண்டிருக்காளே பங்கஜம் அந்த மாமியாத்து அத்திம்பேர் ஒத்தர் இருக்காளோன்னோ அவராண்டே ஓர் நாள் உன் கல்யாண விஷயமா பேசிண்டிருக்கச்சே, திருவையாத்துல நேக்கு வேண்டியவளாத்து பொண்ணு ஒத்தி இருக்கள் ராதே. அவளை வேணுமானா ஒங்களண்ணாவுக்குப் பேசட்டுமா? பொண்ணோட தோப்பனார் நேக்கு ரொம்ப

வேண்டப்பட்டவர். நான் சொல்றச்சே அவர் தட்டிக் கழிச்சுடமாட்டர். நான் சொன்னா அது நன்னாதான் இருக்கும்னு பெருசா நம்பிடக் கூடியவர். பொண்ணபத்தி சொல்லவே வாணாம் நானே நேர்ல பாத்துருக்கேன். அப்படி ஒரு தேஜஸ். மூக்கும் முழியும் படம் வரைஞ்சாப்போல இருப்பள். ஒங்களண்ணா பொண்ணை நேர்ல வேணா பாத்துக்கட்டும். அவன் ஒத்துண்டானானா மத்ததை பேசி முடிச்சுக்கிறதுக்கு நானாச்சுடி ராதே. கேட்டுட்டு வந்து சொல்லுனு சொல்லி அனுப்பிச்சர். நானும் அண்ணாகிட்டே, “அந்த அத்திம்பேர் இவ்வளவு சொல்றச்சே கேட்டுக்கோடா வெங்கினு” அவ்வளவு சொன்னேன். அவன் என்னடான்னா மொகத்தை சுளிச்சுண்டு சொவத்தையே வெறிச்சு பாத்துகிட்டிருந்தன். வாய் வார்த்தையா எதுவும் பேசலை. இவனென்னடா ‘மசங்கனா’ இருக்கானேனுட்டு, ஒருவேளை எப்போவானும் இவன் திருவையாத்துப் பொண்ணை நேர்ல பாத்துருப்பனோ? பிடிக்காமத்தான் என்னண்டே சொல்றதுக்கு அச்சப்பட்டுண்டு நின்னுண்டிருக்கனோன்னு நெனச்சுண்டு வேறு ஒரு இடத்திலிருந்து சம்பந்தம் சேதி வந்ததையும் சொல்ல ஆரம்பிச்சேன்.

“மேல வீதி நாராயணனாத்து மன்னி யசோதை இருக்காளோன்னோ அவள் ஒருநா சாயரச்சை நான் மூல அனுமார் கோயிலுக்கு வெளக்கேத்த போயிண்டிருக்கச்சே... வீதில என்னை பாத்துட்டு, “ராதே..., ஒங்கிட்டே முக்கியமா ஒரு சேதி பேசனும்னு ரொம்பநாளா தவுதாயப் பட்டுட்டிருந்தேண்டி... இன்னிக்கிதான் அதுக்கு பெருமாள் வழிகாமிச்சிருக்கர். வெளக்கேத்தத்தானே போறே, போயிக்கலாம்ண்டி. இது கொஞ்சம் முக்கியமான சேதின்றதால நின்னு கேட்டுண்டு போடின்னு சொன்னவள். நானும் இவள் என்னடா இத்தனை கரிசனமா சொல்லிண்டிருக்காளேன்னு நெனச்சுண்டு, அதனால் என்ன மன்னி சொல்லுங்கோ கேட்டுக்கறேன்னேன். அவளும் சொன்னள். “ராதே, தங்க விக்ரகங்களாட்டமா நேக்கு ரெண்டு பொண்ணுங்க இருக்கறது நோக்குத் தெரியுமோடி? தெரியாட்டா தெரிஞ்சுக்கோடி, அவா ரெண்டு பேத்துக்கும் கல்யான வயசெல்லாம் வந்து நாளாச்சுடி. காலம் கெட்டுக் கெடக்குற கெடப்புலயும் வயித்துக்குள்ள நெருப்புக் கட்டிய கட்டிகிட்டு அலைய முடியாதுங்கற நெனப்புலேயும், ரெண்டு பொண்ணுகளோட கல்யாணத்தையும் சட்டுபுட்டுனு

முடிச்சிடணுமேனுட்டு நானும் என்னோட புருஷாளும் அலையாத எடமில்லேடி; ஊரு இல்லேடி ரெண்டு குட்டிகளுக்கும் மாப்ளைகள் தெகஞ்ச பாடா இல்லவே இல்லைடி ராதே எங்கயும் அலைஞ்சதுதான். கண்டபலன் ஒண்ணும் குதிரலே, மோட்டுக்கிளுத்தா பள்ளத்துக்கும் பள்ளத்துக்கிளுத்தா மோட்டுக்கும்னு ஓடிண்டிருக்கு எங்க பொளப்பு. என் ஆத்துக்காரர் தேமேன்னு ஒடுங்கிப்போய் மூலைல குந்திட்டர். 'நீயாச்சு நீ பெத்த பொண்ணுகளாச்சு'னுட்டு அவரும் எம்புட்டுக்குத்தான் அலைவர். கேட்டால் 'தேகத்துல சக்தியில்லேடி யசோதை'னுட்டு பெரு மூச்சுவிடறார். பிரமஹத்தி தோஷம் பிடிச்சுட்டாப்ல. இந்த பாருடி ராதே, ஒங்களண்ணாவை நேக்கு நன்னா தெரியும்டி என் ஆத்துக்காரருக்கும் அவரை நன்னாவேத் தெரியும். உங்களண்ணாக்கு 'யோக்கியன்'னு ஊரெல்லாம் பேச்சாருக்கு அது ஒன்னு போறாதாடி ராதே. உங்களண்ணாக்கு எங்காத்து பொண்ணை கன்னிகாதானம் பண்ணிக் கொடுக்கறதுக்கு? நீ வேணா இந்த சேதியை யசோதை மன்னி சொன்னாள்னு எடுத்துண்டு போயி ஒங்காத்துல சொல்லேண்டி. ஒங்களண்ணா காதுலயும் ஓதிப்பாரு. அவாளுக்கெல்லாம் இஷ்டமானா என் பொண்ணு மூத்தாளையே தர்றேன்டி. ஏம் பொண்ணுக ரெண்டையும் நீ பாத்துருக்கியோடி ராதா? பாக்காட்டி இப்பயே வந்து பாரேன்டி ஆத்துலதான் இருக்கா, ஏம் பொண்ணுகளப் பத்தி நானே பெருமை பீத்திக்கக் கூடாது. அசலான தங்க விக்ரகம் தோத்துப் போயிரும்டி. ரெண்டு பொண்ணுகளுமே அப்படியிருப்பள்? நித்தமும் அவளுகளையும் அவளுகளுக்கு வந்துட்ட அழகுகளையும் நெனச்சு நெனச்சு நான் அடிவயித்துல தான் நெருப்பள்ளி கட்டிகிட்டு திருஞ்சிகிட்டிருக்கேன். காலம் அப்டின்னா கெட்டுக் கெடக்கறது. அதுக்கொசறம் தான் ஒங்கிட்டே திரும்பத் திரும்ப இதையே சொல்லிண்டிருக்கேண்டி ராதா. சொவத்துல் எழுதி வெச்ச சித்திரம் மாதிரி இருப்பள் ரெண்டு பொண்ணும். இந்த பாருடி ராதே ஒங்களண்ணா முடிச்சுருங்கற மாதிரி ஓம் பக்கமா கண்ணக் காட்டிட்டான்னு இந்த மன்னிகிட்ட ஒருவார்த்தை வந்து சொல்லுடி ராதே. அதுக்கப்பறம் பாரு இந்த மன்னியோட ஆர்ப்பாட்டத்தை. பாக்கறவா மூக்கு மேல வெரல வக்கிற மாதிரி சீர் செனத்தியெல்லாம் பிரமாதப்படுத்தினுட மாட்டன்? சீர் செனத்திப் பத்தியெல்லாம்

நீங்களொன்னும் எங்களாண்டே வாயைத் திறக்க வாணாண்டி ராது. நாங்களனப்பறதை ஒங்களாத்திலே வெச்சுக்கறதுக்கு இடம் இருக்கான்னு மட்டும் பாத்துண்டா போறும். ஒங்களண்ணாவோட இஷ்டம் நல்லபடினு வந்துட்டாலே போறுமே. வைகாசி கடைசிக்கெல்லாம் நிச்சயதார்த்தத்தை வெச்சுட்டு, ஆவணி முன்னாடி கெழமக்குள்ளேயே கல்யாணத்தையும் நடத்திரலாம் நா சொல்றதெல்லாம் சரிதானோடி ராதா... தப்பேதுமிருந்தா மொகத்துக்கு நேராவச்சே சொல்லிடடி மன்னி தவறா ஏதும் நெனச்சிக்க மாட்டன். அப்றம் இன்னும் ஒரு சேதிடி ராதே... வீதில கண்டு மன்னி சொன்னாளேன்னெல்லாம் அலச்சியமா எடுத்துண்டுடாதேடி ராதே. தெய்வ சங்கல்பம் அப்படி வெச்சு சொல்லணும்னு இருக்கையில, அதுதானே நடக்கும்?னு சொல்லிட்டு யசோதை மன்னி ஆத்துப்பக்கம் போயிட்டள். நான் மூலஹனுமார் கோயிலுக்குப் போய் ஹனுமனுக்கு வெளக்கேத்தி வெச்சுட்டு ஆத்துக்குப் போய் நுழைஞ்சதுதான். அம்மா அப்பா அண்ணா மூணுபேருமே ஆத்துலதான் இருந்தள். இதுதான் சமயம்னு மன்னி சொன்னதத்தனையையும் அவா சொன்னபடியே ஒண்ணுவிடாமே ஒப்பிச்சன். நான் சொன்னதிலே அம்மாக்கு திருப்தி அப்பாக்கு பூரண திருப்தி அண்ணாதான் வழக்கம்போல மூஞ்சை திருப்பி வெச்சுண்டு நின்னகிட்டிருந்தன். நேக்கு அவன் இப்படி நின்னானானா கோபம் வருமா வராதா? வந்தது. அவனுக்கென்ன பெரிய இவன் பெரிவாள்ளாம் சொன்னா கேட்டுக்கவா மாட்டன்னு தைரியமாதான் இருந்துண்டிருந்தன். என் கச்சிக்கி ஆதரவா அப்பாவும் ஒரு வார்த்தை சொல்லிண்டிருந்தர். “டேய் வெங்குட்டு, உன் தங்கா யசோதை மன்னி சொன்னான்னு சொல்றதத்தனையும் வாஸ்தவம் தாண்டா. அவா இட்டுக் கட்டிண்டு எதையும் சொல்லி வைக்கலை. நெஜத்தை தான் சொல்லி அனுப்பிச்சிருக்கள். நானும் அந்தப் பொண்ணுகளை பெருமாள் கோயில்லே வச்சி பாத்துருக்கேன். ரெண்டு பொண்ணுங்களுமே நன்னா சேப்பா ஒடிசலா பாந்தமாருப்பா. அதுல மூத்தாள் கொஞ்சம் பூசினாப்போல படர்ந்த மொகமா இருப்பள். நோக்கும் அவளுக்கும் கனகச்சிதமா இருக்கும். இதுல நாம ஆட்சேபணை சொல்றதுக்கு எதுவுமே இல்லேடா... அம்பி... அவா உன்மேலயும் நம்ப ஆத்துல உள்ளவா மேலயும் மதிப்பு வச்சுண்டு இவ்வளவுக்கு தங்களோட பிரியத்தை

சொல்லி அனுப்பிச்சிருக்கான்னா... நீ ரெண்டு கை நீட்டி அந்த மஹாலெட்சுமியை நம்மாத்துக்கு கூட்டிண்டு வரதுக்கு தயாரா இருந்துக்கடா. இப்பவே இந்த நிமிஷமே உன் தங்கா ராதாகிட்டே உன் சம்மதத்தை சொல்லி அனுப்பு"னு அப்பா சொன்னதை அவன் கேட்டானா? "அப்பா, நீங்களும் ராதையும் சொல்ற தத்தனையும் நானும் நம்பறேன். அதிலே மறுப்பு சொல்றதுக்கு எதுவும் இல்லே. ஒங்க ஆசைப்படியே யசோதை மன்னியாத்து மஹாலெட்சுமியை கன்னிகாதானம் பண்ணி நம்மாத்துக்கு கூட்டிண்டு வருவம். ஆனா அதெல்லாம் இப்போ இல்லே ராதா கல்யாணம் முடிஞ்ச அப்றமாதான். நா ஒரு திட்டத்தை போட்டுண்டு பட்டணம் போறேன்னா? அது ராதாவோட நன்மைக்காகத்தான். அதை எல்லாருமா மனசுல வெச்சுண்டு என்னை போக விடுங்கோ இப்போதைக்கி யாரும் எதையும் பேசி என் மண்டையைக் குழப்பாமே வாயை மூடிக்கோங்கோ'னு சொல்லிட்டு மெட்ராஸ் கௌம்பிப் போயிட்டன். ஆத்துல சபதம் போட்டாப்ல பேசிட்டு பட்டணம் கௌம்பிப் போன அண்ணா திரும்பி வரச்சே அவன் மொகத்தைப் பாக்கணுமே அவ்வளவு பிரகாசம்! அதிலே ஒண்ணு பாருங்கோ அவன் மூஞ்சி வேணா பிரகாசமா பளிச்சின்னு தேஜசா இருக்கலாம். ஆனா என் மூஞ்சி ஏழுமொழத்துக்கு கோணிண்டிருக்கே அதையெல்லாம் அண்ணா பாத்தானா சொல்லுங்கோ பார்ப்போம்?

அவன் சபதம் தோக்கணும். தோக்கணும்னா தோக்கணும்தான். அப்படி தோத்துப் போனா ஐயங்கடைத்தெரு பிள்ளையாருக்கு நூறு செதர் தேங்காய் ஒடைக்கிறதா அனுமானம் பண்ணிருக்கேன். ஆனா இப்ப வரைக்கும் நான் அந்தத் தும்பிக்கையானைத்தான் நம்பிண்டிருக்கேன். என் கல்யாணத்தை உத்தேசித்து அன்ணாவா கூட்டிண்டு வரப் போற மாப்பிள்ளை நேக்கு வேணவே வேணாம். அவர் எவ்வளவு பெரிய உத்தியோகஸ்தராய் இருந்தாலும் நேக்கு வேணாமென்றால் வேணாம்தான். என் சேச்சுவைக்காட்டிலும் அவரென்ன பெரிய ஒசத்தி சொல்லுங்கோ பார்ப்போம்?

இந்த வீராப்பெல்லாம் நேக்கும் இருக்கிறது சரிதான். அதுக்காக பெண்ணைப் பாக்கணும்னு பிரியப்பட்டு ஆத்துக்கு வரவாளை உதாசீனம் பண்ணிட முடியுமோ? அது தமிழர் நாகரிகத்திற்கு முரணானதாயிற்றே. கலாச்சார மாண்பை சீர்குலைத்தவள்ங்கிற

பேரெல்லாம் நேக்குத் தேவைதானா? நன்னா வரட்டும் பெண்ணையும் பார்க்கட்டும் பிடிக்கரதாவும் சொல்லட்டும் அவாளுக்கு பிடிச்சிட்டால் போறுமோ? கழுத்தைக் காட்டற நேக்கு பிடிக்கணுமோன்னோ… அங்கே நம் வீராப்பைக் காட்டிக்க வேண்டியதுதான்… அதனால்தானே யார் சொல்றதையும் காதிலே ஏந்திக்காமல் இந்த ஜன்னலண்டையே உக்காந்துண்டிருக்கேன்…

இன்னிக்கு வரா பாருங்கோ மாப்பிள்ளைப் பையன். அவரும் சேச்சுவாட்டமே டாக்டர்தானாம். அண்ணா ஆத்திலே சொல்லிண்டிருந்தன் நா காதுகொடுத்துக் கேட்டுக்கலை. அவன் சத்தமா பேசறச்சே நன்னாதான் காதிலே விழறதோன்னோ? நேக்கும் கூட மனசுல சின்ன ஆசை வர்ற மாப்பிள்ளைப் பையன் அவரா இருக்கக் கூடாதானுட்டு. அது வெறும் நப்பாசைதான். இந்த நப்பாசையெல்லாம் யாரைக் கேட்டுண்டு வரது. அதுவாவே வந்துடரதோன்னோ?

இந்த அற்பத்தனமான ஆசையெல்லாம் நேக்கு வரவேக்கூடாதுன்னு நெனச்சப்போ கோபம் கோபமா வரது. அழுகையாவும் வரறது. ஆத்துலே மட்டும் யாரும் இல்லாட்டிப் போனா ‘கோன்னு சப்தம் போட்டு அழுதுடுவன். அம்புட்டுனா ஆத்தரமாருக்கு நேக்கு. மெட்ராஸ் பட்டணத்துலேருந்து அவா யாரும் இன்னிக்கி வந்துடக்கூடாதேன்னு பிள்ளையாரையும் ஹனுமனையும் வேண்டிக்கறேன். திடுதிப்புனு அரசியல்வாதியெல்லாம் சேந்துண்டு ஹர்த்தால் பண்ணி ரயிலையும் பஸ்ஸையும் ஓடச்செய்யாமலிருப்பாளான்னு நெனச்சுண்டேன். ஏன்னா பொண் வீடு பாக்க வரவா சகுனம் சரியில்லைனு நெனச்சுண்டு வராமல் இருந்துடமாட்டாளான்ற நப்பாசைதான்.

நான் ஆண்டவனை வேண்டின்டபடி ‘ஹர்த்தால்’ நடக்கலேன்னாலும் நன்னா மழை பேயறது. வெளியே தலை காட்ட முடியாத மழை. நல்ல காரியத்துக்கு கௌம்பிப் போகச்சே சகுனத் தடைமாதிரி மழை பேயறதேன்னு நெனச்சுண்டு அவா யாரும் வராமல் இருந்துடணும்னு ஜன்னலாண்டையே மழையை வேடிக்கை பாத்துண்டு உக்காண்டிருக்கேன்னு மழை பேயறதை பாக்கறச்சே அவாள்ளாம் வரமாட்டள் தைரியம் கூட வரது பாருங்களேன். இப்படி நேக்கு வந்துருக்கறது அசாத்தியமான

தைரியமாகூட இருக்கலாம். அதெல்லாம் அந்த ஆண்டவனுக்கு மட்டும்தான் தெரியும். நேக்கென்ன தெரியும்?

அடுப்பிலே நெய் மணக்கறது. முந்திரி திராட்சை கிராம்பு மூன்றும் சேர்ந்து வாசனையில் போட்டி போடறது. எல்லாம் வர்றவாளுக்குத்தான். அம்மா கஷ்டப்பட்டு செஞ்சிண்டிருக்காப் போல.

நான் வெளியே மழை பேயறதை வேடிக்கைப் பாக்கறேன். சாரல் மழை இல்லேன்னாலும் அடிச்சிப் பேயற மழை நன்னா அடிச்சுப் பேயறது. பேயாறு மாதிரி தெருக்காடெல்லாம் ஜலம் ஓடறது. வாய்க்காலிலே சுழிச்சுண்டுப் போகுமே ஜலம். அப்படிப் போறது. இன்னிக்கி மட்டும் ஆத்துலே இந்தக் கூத்தெல்லாம் நடக்காட்டிப் போனா தெருவுலே போயி நின்னுண்டு ஆசையா மழையிலே நனஞ்சுண்டு கூத்தடிக்கலாம் போல் வருது. அப்படின்னா பேஞ்சி பிச்சிபெடுக்கறது மழை. அது போடற ஜாலங்களெல்லாம் இந்த ஜன்னல் வழியா நன்னா தெரியறதே...

இந்த அதகளமெல்லாம் கொஞ்ச நேரம் தான் என்கிறாப்பல திடுதிப்புனு மழை விட்டுப் போறது. கீழ்வானம் வெளுத்து மஞ் சள் வெயில் படற ஆரம்பிச்சினுடறது. தெருவுலே பேயாறா ஓடிண்டிருந்த ஜலமெல்லாம் நொடி நேரத்துக்குள்ளே எந்தப் பக்கமா ஓடித்துன்னே தெரியலை. தெரு கழுவிப் போட்டாப்பலே மழைக்கு முன்னே இருந்த தெரு மாதிரி ஆயுடுத்து.

அப்போதான் பாருங்கோ... எங்காத்து வாசலாண்டே சரக்குனு ஒரு பிளிமவுத் கார் ஒய்யாரமா வந்து நின்னதும் பதறிப்போறேன். நான் வேண்டிட்டதுக்கெல்லாம் பலன் கிட்டாமே போயித்தேன்னு தவிச்சுப் போறேன். அப்பறம் அந்தக்காரை இன்னொரு முறை கூர்ந்து பாக்கறச்சே அசந்து போறேன்! அந்த பிளிமவுத்தில் வந்தாளே! அவாளெல்லாம் என் சேஷாத்ரியோட அப்பாவும் அம்மாவும்தான். அவாளையெல்லாம் நேக்கு முன்னாலேயேத் தெரியும். சேச்சு ஒருநா என்னை அவாளாத்துக்கு கூட்டிண்டு போய் அறிமுகப்படுத்தியெல்லாம் வெச்சருக்கர். இவள்தான் உங்க மாட்டுப் பொண்ணுன்னு கூட சொல்லியுமிருக்கர். அதனாலதான் அவாளையெல்லாம் நேக்கு முன்னாலேயே தெரியும்னு சொன்னேன். அந்தக் காரை நான் மறுபடி மறுபடி பாக்கறச்சே பாருங்கோ அதிசயம் காருக்குள்ளே சேச்சுவும்

உக்காண்டிருக்கர். ஆமாம் என் சேச்சுவேதான் அவர். கோட்டு ஷுட்டெல்லாம் போட்டுண்டு எப்டி ஜம்முனு உக்காண்டிருக்கர் பாருங்கோ.

நேக்கு அவரைக் கண்டதும் தேகமெல்லாம் சிலிர்க்கறது. முகத்திலே பொங்கற மகிழ்ச்சி இவ்வளவுன்னு நேக்கு, சொல்லத் தெரியலே. ஒரே கூத்தாட்டம் கொண்டாட்டமா இருந்துண்டிருக்கு. அதிலே வெட்கமும் நாணமும் சேர்ந்துண்டு என்னமா பன்றது? முகத்தை ரெண்டுக் கையாலயும் பொத்திக்கறேன். வேற என்ன பண்ணமுடியும் சொல்லுங்கோ?

என் அண்ணா வெங்கிட்டிருக்கானோல்லியோ? அவனைத்தான் இந்த நேரத்துலே தெய்வமா நெனச்சுக்கறேன். அஞ்சாறு வருஷத்துக்கு முன்னாடியெல்லாம் ஊஹூம் அவ்வளவு வேண்டாம் ஒரு வருஷத்துக்கு முன்னாடின்னுகூட வெச்சுக்கலாம். நேக்கு அவனைக் கண்டாலே சுத்தமா பிடிக்காது. ஏதாவது நொடச் சொல்லெல்லாம் சொல்லி பொழுதுக்கும் வம்படி பண்ணிண்டிருப்பன். அவனுக்கும் என்னைக் கண்டால் ஆகாது... எலியும் பூனையும் ஒரு இடத்துலே இருக்கறது அவ்வளவு நல்லதுக்கில்லேடி ராதா அகத்தையே ரெண்டுபடுத்தி வெச்சிடும்"னு சொல்லிண்டு அம்மா கோச்சிப்பள். அதெல்லாம் ஒரு காலம் இப்போ நேக்கு அவன் கரும்பாய் இனிக்கிறான்.

நேக்கு உச்சந்தலையிலேருந்து உள்ளங்கால் வரைக்கும் மகிழ்ச்சி தாங்கலே. இத்தனை நேரமும் இவாளையா வரவேண்டாம் வரவேண்டாம்னு வேண்டிண்டோம்னு ஆத்திரமா வர்றது சிரிச்சுக்கறேன். மொல்லமா காரைப் பாக்கறேன். அவர் நன்னா ஒய்யாரமா கார்லேருந்து எறங்கிவரார். நேக்கு "சர்ப்ரைஸ்" கொடுக்கறதுக்காகத்தான் இவ்வளவு தாமதமா எறங்கி வர்றார்னு புரிஞ்சிக்கறேன். ஆளைப் பாக்கறச்சே என் சேச்சுவான்னு என்னாலேயே நம்பமுடியலை. நன்னா மொழுமொழுன்னிருக்கர். கலர்கூட சேஞ்சானது மாதிரி பளீர்னு இருக்கர். பாம்பேக்குப் போய் அப்படி ஆயிட்டரோ என்னமோ தெரியலை.

பொசுக்குனு நேக்கு அவர் மேல கோபம் கோபமா வரது. சேஷாத்தியைக் கூப்பிட்டு "ஏன் லெட்டர் போடலை? எந்தத் தொடர்பும் வெச்சுக்காத காரணமென்ன? அப்படியெல்லாம் கேட்டு அதிகாரம் பண்ணணும்னு தோணுது. நன்னா கையைக்

காலைப் பிடிச்சுண்டு ஒருத்தர் ஒருத்தர் சண்டைபோடணும் போலத் தோன்றது. அப்டி எதுவும் எக்குத்தப்பா நடந்துடலை. அப்றமா நெனச்சுக்கறேன் மொதல் மொதலா ஆத்துக்கு வந்திருக்கிற மாப்பிள்ளையை என்னவெல்லாம் அபத்தமா நெனச்சிக்கிறேனோன்னு கன்னத்துல போட்டுக்கறேன். சேச்சு அவரோட அப்பா அம்மா ஸகிதம் ஆத்துக்குள் வரச்சே நான் ஜன்னலன்டையை விட்டுட்டு ஓட்டமா ஓடி கொல்லைப்புரம் பின்கட்டாண்டே போய் பதுங்கிக்கறேன். அப்பாவும் அண்ணாவும் அவாளையெல்லாம் வரவேற்கறதுக் கொசறம் தாம்பூலத் தட்டை எடுத்துண்டு ஹாலுக்கு வரா.

வந்தவாளெல்லாம் ஷோபாவிலே உக்காந்துண்டு சுத்திமுத்தி எதை எதையோ ஆராயறா. என்னவெல்லாமோ சம்மந்தமில்லாத பேச்செல்லாம் பேசிண்டிருக்காளோன்னு தோன்றது. சேச்சு எதுவும் பேசாமல் 'கம்'னு உக்காண்டிருக்கர். அவர் கண்கள் ரெண்டும் சொழன்ற சொழற்சியைப் பாக்கறச்சே என்னைத்தான் தேடிண்டிருக்கர்னு தோன்றது. ஒருவேளை அவர் என்னை நேருக்குநேர் பாத்தார்னா, “நீ போட்டுக் கொடுத்த வட்டத்தையோ சதுரத்தையோ விட்டுட்டு அந்தாண்டை இந்தாண்டை போயிடலடி ராதா” அப்புடினு சொல்வரோன்னு நெனச்சுக்கறேன். 'நானும் அப்டிதான் ஒரே எல்லையிலே நின்னுண்டிருக்கேன் சேச்சு'ன்னு சொல்லனும் போலத் தோன்றது.

அண்ணா சொல்றான், “மாமா, ஒங்கப் புள்ளையாண்டான் சேஷாத்ரிக்கும் என்னோட தங்கா ராதாவுக்கும் காலேஜில் படிச்சிண்டிருக்கச்சயே லவ்வுன்னு நேக்குத் தெரியும் மாமா, அதை என் தங்கையாண்டே நான் காட்டிக்கலை அவளும் ஏங்கிட்டே சொல்லிக்கலை. அப்போல்லாம் நானும் ராதாவும் எலியும் பூனையுமாதான் இருந்துண்டிருப்பம். அதனால் என் ரகசியம் என்னோட. அவளோட ரகசியம் அவளோடன்னு ஓடித்து. ஒங்க புள்ளையாண்டான் பாம்பேக்கு போயிட்டார்னு தெரிஞ்சதும் ராதா நொந்துபோயிட்டாள். தனது கல்யாணம் சேஷாத்ரியோட நடக்குமாங்கற கவலையெல்லாம் அவளுக்கு வந்துடுத்து. அதுக்கப்பறம்தான். நான் அவள் நெனச்ச வாழ்க்கையை அவளுக்கு அமைச்சுக் கொடுக்கணுமேங்கற ஹோதாவுல எறங்கி ஒங்களோட பூர்வாங்கத்தையெல்லாம்

விசாரிச்சுண்டுதான் பட்டணம் வந்தேன். பிராட்வேயில இருக்கிறதா சேதி கெடச்சி ஒங்காத்த தேடிவந்தா அங்கே சேஷாத்திரியே இருக்கறதைப் பார்த்தேன். கேட்டச்சே ரெண்டு மாசம் மெடிக்கல்ல லீவு போட்டுட்டு வந்துருக்கறதா சொன்னர். ஒங்களாண்டே என்னோட தங்கா கல்யாண விஷயத்தைப் பேச்செடுத்ததுமே நீங்கமுன்னாடி ஊருக்குக் கெளம்பிப் போங்கோ நாங்க பின்னாடியே ஒங்காத்து பெண்ணை பாக்க வரம்னு பெருந்தன்மையா சொல்லி என்னை அனுப்பிச்சி வச்சேளே மாமா. அதுக்கு நான் எவ்வளவு நன்றி சொன்னாலும் போறாது மாமா. ஒங்காத்து மாட்டுப் பொண்ணா எங்காத்து ராதான்னு நெனைக்கறச்சயே அவ்வளவு சந்தோஷமா இருக்கு மாமான்னு அண்ணா பேசினது மட்டும்தானா இன்னும் என்னென்னத்தையெல்லாமோ அளந்து விட்டுட்டு இருந்தன்.

நேக்கு அவன் பேசப் பேச காத்துல பறந்துபோயி ஆகாயத்துல மெதக்குற மாதிரி தோன்றது. மழை நிக்கப்படாது. மழை நிக்கப்படாதுனு. வேண்டிண்டிருந்தேனே அதை இப்போ நெனச்சாக்கூட நேக்கு சிரிப்பு சிரிப்பா தான் வர்றது போங்கோ?

●

ஒரு நாற்காலி காத்திருக்கிறது

'ஹே' என்று அந்த நாற்காலியில் உட்கார்ந்தார் நாகராஜன். அந்த நாற்காலி இவருடைய சௌகரியத்திற்கு ஏற்றார் போல் ஒருமுறை முன்னோக்கி விரிந்து அதிக இடம் கொடுத்து தன்னிடத்தில் இவர் அதிக வாஞ்சை கொள்ளும் படி அமர்த்திக் கொண்டது.

இந்த நாற்காலி இப்போது செய்யப்பட்டதில்லை. இவர் பள்ளிக்கூடம் படிக்கிற காலத்தில் இவர் அப்பா செய்தது. இவர் அப்பா செய்ததென்றால். இவர் அப்பாவே செய்ததல்ல. இவர் அப்பாவின் எண்ணப் படியும் சொற்படியும் அது செய்யப்பட்டது. அந்த நாற்காலியின் உருவத்தையும் அதன் சித்திர வேலைப்பாடுகள் பற்றியும் அதன் மீது உட்காரும் மனிதர் மெலிந்தவர், பருமனானவர் என்ற எந்தவித பாகுபாடுமின்றி அதன்மீது உட்காரும் எந்த ஒரு மனிதரின் சௌகரியம் பற்றியும் ஆராய்ந்து செய்யப்பட்ட நாற்காலி அது.

அந்த நாற்காலியில் உட்கார்ந்தாலே சுகமான கற்பனை வரும். சுகமான கனவு வரும். தெளிவாக சிந்திக்க வரும். ஒரு பெரிய மனிதரைப் போன்ற தோற்றமும் மிடுக்கும் தானாகவே வரும். அதில் உட்கார்ந்திருக்கின்றபோது குறுக்கேயோ எதிரேயோ பக்கவாட்டிலோ யாராவது சென்றாலும் நின்றாலும் அதிகாரம் பண்ணத் தோன்றும். ஒருவரும் இல்லையென்றால் அடுப்படிக்குள் சமையல் காரியம் பண்ணும் பெண்களைக் கூப்பிட்டு, "காபி கலந்துட்டு வாயேன்" என்று அதிகாரம் பண்ணவோ அதட்டவோ தோணும்." ஆபீஸ் போய்விட்டு வந்த பிற்பாடு அப்பா கோட்

ஸ்டாண்டாகவும் அதைப் பயன்படுத்திக்கொள்ளத் தவற மாட்டார்.

இவர் அப்பா செத்ததும் அந்த நாற்காலி அனாதையானது. அம்மா அந்த நாற்காலியில் உட்காரப் பயப்பட்டாள். அடுத்த வீட்டு வாண்டுகள் அந்த நாற்காலியின் கால்களையோ முதுகையோ பிடித்துக்கொண்டு விளையாடி விட்டால் போதும். அம்மாவிற்கு கோபம் உச்சத்திற்கு வந்து விடும். அவ்வளவு சொல்வானேன்; அம்மா செவ்வாய் வெள்ளியில் அந்த நாற்காலிக்கு சாம்பிராணி புகைச்சல் காட்டத் தவற மாட்டாள். அந்த நாற்காலி அப்பாவின் ப்ரிய ஆசனமென்று தகுந்த மரியாதைகளையெல்லாம் காட்டினார் நாகராஜன். எதேச்சையாக இவரது கால்கள் அதன்மீது பட்டால் நாற்காலியைத் தொட்டு கன்னத்தில் ஒற்றிக் கொள்வார். அப்பா இறந்த கொஞ்ச காலம் வரை நாகராஜன் அந்த நாற்காலியைப் பயன்படுத்தியதே இல்லை. அது அப்பாவுக்கானது மட்டுமே என்ற வைராக்கியத்தில் அதன் அருகே நெருங்கவே இல்லை. அப்பா இறக்கவே இல்லை அந்த நாற்காலியில் உயிர்ப்புடன் உட்கார்ந்து கொண்டிருக்கிறார் என்று நம்பக்கூடியவராகவும் இருந்தார். அப்பா பேப்பர் படிக்கிற இடமென்று பீற்றிக்கொள்வார். அதெல்லாம் கொஞ்ச காலம்தான். அதாவது அப்பாவின் வயதை இவர் எட்டுகிற வரைக்கும்தான். அப்பாவின் வயது வந்த பிற்பாடு இவரும் அப்பாவாக மாறிப்போனார். அப்பாவான பின் அந்த நாற்காலியும் அப்பாவானதாக ஆகிப் போய்விட்டது.

அந்த நாற்காலியில் உட்கார்ந்து கொண்டே இந்தியா சுதந்திரம் வாங்கியதிலிருந்து, இளங்கோ மகளை இசக்கியப்பன் இழுத்துக்கொண்டு ஓடியது வரை ஒன்று விடாமல் நினைத்துப் பார்ப்பார். ஓடியவளை இழுத்துக் கொன்டு வந்து உரியவனிடம் ஒப்படைக்க இவரிடம் திராணியேது? அதற்கெல்லாம் சமத்தில்லாதவர்தான் நாகராஜன். அந்த நாற்காலியில் உட்கார்ந்து கொண்டே சின்னக் குழந்தைகள் தெருவில் விளையாடுவதையும் பெண்டு பிள்ளைகள் தண்ணீர்க் குடம் தூக்கிக்கொண்டு செல்வதையும் ரசிப்பார்.

பெண்களை நேருக்கு நேராய்ப் பார்க்க மாட்டார். அத்தனை கூச்ச சுபாவமென்று அதற்கு அர்த்தமில்லை. வெறுப்பு வெறுப்பு

வெறுப்புதான். பெண்கள் வெறும் சதைப் பிண்டங்கள் என்பார்; பெண்களிடம் ஒன்றுமே இல்லையென்பார். பெண் ஓர் மாயை என்பார்; மாயப்பிசாசென்றும் சொல்வார், 'அந்தப் பெண் அவ்வளவு அழகு' என்று எவனாவது இவர் முன் வந்து சொல்லிவிட்டால் போதும். இவர் முகம் அஷ்ட கோணலாக ஆகிவிடும். அவனை அடிக்காத குறையாக நெருப்புத் துண்டங்களை பார்வையில் வீசுவார்.

"என்னடா அழகைக் கண்டே? அழகு என்பதற்கு அர்த்தம் தெரியுமா உனக்கு? ஆத்தங்கரையில் மண்டிக் கிடக்கும் நாணற்புற்களைக் காட்டிலுமா இந்தப் பொம்பளைங்க அழகு? கிராமத்துல வரிசை வரிசையா பச்சைப் பிடித்த வயல்களைக் காட்டிலுமா இவர்கள் அழகு? புதுத்தண்ணி வர்றப்போ நுங்கும் நுறையுமா வருமே... அப்ப ஏற்படற கிளுகிளுப்பைக் காட்டிலுமா இந்தப் பெண்கள் உற்சாகத்தைத் தந்துடறாங்க. 'ச்சீ...' மடையா தூரப்போ' என்று அடித்து விரட்டுவார்.

இப்படி எத்தனை பேரிடம் இந்த மனிதர் எரிந்து விழுந்திருக்கிறார் தெரியுமா? அதற்கெல்லாம் கணக்கு வழக்கே இல்லை. தானே பெண்ணுக்குள்ளிருந்து உண்டானவன் என்பதை உணர்ந்து பார்த்தாரானால், இப்படி மற்றவர் அசூயைப் படும்படி நடந்து கொள்வாரா? பெண்களைக் கண்டால் பேய் இறங்கும் என்று சொல்வார்கள்; இவரென்னடாவென்றால் பேயைக் கண்டமாதிரி நடுங்கிப் போகிறாரே. முகம் சிவ சிவவென்று சிவந்து அஷ்டகோணலாகி விடுகிறதே... பெண்கள் மீது இப்படி ஒரு வெறுப்பில்லாவிட்டால் இவர் தனது அறுபதாவது வயதுவரை கல்யாணத்தைப் பற்றி சிந்திக்காமலிருந்திருப்பாரா? அதற்குத்தான் லாகிரி வஸ்துக்களை அதிகமும் பயன்படுத்த ஆரம்பித்து விட்டாரே. மனுஷன் என்ன செய்ய? போதை வஸ்துக்களில் எத்தனையுண்டோ அத்தனையும் இவருக்கு அத்துப்படி. அபின், கஞ்சாவென்று ஆயிரம் பெயர்களை பட்டியலிட்டுக் காட்டுவார்.

நிறைந்த போதை ஆசாமியாக இவர் வாழ்ந்தாலும் படிப்பில் புலியாக விளங்கினார். ஆயிரக்கணக்கான புத்தகங்களை படித்ததின் பிரதியுபகாரமாகவோ என்னவோ தெரியவில்லை இவர் தனது வாழ்க்கையில் காதலித்தது என்பதெல்லாம்

இந்த புத்தகங்களையும் போதை தரக்கூடிய வஸ்துக்களையும் மட்டும் தான்; தனது உலகம் என்று நம்புகின்றவராய் இவர் இருக்கின்றார். இவர் எவ்வளவுதான் போதையிலிருந்தாலும் சதாநேரமும் படிப்பு படிப்பு படிப்பு ஒன்றே இவர்கண்ட பலனாய் அமைந்து விட்டது. புத்தகத்தினுள் மூழ்கி விட்டால் பக்கத்தில் இவருக்காக வைக்கப்பட்டிருக்கிற காப்பி பச்சைத் தண்ணீராய் போகிற வரை கூட இவருக்கு காப்பி நினைவு வராது. அப்படி ஒரு படிப்புப் பக்தர் இவர்.

கொஞ்ச நாட்களுக்கு முன்னால் இவர் தாயார் செத்ததற்கப்புறம் பொருள் சேர்ப்பதற்காக வேண்டி பஜாரில் ஒரு சின்னக் கடையாக வாடகைக்குப் பிடித்து 'ஸ்கிரீன் ப்ராஸஸிங்' வைத்தார். இரண்டு சம்பள ஆள். நல்ல வருமானம். சதாநேரமும் மனிதர்கள் வந்து கொண்டும் போய்க் கொண்டும் கல கலவென்றிருந்தது கடை. இப்போதெலாம் எப்போதோ சில சந்தர்ப்பங்களில் மட்டும்தான் புத்தகங்களைப் படிக்க சந்தர்ப்பம் வாய்க்கிறது. இவருக்கு வியாபார நிமித்தம் புத்தகத்தின் மீதிருந்த காதலும் பரிச்சயமும் கொஞ்சம் கொஞ்சமாக இவரை விட்டு நழுவி, வேறு எங்கோ இவர் இத்தனை நாளும் மனதால் கூட நினைத்துப் பார்த்திராத பெண்களைப் பற்றி நினைக்க ஆரம்பித்திருந்தார். கண்கெட்ட பின்பு சூரிய நமஸ்காரம்போல பெண்களைப் பற்றி, தான் ஏன் சிந்திக்க ஆரம்பித்தோம் என்று அந்த நாற்காலியில் ஒரு இரவுவரை உட்கார்ந்து கொண்டே சிந்திக்க ஆரம்பித்தார். இவர் பஜாரில் கடை ஆரம்பித்த அன்றே இவர் அப்பாவின் ப்ரிய நாற்காலியை தனது ஸ்தானத்திற்கு எடுத்துக்கொண்டு வந்து விட்டார். ஒரு நாளாவது அதன் மடியில் உட்காராவிட்டால் இவரது தலை சுக்குநூறாய் வெடித்து விடும் போலிருக்கும். அந்த நாற்காலியின் அதிகப்படியான விசேஷத்தைப் பார்ப்பதற்காக வென்றே ஒரு கூட்டம் கடைக்கு வந்து போகும். அதில் அவருக்கு பெருமைதான்.

அந்த நாற்காலியில் வெள்ளை வெளேரென்ற கதராடை சகிதமாய் இவர் உட்கார்ந்திருக்கின்ற போது ரோட்டில் கூட்டம் கூட்டமாய்ப் போகிறவர்களில் யாரோ ஒருவள் இவரின் மீது ஓர் பார்வையை வீசிவிட்டால் போதும். அப்படியே சில்லிட்டுப் போய்விடுவார். 'அடிப் பெண்ணே பக்கத்தில்

வாயேன்' என்கிற மாதிரி பார்ப்பார். அறுபது வயதிலும் ஏன் தனக்கு இந்த நினைப்பெல்லாம் வருகிறது என்று தன்னையே கேட்டுக் கொள்வார்.

இவரது இருபது முப்பது வயதுகளில் இவருக்கு எதெல்லாம் அழகாகத் தோன்றியதோ அதெல்லாம் அசிங்கமாய் மாறி பெண்கள் மட்டுமே அழகு என்பதாய் உணர்ந்தார். இவர் வியாபாரத்தைக் கூட மறந்து ரோட்டில் நடந்துபோகிற பெண்களை கொட்டக் கொட்டப் பார்க்கிறார். இந்த உலகத்தில் ஒரு பெண்ணோடு ஊடலும் கூடலும் கொள்வதைக் காட்டிலும் சுகமானது என்ன இருக்க முடியும் என்று சிந்திக்க ஆரம்பித்து பெண்களைக் காட்டிலும் அற்புதமான விஷயம் ஒன்றுமே இவ்வுலகில் இல்லை என்று முடிவே செய்து விட்டார்.

இப்போதுதான் இவருக்கு ஏதோ ஒரு புத்தகத்தில் வாசித்தது நினைப்புக்கு வந்தது. தேங்கிக் கிடக்கிற குட்டை நீர் சலனப்படாமல் இருக்கிறதே என்று நினைத்துவிட வேண்டாம். அது ஆடவோ அசையவோ செய்யாது. எப்போது பார்த்தாலும் ஒரு ஜடப்பொருளைப்போல் அந்நீர் காட்சிதரும். அதெல்லாம் ஓர் பிம்பம்தான். ஆனால் அதன் அடித்தளத்தில் ஆயிரமாயிரம் கோடி அலைகள் ஆர்ப்பரித்துக் கொண்டிருக்கிறது.

எத்தனை உண்மையான சத்தியமான வார்த்தை அது? இவருடைய பதினைந்து இருபது முப்பது வயதுகளிலும் இப்போதும் எத்தனை கோடி அலைகள் இவரது நெஞ்சுக்குள் அடித்துக் கொண்டிருக்கிறது என்பதை உணர ஆரம்பித்தார் இவர். அலைகள் இவரது நெஞ்சிற்குள் மட்டும்தானா? பார்த்த மாத்திரத்தில் பொசுக்கென்று தெரிகிற ஒவ்வொரு மனுஷனுக்குள்ளும் எத்தனை கோடி அலைகள்... ஒவ்வொருவருக்குள்ளும் எவ்வளவு பெரிய உலகங்கள்; பிரம்மாண்டங்கள் அவனுக்குள் இருப்பது ஒரு உலகம் மட்டும் தானா? ஒரு உலகம் இரு உலகம் என்று ஓராயிரம் உலகத்தை சிருஷ்டித்து விடும் அற்புத கலைஞனாயிற்றே இவன்? நொடிக்குள் பறப்பதும் பூமிக்குள் போய் சொருகிக் கொள்வதும் இன்னும் அதியதியற்புதமான ஜாலங்களையெல்லாம் செய்து காட்டும் கற்பனாவாதி ஆயிற்றே இவன்? இவ்வளவு பெரிய பிரம்மாண்டமான பூமியை உள்ளங்கையில் அடக்கிக் காட்டவும் இத்தனை பெரிய வானத்தை தன் உடம்புக்கு

குளிருக்குப் போர்த்திக் கொள்ளவும் இவனால்தான் முடியும். எலும்பும் சதையும் ரத்தமுமான இந்த ஸ்தூல உடம்பினுள் அக்கினியாய் தகிக்கும் உணர்ச்சிக்காக போராடுவதும் கற்பனை பண்ணுவதும் சிந்தனைகள் செய்வதும் இவனுக்குத்தான் வரும். இவன் நிற்பான் நடப்பான் நடந்து கொண்டே பறப்பான். பூமிக்குள் போய் சொருகிக் கொள்கின்ற மாதிரியும் வானத்தில் போய் தொத்திக் கொள்கின்ற மாதிரியும் குதிப்பான், தேமே என்றிருப்பான். திடீரென்று கடலுக்குள் விழுந்து ஆகாசத்தின் வழியாக தொபுகடீரென்று பூமியில் குதிப்பான். ராத்திரி பன்னிரெண்டு மணிக்கு ஒதிய மரக் கூந்தலில் மறைந்து கொண்டு பிசாசாய் உருவம் காட்டி பிளிறுவான். இத்துனூண்டு சதையும் இத்துனூண்டு எலும்பும் இத்துனூண்டு ரத்தத்தையும் வைத்துக்கொண்டு என்ன வித்தையெல்லாம் பண்ணுவான்? பார்த்த மாத்திரத்தில் ஒன்றுமே இல்லாதவன் மாதிரி தெரிகின்ற இவனுக்குள் எத்தனை கோடி கோடி எண்ணங்களும் கற்பனைகளும் கனவுகளுமாய் அலையடிக்கின்றது? நினைக்க நினைக்க புல்லரிக்கிறது நாகராஜனுக்கு. ஒவ்வொருவருக்குள்ளும் இரைச்சல் போட்டு ஆர்ப்பரித்துக்கொண்டிருக்கிற அலைகள் தனக்குள் மட்டும் ஏன் இரைச்சலிடாதது என்று இவருக்குப் புரியவில்லை. அதையெல்லாம் சேர்த்துதான் இந்த அறுபதாவது வயதில் ‘ஓ’வென்று ஆர்ப்பரிக்கின்றதோ?

நெஞ்சில் தோன்றிய அந்த அலைகளை கட்டுப்படுத்த ஒரு பெண்ணின் ஸ்பரிச உராய்தலுக்காக வேண்டி இவர் தீவிரமாக சிந்திக்க ஆரம்பித்த அந்த சந்தர்ப்பத்தில்...

காலையில் இவர் வீட்டிலிருந்து கடைக்கு வருவதற்காக பஸ்ஸில் ஏறும் போது அச்சம்பவம் நிகழ்ந்தது. அச்சம்பவத்தைப் போல் இவரது இது நாளைய வாழ்வில் எத்தனையோ சம்பவங்கள் ஏற்பட்டிருந்த போதிலும் அதெல்லாம் இயற்கையாக நடந்ததே. இயற்கையாக நடந்த அத்தருணங்களில் அதை உணரவோ உணர்ந்து இன்புறவோ வெறுப்படைந்திருந்த அச்சூழலில் ஏற்பட்ட ஒரு சம்பவத்தைப்போல் இன்று தான் செயற்கைத்தனமாக ஏற்படுத்திக் கொண்டதற்காகக் கிடைத்த ஏச்சும் பேச்சும் இவருக்கு சங்கடத்தைத் தந்தது.

இவருக்குள் கொஞ்ச நாட்களாகவே தணித்துக் கொள்ள முடியாதிருந்த ஆசையை தணித்துக் கொள்ளும் பொருட்டு

ஒரு இளம் பெண்ணின் ஸ்பரிச உணர்வுக்காகவும் பஸ்ஸிற்குள் பெண்கள் இடித்துக் கொண்டும் பிடித்துக் கொண்டுமாய் நிற்கிற இடமாகப் பார்த்து போய் நின்றபடி இருக்கிற பெண்களில் எவள் அழகானவள் இளமையானவள் என்று தேர்ந்தெடுத்து அவள் தேகத்தின் மீது இடித்து அதனால் ஏற்படும் இன்பத்தை உணரும் பொருட்டாக எங்கிருந்தோ வந்த அசாத்திய துணிச்சலை கருவியாக வைத்துக்கொண்டு கொஞ்சம் இளமையாக இருந்த பெண்ணைப் போய் இடித்ததுதான் தாமதம். அவள் சட்டென்று எவ்விதக் கூச்சமும் இல்லாமல் நாலுபேர் பயணம் பண்ணுகிற இடத்தில் பேசுகிறோமே என்பது கூட இல்லாமல் சாட்டையாய் வார்த்தைகளை வீசினாள்.

“ஏய்யா வயசாளிப் பெரியவரே உனக்கு எம்புட்டுத் துணிச்சலிருந்தா இப்படி பயமில்லாமல் ஒரு பொம்பளையை இடிச்சிகிட்டு நிப்பே? இந்தக் காலத்திலே இருவது வயசுப் பையனை நம்பளாம்யா... ஒன்னமாறி வயசான மூளிங்களை நம்பவே முடியாதுய்யா... சாகப்போற வயசிலேயும் ஒனக்கு பொட்டச் செறுக்கிய இடிச்சிப் பாக்கணும்னு ஆசகெடந்தா அடிச்சிக்குது ஏ மேல ஒரசாம அப்டி தள்ளி நில்லுய்யா... என்னமோ பொம்பளைய இடிச்சிப் பாக்காத மாதிரி இடிச்சிகிட்டு நிக்கிற தள்ளுய்யா...” பெருமழை அடித்து விட்டு ஓய்ந்த மாதிரி அவள் சட்டென்று அடங்கிப்போனாள்.

பஸ்ஸிற்குள் கசமுசவென கூச்சல். ஆளுக்கொரு விமர்சனம் கேலிகள் சிரிப்புகள். என்னமோ இவன்களெல்லாம் யோக்கியன் மாதிரி பேசுகிறான்கள். ஒவ்வொருத்தனும் ஒன்பது பெண்டுகளை இடிப்பான்கள் நாய்களா... இவருக்கு அருவெறுப்பாய் இருந்தது. அந்தப் பெண் பேசியதை ஜீரணிக்க முடியவில்லை. அடுத்த நிறுத்தத்தில் இறங்கிக் கொண்டார். அவள் பேசியது மனசுக்கு கஷ்டத்தை தந்தபோதிலும் அதையெல்லாம் பொருட்படுத்திக் கொண்டிருக்க இவருக்குத் தோன்றவில்லை. இவருக்குத் தேவை ஒரே ஒரு பெண். அவளின் ஸ்பரிஸம்; அவளின் இன்பமான அணைப்பில் கிடைக்கிற சுகம்; அது மட்டும் தான்.

ஒரு பெண்ணை தான் அடைய என்ன வழி என்பதை புதிதாக உருப்போட்டார். இவரது ப்ரிய நண்பர்கள் விபச்சாரிகள் பற்றியும் அவள்கள் வசிக்கும் இடத்தைப் பற்றியும் நிறைய நிறையவே

சொல்லியிருக்கிறார்கள். இத்தருணத்தில் இவருக்கு இதெல்லாம் ஞாபகத்தில் உதித்துவிட்டது. அவ்விடத்தைத் தேடி நடந்தாரே தவிர மனசு பயம் கொண்டது. ஆசை இவரை முன்னே தள்ளியது. எதுவோ நெஞ்சுக்குள் படக்படக்கென்று அடித்துக் கொண்டது. அங்கு போனால் என்னென்ன விபரீதமெல்லாம் நடக்குமோ என்றும், ஒரு விபச்சாரி எப்படியிருப்பாள் என்பதை எப்படித்தான் அடையாளம் கண்டு கொள்ளப்போகிறோம் என்பதையும் சிந்தித்து கொஞ்சம் தமக்குத் தாமே துணிச்சலையும் வரவழைத்துக்கொண்டு நடக்கலானார்.

நண்பரொருவர் எப்போதோ சொன்ன அடையாளத்தை வைத்துக்கொண்டு அது ஒரு சந்தா பொந்தா என்று நினைக்கக் கூடிய இடத்திற்குச் சென்றார். சந்திற்குள் ஓடிக்கொண்டிருக்கும் சாக்கடை ஓரமாக பாழுங்குடிசை ஒன்று தன்னந்தனியாக இருந்தது. குடிசையின் வாசலில் ஒருத்தி. சிகப்புப் புடவை சசிதமாக கோரமாக நின்று கொண்டிருந்தாள். பரட்டைத் தலை. வாயில் வெற்றிலைக் குதப்பல். தலை முழுக்க அழுக்கு. நெற்றியில் கையகலப் பொட்டு. கண்களிலும் புருவத்திலும் தேவைக்கு அதிகமான கறுப்பு மை. அவளைப் பார்த்த மாத்திரத்தில், இவளை மாதிரி ஒரு பெண்ணையா அல்லது இவளையேவா அணைக்கவும் புணரவும் போகின்றோம் என்பதை நினைக்கவே கசந்தது. திரும்பிப் போய்விடலாமா என்கிற மாதிரியும் இருந்தது. அவள் வாய்க்குள்ளிருந்த எச்சிலை ‘ப்ளீச்’சென்று நின்ற இடத்திலேயே துப்பிவிட்டு இந்த பக்குட்டுக்கு புதுசாருக்கமாறி தெரிது அயிட்டம் வேணுமா?” அவள் கேட்ட ‘அயிட்டம்’ என்ற வார்த்தைக்கு பொருள் புரியாமல் விழித்தார். அந்த வார்த்தைக்கான அர்த்தத்தை அவளிடமே கேட்டுத் தெரிந்து கொள்ளலாமா என்று யோசித்தார். அப்படியெல்லாம் கேட்பது நாகரிகமில்லையோ என்று கருதி மௌனமாக இருந்தார்.

“என்னய்யா அப்டி மலச்சுப் போயி நிக்றீக? ஜோரான அய்ட்டமெல்லாம் புதுசு புதுசா வந்துருக்கு, உள்ளார வாங்க.”

இப்போது இவருக்கு அந்த ‘அய்ட்டம்’ என்ற வார்த்தைக்கு அர்த்தம் புரிந்தார் போலிருந்தது. எவ்வளவு பணம்?” என்று கேட்டார் இவர்.

"எடத்துக்குப் புதுசா?" என்று அவள் இவரைத் திருப்பிக் கேட்டாள்.

இவர் மௌனமாயிருந்தார்.

"ஐயாவப் பாத்தா பெரிய கையிமாதிரி தெரியிது. நீங்கப் போயி பணம் எம்புட்டுன்னல்லாம் கேக்கலாமா? சலவ நோட்ட வீசிபுட்டு சீக்கிரமா உள்ளாரப் போய்யா போலீசு ரைடு வரப்போவுதுன்னு வேற பேசிக்கிறாக"

"இந்தத் தொந்தரவு கூட இங்கு உண்டோ?" என்று இவர் நினைக்க ஆரம்பித்து இச்சமூகத்தில் மனுஷ சுகத்தை அனுபவித்துக் கொள்ளக் கூடத் தடையா என்ன?" என்று ஆத்திரம் கொண்டு சுற்று முற்றும் பார்த்தார். இவளையும் சாக்கடை நாத்தத்தையும் தவிர வேறு எதுவும் தட்டுப்படவும் இல்லை தென்படவும் இல்லை. சட்டைப்பையை துழாவும்போது அவள் கேட்டது மாதிரி சலவைத்தாளாக நூறுரூபாய் சிக்கவும் அவளிடம் எடுத்துக் கொடுத்தார். அவள் இன்றைக்கு நரிமுகத்தில் விழித்திருப்பாள்போல ஒரு ஆளுக்கு இவ்வளவு பெரிய பணத்தை யெல்லாம் அவள் பார்த்ததும் இல்லை; கொடுப்பாரும் இல்லை.

"சில்லரை யில்லை சாமி" அவள் கூறவும்,

"பரவால்ல வெச்சுக்க" என்றார் இவர்.

"ஓம் பணம் எனக்கு வாணாம் சாமி. தொழில தெய்வமா நெனக்கிறவுக நாங்க. நாணயம் சரியாருந்தா எல்லாமே சரியாருக்கும். வேணுமானா ஒங்களால எத்தன ஷிப்டு வெச்சுக்க முடிமோ அத்தன ஷிப்டு வெச்சுக்கங்க" என்றாள் அவள்.

"உம்…" என்று முனகிக் கொண்டே உள்ளே போனார் இவர். மண் தரையில் விரித்த நிலையில் அரதப்பழசான கோரைப்பாய். பாயைச் சுற்றி குடித்து விட்டுப் போட்ட பீடித்துண்டுகள் சிகரெட் துண்டுகள் சிதறிக் கிடந்தன. இவற்றுடன் கிழித்துப் போட்ட தீக்குச்சிகள் முனை கருகிய நிலையில் தன் வாழ்வை முடித்துக் கொண்டதுபோல் கிடந்தது. பூச்சிதறல்கள் எண்ணெய் படிந்த காகிதம், வெற்றிலை எச்சில், கோர நாற்றம். திட்டுத் திட்டாய் மங்கலான இருட்டு வேறு. இருட்டுப் பகுதியை விட்டுவிட்டு தன் மீது வெளிச்சம் படும்படியான இடத்தில்

நின்றபடி நெட்டி முறித்துக்கொண்டு இளசாய் ஒருத்தி. அந்த ஒருத்தி இவரைப் பார்த்தாள். இவரும் அவளைப் பார்த்தார்.

இருவருக்குமே சிறு அதிர்ச்சி; கொஞ்சம் திகைப்பு. இரண்டும் கலந்த கலவையை இருவர் முகங்களுமே பிரதிபலித்தன. 'நீயா?' என்ற கேள்விக்குறிகள் அவர்களின் கண்களில் ஒளிர்ந்தன.

'பஸ்ஸில் இவளை கொஞ்சம் உரசிவிட்டேன் என்பதற்காக நாலு பேர்கள் இருக்கிறார்களே என்ற கூச்சநாச்சம் எதுவுமில்லாமல் மானங்கெட்டத்தனமாய்ப் பேசி தன்னை பஸ்ஸிலிருந்தே வெளியேற்றியவள் அல்லவா இவள்? பெரிய கற்புக்கரசியாக இருப்பாள்போல. அதனால்தான் வெட்கங்கெட்டத்தனமாய் பேசுகிறாள் என்று மௌனம் காத்தேனே அவ்வளவு பெரிய கற்புக்கரசி இந்த இடத்திற்கு எப்படி வந்தாள்? மனிதர்களை யாரும் அவ்வளவு சுலபத்தில் புரிந்து கொள்ள முடியாது என்பதற்கெல்லாம் இவள் ஒரு எடுத்துக்காட்டுதான் போல.

"வாய்யா வரட்டுக் கெழமே... வூடு போ போங்குது காடு வாவாங்குது இந்த வயசுலயுமா ஒனக்கு கேக்குது? பஸ்ஸுக்குள்ள தான் ஒ நெலமையக் கண்டேனே. ஏங்கிட்ட கைவீச்ச தள்ளியிருந்தியன்னா... அப்டி புளுத்தப் பேச்சா பேசிருக்க மாட்டன்ய்யா வாயப் பொத்திகிட்டு இன்னுங் கொஞ்சம் ஒரசுன்னு சொல்லிருப்பேன்... சரிசரி போனக் கதைய இப்ப எதுக்கு பேசிகிட்டு... வந்தக் காரியத்த முடிச்சிட்டு ஆள வுடு. அடுத்தாளு வந்துரும். ஆமா, நீ முளு சலவ நோட்டா குடுத்துயாமே வெளிய நிக்கிற ஆயா சொன்னச்சி அப்ப நா ஒனக்கு அஞ்சி மணிநேரம் பொண்டாட்டிய்யா... ஜமாயி ஜமாயி..." என்று சொல்லிக் கொண்டே அவரை நெருங்கினாள். மூடுதிரையை விலக்கி பெருத்த தனங்களைக் காட்டினாள் புடவையை தொடைக்குமேல் தூக்கிவிட்டிருந்தாள். அவருக்கு சிரமம் கொடுத்துவிடக்கூடாது என்ற கருணையோ என்னவோ தெரியவில்லை.

தீயினால் சுட்ட புண் ஆறிவிடலாம் நாவினால் சுட்டவடு ஆறுமா?

"ச்சீ நாயே உன்னைப் புணரவா நான் பிறந்தேன்? உணர்ச்சிகளைத் தாபங்களைப் புரிந்துகொண்டு செயல்படுகிற மனம் வேண்டும். அதற்கு அந்தமனம் இல்லாத உன்னை

சுகிக்கவா நான் பிறந்தேன்? என்னை நெருங்காதே... எட்டிப் போய்விடு. நீ போக மாட்டாய் ஆனால் நான் போய் விடுவேன்.

மனசுக்குள் ஆக்ரோஷ அலையடிக்க குடிசைக்குள்ளிருந்து வெளியேறினார். வெளியில் நின்று கொண்டிருந்த அந்த பரட்டைத்தலை சிகப்பு புடவைக்காரி ஏதோ சொல்ல அதை அவர் காதில் வாங்கிக் கொள்ளவே இல்லை.

இருள் திட்டுகள் இல்லை; முடை நாற்றமில்லை; பீத்தல் பாய் இல்லை. பீடித்துண்டுகள் இன்னும் என்னென்னவோ சகித்துக் கொள்ளவே முடியாத கன்றாவிகள் எதுவுமில்லை. வெளி நிர்மலமாய் தூயக்காற்றை வீசிக்கொண்டு அற்புதமாய் இருந்தது. நடையில் வேகத்தைக் கூட்டினார். தனது வியாபார ஸ்தலத்திற்கு அதிவிரைவாய் வந்து சேர்ந்து விட்டார் நாகராஜன், அந்த நாற்காலியில், 'ஹே' என்று உட்கார்ந்தார். அந்த நாற்காலி அவரது சௌகரியத்திற்கு ஏற்றபடியெல்லாம் தாராளமாய் வளைந்து கொடுத்த அற்புதத்தை ரஸித்தார். என் ஆயுளுக்கும் நீ போதும் என்கிற மனநிலையில் அதில் எவ்வாறெல்லாம் உட்கார்ந்து உட்கார்ந்து சுகம் அனுபவிக்கமுடியுமோ அவ்வாறெல்லாம் உட்கார்ந்து சுகத்தை அனுபவித்தார். களீரென்று வெள்ளிக்காசுகளை இறைத்தமாதிரி பெண்கள் சிரித்துக்கொண்டு சாலையில் நடந்துபோகும் விந்தையை ரசிக்கமுடியவில்லை நாகராஜனுக்கு. நாளையென்பது மற்றுமொரு நாளைப்போலத்தானே அமைந்து விடுகிறது வாழ்க்கை என்று நினைத்துக்கொண்டார்.

●

மனசு

அண்ணாவும் அண்ணியும் சென்னையிலிருந்து இரவு புறப்பட்டு வந்தவர்கள், ரயிலிலிருந்து பாபநாசத்தில் இறங்கி நகர பஸ் பிடித்து இரும்புதலை வந்து இறங்குவதற்கு காலை பத்துமணியாகிவிட்டது. நான் அவர்கள் கொண்டுவரும் சுமைகளை தூக்கிக்கொண்டு வருவதற்காக சாலையில் காத்திருந்தேன். அண்ணனும் அண்ணியும் இன்றைக்கு ஊருக்கு வருவதாக சென்னையிலிருந்து போட்டிருந்த கடிதம் நேற்றைக்கு முந்தின தினமே எங்களுக்கு கிடைத்து விட்டது.

அப்பா இன்றைக்கு விடிந்ததிலிருந்து என்னை தூங்கவிட வில்லை. "சின்னையா எந்திரிடா தம்பி எந்திரிடா பெரியபுள்ள மெட்ராசிலேருந்து வருதுன்னு முந்தாநாள் கடுதாசு போட்டிருந்துருச்சுல்ல வந்துரும் எந்திரிப்பா... மூஞ்ச களுவிகிட்டு அம்மா காப்பி கீப்பி போட்டுருந்தா எடுத்து குடிச்சிபுட்டு ரோட்டுக்கு போடா. பேக்கு கீக்குன்னு தூக்கிகிட்டு வரும் அம்புட்டையும் இந்த ஒல ரோட்டுல எப்புடி தூக்கிகிட்டுவரும் நீ போனியன்னா அதுக்கு ஒத்தாசையா இருக்குமுல்ல எந்திரிப்பா.

அப்பா சொன்னபடி எந்திரித்து முகம் கழுவி அம்மா கொடுத்த காப்பியைக் குடித்துவிட்டு தெருவுக்கு வந்தேன். தெருவில் நேற்றைக்குப் பெய்த மழையால் பள்ளங்களில் தேங்கியிருந்த நீர் வடியாமல் ஆங்காங்கே குட்டை போல் நிரம்பியிருந்தது. தேங்கிக்கிடந்த நீரில் கொசுவும் இன்ன பிற பூச்சி புழுக்களும் சந்தோஷமாக வாசம் பண்ணிக் கொண்டிருந்தன. எனக்கு தெருவைத் தாண்டியதும் வரும் மண் சாலையில் எப்படி நடந்துபோவது என்பதுதான் பெரிய கவலையாக இருந்து

கொண்டிருந்தது. எத்தனையோ கிராமங்களுக்கு செங்கப்பிரஸ்தா போட்டும்கூட. எங்களூர் மண் சாலை மட்டும் நான் பிறந்ததிலிருந்தே இப்படியேதான் கிடக்கிறது. எப்பொழுதுதான் விமோசனம் கிடைக்குமோ தெரியவில்லை. வெளியூரிலிருந்து வருகிறவர்கள் பேசுகிற பேச்சை காதால் கேட்கமுடியாது. நல்ல ஊரப்பா' என்று ஆரம்பிக்கின்றவர்கள் நாரசமான சொற்களை உதிர்த்து விட்டுதான் ஓய்வார்கள்.

நான் காலையிலேயே கார்வரும் மெயின் ரஸ்தாவிற்கு சென்றுவிட்டதால் எப்போது கார் வரும் கார்வருமென்று காத்திருந்து காத்திருந்து கால் வலியே கண்டுவிட்டது. அடிக்கடி கார்வரும் ரஸ்தாவல்ல இது. இரண்டு மணி நேரத்திற்கு ஒரு கார் வந்தால் ஆச்சரியம் தான்.

அதோ கார் வருகிறது. வடக்கேயிருந்துதான் வருகிறது. காரைப் பார்த்ததும், எனக்கு உற்சாகம் கரைபுரள்கிறது. காரைப் பார்த்த உற்சாகமா காரிலிருந்து இறங்கி வரப்போகிற அண்ணனையும் அண்ணியையும் பார்க்கப்போகிறோம் என்ற உற்சாகமா, என்றுதான் எனக்குச் சொல்லத் தெரியவில்லை. ஆனாலும் உற்சாகத்தில் என் உடம்பிலுள்ள அத்தனை நரம்புகளும் திமிரிக்கொண்டு புடைத்து விட்டன.

பேருந்து நிறுத்தத்தில் கார் நின்றதும் முதலில் அண்ணன்தான் இறங்குகின்றார். அவரைத் தொடர்ந்து அண்ணியும் இறங்குகின்றார்கள். இருவர் கைகளிலும் கனமான பைகள். நான் போய் அவர்கள் இறங்குவதற்கு முன்னாலேயே அவர்கள் கொண்டு வந்திருந்த உடமைகளை வாங்கிக்கொண்டு, "வாங்கண்ணா... வாங்கண்ணி" என்று அழைப்பு சொல்லிவிட்டு லேசான புன்னகையை சிந்தியபடி அவர்கள் முகத்தையே பார்த்துக் கொண்டிருக்கிறேன். கார் அண்ணனையும் அண்ணியையும் உதிர்த்து விட்டு வெகு தூரத்தில் போய்க் கொண்டிருக்கிறது.

அப்போதுதான் தெருவிலிருந்து சாலைப்பக்கம் வந்திருந்த ஊர்க்காரர்களில் சிலர் அண்ணனையும் அண்ணியையும் பார்த்து விட்டு "வாங்கப்பா... வாங்கம்மா... கல்யாணத்தப்ப பாத்தது இப்பத்தான் ஊருக்கு வர்றீங்க போலருக்கு நல்லாருக்கீங்கள்ள... மெட்ராசுல மளையெல்லாம் எப்புடி. இஞ்ச நேத்தைக்கு நல்ல மள ஒரு பெனாட்டு பெனாட்டி எடுத்துருச்சி. ஊருக்குள்ள

போற ரோடு ஒரே சகதி. மொளங்காலுமுட்டும் ஒலவாங்குது... பாத்து நடந்துபோங்க எப்புடிதான் நடந்து போப்போறீங்களோ தெரியலை" என்று சொல்லிவிட்டு கால்களில் படிந்திருந்தச் சேற்றை கழுவுவதற்காக வாய்க்காலை நோக்கிப் போக ஆரம்பித்தார்கள்.

"ஏ இன்னும் நம்ப ஊரு ரோட்டுக்கு மட்டும் விமோசனம் ஏற்படலையா நா பொறந்த நாள்லேருந்து இப்புடியேதான கெடந்துகிட்டிருக்கு. ஊருக்குள்ள பஞ்சாயத்து தலைவரு இருக்காரா இல்லியா அவர் முயற்சி எடுத்துருந்தா செம்மண் ரோடாவது போட்டுருக்கலாமே. ஆரும் போயி கேக்கமாட்டீங்களா?" என்றார் அண்ணா.

"நீங்க பொறந்த காலத்துலருந்துன்னு மட்டும் சொல்லாதீங்க தம்பி! இந்த ஊரு தோன்றிய காலத்துலருந்தே இந்தரோடு இப்புடியேதான் கெடந்துகிட்டிருக்கு. எத்தினியோ பெரசண்டல்லாம் வந்தாங்க போனாங்க; ஒரு மண்ணும்தான் நடக்கல... ஊருக்குள்ள லைட்டு இருக்குதுன்னு தான் பேரு. எரிஞ்சிதான் மாசக்கணக்காச்சி ஆருகிட்ட போயி சொல்லிபுட்டு அளுவமுடியும். ஆயிவேற எங்களால நின்னுகிட்டிருக்கு பாத்து நடந்து போங்க தம்பி"

அண்ணன் எதிர்வீட்டு சோமு மாமா பேசியதை கேட்டது பாதியும் கேட்காதது பாதியுமாய் நின்று கொண்டே செருப்பைக் கழற்றிவிட்டு பாண்டை முழங்கால் அளவுக்கு சுருட்டிக் கொண்டிருந்தார். சகதியில் நடக்க வேண்டுமே என்ற முன்னேற்பாடுதான். அண்ணி செருப்பைக் கழற்றவில்லை. செருப்பைக் கழற்றி விட்டால் அவர்களுக்கு நடக்கவேத் தெரியாதோ என்னவோ தெரியவில்லை. என்னமோ பிறந்தபோதே செருப்போடு பிறந்தது மாதிரி முகத்தை உம்மென்று வைத்துக்கொண்டிருந்தார். ஊர்க்காரர்கள் சகதி அப்படி இப்படியென்று சொல்ல ஆரம்பித்ததும் அவர்களுக்கு 'கிலி' பிடிக்க ஆரம்பித்து விட்டது. செருப்புக் காலோடு சகதியில் எப்படித்தான் நடந்து வரப் போகிறார்களோ தெரியவில்லை.

நான் பைகளைத் தூக்கிக்கொண்டு சகதியில் 'தத்தக்கா புத்தக்கா' என்று கவலைப்படாமல் நடந்து கொண்டிருந்தேன். அண்ணனுக்கும் பிரச்சனையில்லை. அவர் கிராமத்தில்

இருந்த போதெல்லாம் சகதியில் நடந்து பழகியவராயிற்றே. எப்படி நடக்கவேண்டும் என்பது தெரியாமலா இருந்திருக்கும். அனாயசமாக நடந்து கொண்டிருந்தார். இதில் சிரமம் அண்ணிக்குத்தான். செருப்பில் உளை பதிந்து செருப்பு அண்ணியை இழுத்தது. அண்ணி செருப்பை இழுத்தார். புதுச்செருப்பு என்பதாலோ என்னவோ வார்கள் பிய்ந்து போகாமல் இழுத்த இழுப்பிற்கெல்லாம் தாக்குப்பிடித்துக் கொண்டிருந்தது...

அவர்கள் சிரமத்தைப் பொறுத்துக்கொள்ள முடியாத நான் "அண்ணி சகதியில் செருப்புக்காலோடு நடக்கமுடியாதுண்ணி. களட்டிகிட்டு நடந்தாதான் நடக்கமுடியும்... ஷுவக் களட்டி கையில் வச்சிகிட்டு சனங்க நடந்து போயிருக்கிற பாதையப்பாத்து நடந்துவாங்க "என்று சொல்லிக் கொண்டிருந்தேன்.

அண்ணி என்னைப் பார்த்தார்கள். அந்தப் பார்வையில் வெக்கையும் கொஞ்சம் முறைப்புத்தன்மையும் இருப்பதையும் கண்டேன். எதற்காக இதைச்சொன்னோம் என்பதுபோல் ஆயிற்று எனக்கு. செருப்பைக் கழற்றிவிட்டு நடப்பதா? அதைக் கழற்றி கையில் வைத்துக்கொண்டு எப்படி ஊருக்குள் வருவது? பார்க்கிறவர்கள் அநாகரிகமாய் நினைத்துக் கொள்ளமாட்டார்களா? என்ற கேள்விகளையெல்லாம் உள்ளடக்கியதாய் அவர்கள் பார்வை இருந்திருக்க வேண்டும்.

கடைசியில் செருப்புக் காலோடும் உளையோடும் போராட முடியாது. என்று அண்ணி நினைத்திருக்க வேண்டும். செருப்பைக் கழற்றி கையில் பிடித்துக்கொண்டு நான் சொன்னபடி மனித அடிகளைப் பார்த்து நடக்க ஆரம்பித்தார்கள். வைக்கிற ஒவ்வொரு அடியையும் கவனமாக எடுத்து வைக்க வேண்டியிருந்தது. கவலைப்பட்டு கவலைப்பட்டு நடக்கிற மாதிரிதான் அவர்கள் நடையிருந்தது. புடவையில் சேர்படுமே என்பதற்காக கொஞ்சம்போல் புடவையை மேலே தூக்கிக் கொள்ளத்தான் வேண்டியிருந்தது. செருப்பை கையில் வைத்துக்கொண்டு புடவையையும் கெட்டியாகப் பிடித்துக்கொண்டு நடப்பது ரொம்பவே சிரமமாகத்தான் இருந்திருக்கும் அவர்களுக்கு. கட்டை வண்டி சேற்றுப்பாதையில் போகிறபோது குடை சாய்ந்தார்போல் போகுமே அப்படி குடை சாய்ந்தார்

போல்தான் அண்ணியும் நடந்து வந்து கொண்டிருந்தார்கள். ஊருக்குள்ளிருந்து நடந்து வருகிறவர்கள் எதைப் பற்றியும் கவலைப்படாமல் ஜாம் ஜாமென்று நடந்து வருவதைப்பார்த்து அண்ணிக்கு அவர்கள்மீது கொஞ்சம் பொறாமையாகக்கூட இருந்திருக்கும்.

சென்னை வீதிகளோ அவர்கள் பிறந்த கடலூர் வீதிகளோ இப்படியா இருக்கும்? எந்த வீதியைப் பார்த்தாலும் தார் ஊற்றி வழுவழுவென்றிருக்கும். மழை பெய்து முடித்தும் நடக்கலாம். மழையோடும் நடக்கலாம். செருப்பையெல்லாம் அனாவசயமாய் கழற்றவேண்டிய அவசியமிருக்காது.

எதிரே வருகிறவர்கள் அண்ணனையும் அண்ணியையும் பார்த்து விட்டு முகத்தை மலர்ச்சியாக்கிக்கொண்டு "ஊர்லேருந்து வர்றீங்களா நல்லாருக்கீங்களா? மருமகளே நீங்க நல்லாருக்கீங்களா? என்று கேட்டவர்களுக்கெல்லாம் அண்ணன்தான் பதில் சொல்ல வேண்டியிருந்தது. அண்ணியால் வாயைக்கூட திறக்க முடியவில்லை. திறந்திருந்தால் நடையில் தில்லுமுல்லு ஏற்பட்டு உளையில் விழும்படி நேர்ந்திருக்கும். அண்ணிக்கு ரொம்பத்தான் எகத்தாளம்போல. வாயைக்கூட திறக்காமல் போகிறதைப்பார்" என்று முணுமுணுத்துக்கொண்டு போகவும் போவார்கள்.

எப்படியோ தெரு முக்குக்கு வந்தாயிற்று. இனி வீடுவரை நடப்பதற்கு சிரமம் இருக்காது. மண் ரோடு மாதிரி தெரு இருக்காது. கொஞ்சம் போல் மணற்பாங்கான இடம் அவ்வளவாக உளை விழாது பாறையில் நடந்து போகிற மாதிரி நடந்து போய்விடலாம். தெரு முக்கை ஒட்டினார் போல் குளம் இருந்தது. குளத்தை ஒட்டினார் போலேயே கோயிலும் இருந்தது. குளத்திற்கு ஒரே ஒரு படித்துறை மட்டும் தான் போல. படித்துறை பக்கம் ஆண்கள், பெண்கள், குழந்தைகள் என்று எல்லோரும் ஒன்றாகக் குளித்துக்கொண்டிருந்தார்கள். இப்படி இவர்கள் ஒன்றாகக் குளிப்பதை அண்ணி பார்த்ததும் முகத்தை வேறுபக்கமாகத் திருப்பிக்கொண்டார்கள். அருவறுப்பு தாங்க முடியவில்லைபோல எப்படி இவர்களெல்லாம் இப்படி என்று முகத்தை சுளித்துக் கொண்டார்கள். குளியல் அறையில் கதவை நன்றாக தாழிட்டுக்கொண்டு குளிக்கிற அண்ணியார் இக்காட்சியைப்

பார்த்ததும் அருவருப்பு ரொம்பவே தான் கூடிவிட்டதுபோல எப்படி இவர்களால் ஆணும் பெண்ணும் ஒன்றாகக் குளிக்க முடிகிறது?" என்ற கேள்வியைத் தனக்குள்ளாகவே பலதடவைகள் கேட்டுக் கொண்டும் இருப்பார்போல.

அண்ணன் அண்ணியைப் பார்த்து, "சித்ரா குளத்துக்குவா சேற்றுக் காலை கழுவிட்டு போயிடலாம் என்றதுதான் தாமதம், அச்சச்சோ நான் மாட்டேன் என்பதுபோல் துள்ளியே குதித்து விட்டார்கள். "பின்னே சேத்துக் காலோடயா வீட்டுக்குப் போப்போற? இதைவிட அது அசிங்கமில்லையா... குளிக்கவா போறே சேத்துக்காலை கழுவத்தானே கூப்பிடறேன்." அண்ணன் இப்படி சொல்லியும் அண்ணி சமாதானப்பட்டதாகத் தெரியவில்லை. அண்ணியைக் குளத்துப்பக்கம் அழைப்பதற்காக அண்ணன் ரொம்பவே பேச வேண்டியிருந்தது. ஒரு வழியாய் மனசை தேற்றிக் கொண்டுதான் அண்ணியார் குளத்துப்பக்கம் வந்தார்கள். அண்ணனும் நானும் சேற்றுக் காலை மட்டும் கழுவிக் கொண்டோம். அண்ணிதான் செருப்புகளையும் சேர்த்து கழுவும் படியாயிருந்தது.

கழுவி முடித்து கரையேறியதும் அண்ணியார் அண்ணனிடம் சொன்னார்கள். "என்ன ஆம்பிளைகள் இவர்கள் இடுப்பில் துண்டைக்கூடகட்டிக் கொள்ளாமல் பெண்களுக்கு முன்னாடி வெறும் கோமணத்தைக் கட்டிக்கொண்டு குளிக்கிறார்கள்." அண்ணன் இதற்கு எதுவும் பதில் சொல்லவில்லை லேசாய் சிரித்துக் கொண்டார்கள். அவ்வளவு மட்டும்தான் அவர்களால் செய்யமுடிந்தது. கோயிலைப் பார்த்ததும் அண்ணன் அண்ணியிடம் சொன்னார்கள், "இதுதான் நம்ப ஊரு மாரியம்மன் கோயிலு சக்தியுள்ள தெய்வம் நல்லா கும்பிட்டுக்கம்மா..." என்று, அண்ணி கோயிலைப் பார்த்துவிட்டு ஏனோ சிரித்துக் கொண்டார்கள். கோயில் "கோயில்" என்று சொல்லிக் கொள்ளும்படி எவ்வித ஸ்தானப்ராப்தியும் இல்லாமல் இடிந்துபோய் பாழடைந்த மண்டபம் மாதிரியிருந்தது. இதற்குள் தெய்வம் எப்படி இருக்கமுடியும் என்று அண்ணியாருக்குத் தோன்றியிருக்கலாம் அதற்காகத்தான் அவர் சிரித்தும் இருக்கலாம்.

அண்ணன் கோயிலுக்குள் நுழையாமலேயே வாயிற் படியில் நின்று கொண்டு கண்களை மூடி அம்மனை வேண்டிக்

கொண்டார்கள். அண்ணியார் அதைச் செய்யாமல் அண்ணனைப் பார்த்து ஏளனமாகச் சிரித்துக்கொண்டார்கள். சென்னையிலோ அவர்கள் பிறந்த கடலூரிலோ இப்படி ஒரு கோயிலைப் பார்க்கமுடியுமா? வர்ணமடித்த கோபுரமும் வழுவழுப்பான பளிங்குக்கல் தரையும் பார்த்ததுமே வணங்கும் படியாயிருக்கும் இல்லையா?

தெருவில் போய்க் கொண்டிருக்கும்போதே அண்ணியார் வீடுகளை ஒரு நோட்டம் போட்டு பார்த்தார்கள். இரண்டு மாடிவீடு. இரண்டு மச்சுவீடு. மற்றதெல்லாம் கூரை வீடுகள்தான். வீட்டிற்கும் முன்னாடியே ஆடுகளையும் மாடுகளையும் கட்டி அவைகள் சாணி போட்டும் புழுக்கை போட்டும் மூத்திரம் விட்டும் வெகு நாரசமாயிருந்தது. ஆடுகளும் குட்டிகளும் மே... மே...' என்று கத்திக் கொண்டிருந்தது. மாடுகள், 'ம்மா... ம்மா... என கத்திக் கொண்டிருந்தது. கட்டாத ஆடுகளும் மாடுகளும் தெருவுலேயே நின்று கொண்டும் படுத்துக் கொண்டுமாயிருந்தது. கோலத்திற்கெல்லாம் குறைச்சலில்லாமல் ஒவ்வொரு வீட்டிற்கும் முன்னாடி போடப்பட்டிருந்தது. இந்தத் தெருவைப் பார்த்த அண்ணியாருக்குத்தான் தற்போது வசித்துக்கொண்டிருக்கிற தெருவும் முன்னால் வசித்துக் கொண்டிருந்த கடலூர் தெருவும் ஞாபகத்திற்கு வந்திருக்கலாம். நூல் பிடித்தார்போல் கட்டப்பட்ட அடுக்கு மாடி வீடுகளும் அரண்மனை மாதிரி வீடுகளும் பார்க்கவே தெரு எவ்வளவு அழகாகவும் ரம்மியமாகவும் இருக்கும். இப்படியா தெருவுக்குள் நுழையவே அருவருப்படைகிறார் போல் இருக்கும்? எப்படி இந்தத் தெருவுக்குள் மனிதர்கள் வாழ்கிறார்கள் என்பது போல் கூட நினைக்கத் தோன்றியிருக்கும். ஏதோ வரக்கூடாத இடத்திற்கு வந்துவிட்டதைப்போல் அவர்கள் தோரணையிருந்தது. முகத்தில் அவ்வளவு அருவருப்பும் அசூயையும் கூடுகட்டிக் கொண்டிருப்பதை நான் உணர்ந்து கொண்டிருந்தேன். இங்கே தங்கப் போகிற இரண்டு நாட்களை எப்படித்தான் கழிக்கப் போகிறார்களோ என்றுகூட நான் கவலையாக நினைத்துக் கொண்டேன்.

வீட்டு வாசற்படியிலேயே அப்பா, அம்மா, தங்கைகள், தம்பி எல்லோரும் அண்ணனையும் அண்ணியையும் வரவேற்பதற்காக ஆவலோடு காத்துக் கொண்டிருந்தார்கள். அப்பா சாலையில்

கார் நின்று போகிற சப்தம் கேட்டதுமே பிள்ளையும் மருமகளும் வந்திருப்பார்கள் என்ற நினைப்போடு தெருவுக்கே வந்திருப்பார்.

"வாப்பா... வாம்மா" இருவரையும் அப்பா அழைத்தார். அவர் முகத்தில் சந்தோஷம் கூத்தாடிக் கொண்டிருந்தது. அம்மாவும், தம்பியும், தங்கைகளும் அவர்களை அழைத்தார்கள். அவர்களின் மகிழ்ச்சியைப் பற்றியெல்லாம் நான் சொல்லித்தான் உங்களுக்கு தெரியவேண்டுமா என்ன? பைகளைக் கொண்டுபோய் கூடத்தில் வைத்தேன். அம்மா, மருமகள் குந்த வேண்டுமே என்று கூடத்தில் பாயை விரித்துப் போட்டார்கள். நாங்கள் எல்லோரும் அவர்களை சூழ்ந்து கொண்டு உட்கார்ந்திருந்தோம். அப்பா அண்ணனோடும் மருமகளோடும் ஏதேதோ பேசிக்கொண்டிருந்தார். அம்மா அவ்வளவு சுருக்கில் அண்ணனுக்கு காப்பி போட்டுக்கொண்டு வந்து கொடுத்தார்கள். அண்ணிக்கு காப்பியோ டீயோ பிடிக்காதாம். அதனால் பசும்பாலை சுடவைத்து சர்க்கரையைப் போட்டு இதமான சூட்டுக்கு ஆற்றிக்கொண்டு வந்து கொடுத்தார். அண்ணன் காப்பியைக் குடித்துவிட்டு பையைத் திறந்து பூ, பழங்கள், பிஸ்கட்டுகள் என்று எல்லாவற்றையும் எடுத்து தம்பி தங்கைகளிடம் கொடுத்தார். எனக்கும் அப்பாவுக்கும் கூட கொடுத்தார்.

அண்ணன் முழுக்கால் சராயைக் கழற்றிவிட்டு தான் கையோடு கொண்டு வந்திருந்த லுங்கியை எடுத்து கட்டிக் கொண்டார். சட்டையைக் கழற்றி கொடியில் போட்டார். அவர் வசிக்கிற இடமானால் ஹேங்கரில் வண்ணார் மடிப்பு கலையாத வண்ணம் மாட்டி வைப்பார். இங்கே ஹேங்கரோ ஸ்டாண்டோ இல்லாததால் கொடியில்தான் போடும் படியாயிற்று

அம்மா "மாத்துப் புடவை தர்றேன் கட்டிக்கிறியாம்மா?" என்று அண்ணியைப் பார்த்து கேட்டார்கள்.

"வாண்டாம் அத்தை குளிச்சிட்டு வேற புடவை கட்டிக்கிறேன்" என்றார்.

"சரிம்மா... காலை வேலையெல்லாம் சட்டுபுட்டுனு முடிச்சிட்டு வந்தீங்கன்னா... இட்லி சாப்பிடலாம். இப்பவே மத்தியானம் சாப்டுற வேளை வந்துருச்சி. நேரங்கடந்த சாப்பாடுதான்" என்று அம்மா சொல்லிவிட்டு அடுப்படி பக்கம் போய்விட்டார்கள்.

அப்பாவும் அவர்களுக்கு இடைஞ்சலாக இருக்கக் கூடாதென்று திண்ணைப் பக்கம் போய் விட்டார். தம்பி தங்கைகளெல்லாம்கூட தெருப்பக்கம் விளையாடப் போய் விட்டார்கள். அண்ணிக்கு இப்போதுதான் வயிற்றுக்குள் சங்கடம். வயிற்றில் ஏற்பட்ட உபாதைகளைக் கழிக்க வேண்டும். பல் துலக்கி குளித்துவிட்டு வேறு உடை மாற்றிக்கொள்ள வேண்டும்: இதையெல்லாம் எப்படி செய்யப் போகிறோம் என்பதுதான் அவர்களின் தவிப்பாகவும் கவலையாகவும் இருந்து கொண்டிருந்தது போல. அவர்கள் வசிக்கிற இடத்தில் கழிப்பறை, குளியல் அறை என்று ஒவ்வொன்றுக்கும் தனித்தனி அறைகளாக இருக்கும். இங்கே அப்படியா இருக்கிறது? ஆண்களானாலும் பெண்களானாலும் திறந்த வெளியில்தான் இதைச் செய்துகொள்கின்றார்கள். கழிப்பதற்கு மட்டும் மறைவான ஒரு திறந்த வெளி கிடைத்தால் போதும் ஆனந்தமாக முடித்துக்கொண்டு வந்து விடுவார்கள். அண்ணியால் இப்படிப்பட்ட சூழல்களை சகித்துக்கொள்ள முடியுமா என்றுதான் தெரியவில்லை. வீட்டுக்கொல்லையில் திறந்த வெளியாக இருந்தாலும் அடர்ந்த மூங்கில் மரங்கள் காட்டுக்கருவை மரங்கள் என்று மறைவிடங்கள் ஏராளமாக இருக்கின்றன. அங்கேபோய் உபாதைகளை கழித்துவிட்டு வந்து விடலாம். நாங்கள் எல்லோரும் அப்படித்தான் செய்து கொள்கின்றோம். இந்த கிராமத்தில் உள்ளவர்களும் அப்படித்தான் செய்து கொள்கின்றோம். அண்ணியும்கூட அப்படியே செய்துகொள்ளலாம்தான். ஏனோ அப்படியெல்லாம் செய்யக்கூடாதென்று அண்ணியின் மனசுதான் தடை போடுகிறதுபோல. அண்ணன் மெட்ராசில் செகரட்டேரியட்டில் என்ஜினியராக வேலைபார்க்கிறார். அண்ணியார் வேலை பார்க்கவில்லை என்றாலும் ஆபீஸர் வேலை பார்க்கிற அளவுக்கு நிறைய படித்தவர். கடலூரில் பெரிய வசதி உள்ள இடத்தில் பிறந்தவர். அவரது அம்மா கடலூர் ஜில்லாவிலேயே பேர் பெற்ற மகப்பேரு டாக்டர். கார் பங்களாவென்று சொகுசாக வாழக்கூடியவர். அண்ணன் என்ஜினியர் என்பதற்காகத்தான் அந்த டாக்டரம்மா அண்ணியை எங்கள் அண்ணனுக்கு திருமணம் செய்து கொடுத்தார்கள். அண்ணனை மாப்பிள்ளை வீடு பார்ப்பதற்காக டாக்டரம்மாவும் அவரது சொந்த

பந்தங்களும் ஊருக்கு வந்து எங்கள் வீட்டைப் பார்த்துவிட்டு முகத்தை கோணலாகத்தான் வைத்துக் கொண்டிருந்தார்கள். நான்கூட எங்கள் வீட்டைப் பார்த்துவிட்டு அண்ணனுக்கு பெண் தரமாட்டார்கள் என்றுதான் நினைத்துக் கொண்டிருந்தேன். ஆனால் மாப்பிள்ளை வீடு பார்க்க வந்தவர்களில் ஒரு பெரிய மனிதர், நம்பவூட்டுப் பொண்ணு இந்த வீட்டில் இருந்துகொண்டா குடும்பம் நடத்தப்போகிறது... மாப்பிள்ளை பட்டணத்தில் பெரிய உத்தியோகத்தில் இருக்கிறார். அங்கேயே பெரிய வீடாகப் பார்த்துதான் வாழ்க்கை நடத்துவார். மாப்பிள்ளையைப் பார்த்தால் நல்ல பையனாகவும் தெரிகிறார் நமக்கு மாப்பிள்ளை தான் முக்கியமே தவிர அவர் பிறந்த ஊரோ வீடோ அல்ல. எதையும் யோசிக்காமல் பெண்ணைக் கொடுக்கலாம்" என்று சொன்னதும் டாக்டரம்மா சமாதானப்பட்டு பெண்ணைத் தருகிறேன் உடனேயே நிச்சயத்திற்கு ஏற்பாடு செய்து கொள்ளுங்கள்" என்று சொல்லிவிட்டுப் போய் விட்டார்கள்.

அண்ணனுக்கு திருமணம் முடிந்து இன்னும் மூன்று மாதங்கள்கூட முழுசாய் முடியவில்லை. கல்யாணம் ஆகி எங்கள் வீட்டுக்கு பால்பழம் சாப்பிட அண்ணனும் அண்ணியும் ஒருமுறை வந்துபோனார்கள் அவ்வளவுதான். இப்போதுதான் அண்ணனுக்கு எங்கள் ஞாபகம்வந்து அண்ணியை அழைத்துக்கொண்டு இரண்டாம் முறையாக ஊருக்குள் வந்திருக்கிறார். மற்றபடி கல்யாண சம்பிரதாயங்களெல்லாம் பட்டணத்தில் வாடகை வீடு பிடித்துதான் நடந்து கொண்டிருந்தது.

அண்ணனும் அண்ணியும் எங்கள் வீட்டில் இருந்து கொண்டு தஞ்சாவூரிளோ அருகிலுள்ள வேறு நகரங்களிலோ வேலை பார்க்கிறவர்களாக இருந்திருந்தால், அப்பா புழக்கடைப்பக்கம். கழிப்பறை வசதி குளிப்பறை வசதியெல்லாம் செய்திருப்பாரோ என்னமோ? அப்பாவை விடுங்கள் எங்கள் அண்ணனே கூட முயற்சியெடுத்து அம்மாதிரியான வசதிகளையெல்லாம் செய்திருந்தாலும் செய்திருப்பார்கள்.

நாங்களெல்லாம் கொஞ்சம் எட்டி போனதும் அண்ணி அண்ணனிடம், "நான் கிராமத்துக்கு வரலை என்றேனே கேட்டீர்களா? எல்லோரும் உன்னைப் பார்க்க ஆசைப்படுகிறார்கள்

ரெண்டு நாள் விடுமுறையில் போய்விட்டு வந்து விடுவோம் என்று பிடிவாதம் பிடித்து அழைத்துக்கொண்டு வந்து விட்டீர்கள். இப்போது என் வயிற்றுக்குள் இருக்கிற சங்கடத்தை எப்படி தீர்த்துக் கொள்வேன்? கழிப்பதற்கோ குளிப்பதற்கோ ஒரு மறைவிடம் கூட இல்லையே எப்படி சமாளிப்பேன்? இதில் ரெண்டு நாள் நான் இங்கே தங்க வேண்டும் என்கிறீர்களே இது சரியாக இருக்குமா? உண்மையாய் சொல்லப் போனால் என்னால் ஒருமணி நேரத்தைக்கூட என்னால் கடத்த முடியாது. இப்போதே புறப்பட்டுப் போகிற வழியைப் பாருங்கள்" என்று சற்று கடுமையாகவே பேசித் தீர்த்து விட்டார்.

இதற்காக அண்ணன் விடவில்லை, "இந்த பார் சித்ரா, இந்த கிராமத்தில் இருக்கிற எல்லாருக்கும் உன்னைப் போலவே எல்லா பிரச்சினைகளும் இருக்கு. உண்ணுகிறார்கள், கழிக்கிறார்கள், குளிக்கிறார்கள், உடுத்துகிறார்கள். எதைப் பற்றியும் கவலைப்படாமல்தான் அவர்கள் இதையெல்லாம் இந்த கிராமத்தில் இருந்துகொண்டு செய்து கொள்கின்றார்கள். இதெல்லாம் எப்படி அவர்களால் முடிகிறதென்று நீ கொஞ்சம் யோசித்துப் பார்க்க வேண்டும் சித்ரா. மனசு! மனசு வச்சுட்டா எல்லாத்தையும் நாமளும் செஞ்சுக்க முடியும் பண்ணிக்க முடியும். வயிற்றுக்குள் சங்கடமிருந்தா கொல்லைப்பக்கம் போ அங்கே, யாரும் வரமாட்டார்கள். என் சங்கடத்தைக்கூட நான் அப்படித்தான் தீர்த்துக் கொள்ளப்போகிறேன். பாம்பு தின்னுகிற ஊருக்கு போனால் நடுக்கண்டம் நம்பளுக்குன்னு நீ சொல்லி கேள்விபட்டதில்லையா? அப்படித்தான் எல்லாமும். மனசு வச்சுட்டா நாம் எங்கேயும் எப்படியும் எந்தச் சூழலிலும் வாழக் கத்துக்கலாம்" என்று சொல்லிவிட்டு லுங்கியை மடித்துக்கொண்டு வயல் வெளிப் பக்கம் செல்ல ஆரம்பித்து விட்டார் அண்ணா.

அண்ணி வேறு வழி எதுவும் புலப்படாமலும் வயிற்று உபாதையை போக்கியே தீர வேண்டும் என்ற நெருக்கடியிலும் சொம்பு நிறைய நீரை எடுத்துக்கொண்டு புறக்கடை வழியாய் மூங்கில் தோப்புப்பக்கம் நடக்க ஆரம்பித்திருந்தார்கள்.

"**எ**ன்னங்க ஒங்களத்தானே..."

"என்ன சித்ரா?"

"ஒரு வழியா அந்த சங்கடம் தீந்து போச்சி. இப்போ பல் துலக்கிட்டு குளிக்கணும் பேஸ்ட் பிரஸெல்லாம் எடுத்துகிட்டு வந்துருக்கீங்களா?

"மறந்துபோய் எடுத்துகிட்டு வரலை சித்ரா... நீ கூட மறக்காம எடுத்து வையுங்கன்னு சொன்னே. நான்தான் ஏதோ அவசரத்துல ஞாபக பிசகா எடுத்து வைக்காம விட்டுட்டேன். இப்போ அதனாலென்ன?"

"அதனாலென்னவாம்... நல்லா கேட்டீங்களே கேள்வி எப்படி பல் துலக்கறது?"

"எனக்கு பிரச்சனை இல்லை. இருக்கவே இருக்கிறது வேப்பங்குச்சி, புளியங்குச்சி காட்டாமணக்கு குச்சி, ஆலங்குச்சியென்று வகைவகையான குச்சிகள் அதில் ஒன்றை எடுத்து பல் துலக்கிக்குவேன்... அதுவுமில்லையென்றாலும் பிரச்சனையில்லை! இருக்கவே இருக்கிறது அடுப்புச் சாம்பலும் செங்காமட்டை தூளும் அதில் கொஞ்சத்தை எடுத்து நாலு. இளுப்பு இளுப்பினால் பல் பளிச்சினு ஆயிடும். நீ என்ன செய்யப்போற சித்ரா?"

"ஒங்க மண்டையதான் செய்யணும். பல் துலக்காமல் எப்படி குளிப்பேன், எப்படி சாப்பிடுவேன்?"

"ஒன்னு செய்யிறியா சித்ரா?"

"என்ன செய்யணும்?"

"எங்க ஊரு பொம்பளைங்களும் பொண்ணுங்களும் பல்லு துலக்கறதுக்காக அடுப்புச் சாம்பலையோ செங்காமட்டை தூளையோ எடுத்து பல்லை விலக்கிடுவாங்க. பேஸ்ட் போட்டு விலக்கறதைக் காட்டிலும் பல்லு பளிச்சின்னு ஆயிரும். நீயும் இப்படி செஞ்சிக்கயேன்" என்று சொல்லிவிட்டு வேப்பங்குச்சியை ஒடித்து பல் துலக்க ஆரம்பித்து விட்டார் அண்ணன்.

அண்ணிக்கி அப்படியெல்லாம் பல் துலக்க விருப்பமில்லை போல. என்னைக் கூப்பிட்டார்கள்.

"என்னஅண்ணி?" என்று கேட்டுக்கொண்டே அவர்கள் அருகில் சென்றேன்".

“இந்த ஊரில் கடை இருக்கிறதா?”

“ஒரு கடை இருக்குண்ணி”

“அந்தக் கடையில் பேஸ்ட் பிரஸெல்லாம் கெடைக்குமாப்பா?”

“தெரியலையே”

“பின்னே நீ எதால பல் துலக்குவே?”

“வேப்பங்குச்சி புளியங்குச்சின்னு எது கெடைக்குதோ அதால வெலக்கிக்குவன். குச்சிங்க தட்டுப்பாடாயிட்டா, செங்கல்ல எடுத்து ஒரசி அந்தத் தூள வச்சிகிட்டு கூட வெலக்கிக்குவேன்”

“கர்மம்... கர்மம்... இனிமே அப்படியெல்லாம் துலக்காதே பேஸ்ட் பிரஸ்வச்சி விலக்கணும். புரிஞ்சிகிட்டியா... சரி குளிக்கும் போது ஒடம்புக்கு சோப்பு போடுவியா மாட்டியா?”

“மாட்டேன் அண்ணி. சோப்புப் போட்டு குளிச்சா சொறி செரங்கு வரும்னு அம்மா சொல்லுவாங்க” கை வெரல்ல நகம் எப்புடி வாச்சு வாச்சா வளத்து வச்சிருக்கன்னு பாத்தீங்களா. அதால சும்மா நாலு சொரண்டு சொரண்டுனா ஒடம்புல உள்ள அம்புட்டு அளுக்கும் பாக்கொளுக்கட்டைக் கணக்கா தெரண்டு வந்துரும் அதுமேல ரெண்டு சொம்பு தண்ணிய ஊத்திகிட்டா அம்புட்டு அளுக்கும் போற எடம் தெரியாமப் போயிடும். “நல்லா போனிச்சி போ... கர்மம் கர்மம் எப்பத்தான் இப்படியெல்லாம் செய்யக்கூடாதுன்னு திருந்தப்போறியோ தெரியலை” என்றவர் என்னிடம் பணத்தைக் கொடுத்து பேஸ்ட் பிரஸ் வாங்கிக்கொண்டு வரும்படி சொன்னார்கள்.

கடைக்குப் போய் கேட்டால் ‘பயோரியா பல் பொடி தான் இருக்கு’ என்று சொல்லி ஒரு பாக்கெட் கொடுத்தார்கள். அதைத்தான் அண்ணியிடம் கொண்டு வந்து கொடுத்தேன். விதியே என்று அதில் கொஞ்சத்தை எடுத்து விரலால் பல் துலக்க ஆரம்பித்தார்கள்.

அடுத்தது குளியல் படலம் தான். கொல்லையில் கிணறு இருக்கிறது. ஊரில் குளம் இருக்கிறது. வாய்க்கால்களும் நிறையவே இருக்கிறது. அண்ணி விருப்பப்பட்டால் அதில் ஆனந்தமாய் குளித்துக் கொள்ளலாம். அண்ணியார் விருப்பம்தான் என்னவென்று தெரியவில்லை. குளிப்பதற்குக் கூட அண்ணனைக்

158 ✷ புளிப்புக்கனிகள்

கூப்பிட்டுத் தான் யோசனை கேட்டார் அண்ணியார். "குளிக்கணுமே என்ன செய்யிறது?"

"கொல்லையில் கிணறு இருக்கிறது. நான்கு வாளி தண்ணீர் இரைத்து ஆனந்தமாகக் குளியேன்"

...திறந்த வெளியில் நின்னுகிட்டா குளிக்க முடியும்? அப்படியெல்லாம் குளிச்சி எனக்கு பழக்கமில்லை."

"இருக்கிறதைக்கொண்டு தானே நல்லது பண்ணிக்கணும். சித்ரா இப்படி தொட்டதுக்கெல்லாம் அடம் புடிச்சா நா என்ன பண்ண முடியும்? அடுத்த முறை நீ இங்கே வரும்போது உன் சௌரியத்துக்கு ஏத்தாப்புல கழிப்பறை குளியல் அறையெல்லாம் கட்டிப்புடுவோம். இப்போ சூழ்நெலைய புரிஞ்சுகிட்டு சமாளிச்சுக்கப்பாரு"

"எப்படி சமாளிச்சுக்கப் போறேனோ தெரியலை" என்றவர். "ஆமாம் எனக்காகத் தான் கழிப்பறை, குளியலறையெல்லாம் கட்டப்போறீங்களா?" என்று கேட்டார்.

"உனக்காகத்தான்"

"வீட்டில் உள்ளவுங்க அதை பயன்படுத்திக்க மாட்டாங்களா?"

"நிச்சயமா மாட்டாங்க.. இங்கே இருக்கிறவர்கள் கழிப்பறைக்குள் போவதற்கே அசூயைப் படுவார்கள். ஆற்றிலோ குளத்திலோ குளித்தால்தான் அவர்களுக்கு குளித்தது மாதிரியிருக்கும். நான் கூட இப்போ குளத்துக்கு போய்தான் குளிக்கப் போறேன். குளத்தில் நீச்சலடித்துக்கொண்டு குளிக்கும்போது அதில் கிடைக்கிற ஆனந்தமே அலாதிதான். அந்த சுகத்தை அனுபவித்தால்தான் தெரிந்து கொள்ள முடியும்"

"என்ன ஆனந்தமோ போங்கள்... குளத்து படித்துறையில் ஆண்களும், பெண்களும் ஒன்றாய் இருந்து கொண்டு குளிக்கிறார்கள். அதுவும் ஆண்கள் கோமணத்தைக் கட்டிக்கொண்டு, ச்சே... என்ன அசிங்கம் இது. அங்கே போயா குளிக்கப் போகிறீர்கள்? பெண்களோடு குளிப்பது அருவருப்பாய் இருக்காதா? என்ன குளியலோ போங்கள்..."

"இங்கே வாழ்கிறவர்கள் அருவருப்பு பட்டு குளிப்பதில்லை சித்ரா. அவர்கள் மனசுக்குள் எந்த சூதுவாதும் இருக்காது

குளிப்பது மட்டும் தான் அவர்களுக்கு குறியாய் இருக்கும். ஆண்கள் கோவணத்தைக் கட்டிக் கொண்டோ! துண்டைக் கட்டிக்கொண்டோ அண்டராயர் போட்டுக் கொண்டோ குளிப்பார்கள். லுங்கியோடும் குளிப்பார்கள், வேஷ்டியைக் கட்டிக் கொண்டும் குளிப்பார்கள். பெண்கள் மார்வரை புடவையைக் கட்டிக்கொண்டோ, பாவாடையை கட்டிக் கொண்டோ குளிப்பார்கள். ஆம்பிளைகள் குளிக்கிறார்கள என்று பொம்பளைகளுக்கும் பொம்பளைகள் குளிக்கிறார்களேஎன்று ஆம்பிளைகளுக்கும் எந்த வித்தியாசமும் இருக்காது. பேதங்களும் இருக்காது. மனசில் அழுக்குகள் இருந்தால்தானே அதெல்லாம் வரும்" என்று சொல்லிவிட்டு அண்ணன் குளிப்பதற்காக குளத்துப்பக்கம் போய் விட்டார்கள்.

அம்மா புழக்கடைப்பக்கம் வந்தவர்கள் அண்ணியைப் பார்த்து, "சித்ரா சட்டு புட்டுன்னு குளிச்சிட்டு வந்தியன்னா சாப்புடலாம்ல்ல..." என்றார்கள்.

"அதுக்குத்தான் அத்தை, எப்படி எங்க குளிக்கிறதுன்னு யோசனை பண்ணிக்கிட்டிருக்கேன்"

"தண்ணி எறைக்க முடியாட்டி புள்ளைங்கள எறச்சி தரச்சொல்லட்டா?"

"அத்தை அதுவல்ல பிரச்சனை. திறந்த வெளியில் குளித்தெல்லாம் எனக்கு பழக்கமில்லை".

பளகிக்கம்மா... பாம்புதிங்கிற ஊருக்குப் போயிட்டா...

"நடுக்கண்டம் நம்பளுக்குதான்னு சொல்ல வர்றீங்களா அத்தை?"

"அப்புடித்தான். இந்த பாரு சித்ரா. பாயிலயும் படுக்கக் கத்துக்கணும் பஞ்சனையிலும் படுக்கக் கத்துக்கணும். அம்புட்டு செல்வானேன் எதுவும் கெடைக்கலனா கட்டாந் தரையில்கூட படுக்கக் கத்துக்கணும் தெரிஞ்சிகிட்டியா?... சரி சித்ரா ஒன்னால தெறந்த வெளியில குளிக்கமுடியாதுன்னா... நம்பவூட்டுக்குள்ள முத்தம் இருக்கு தெருக்கதவையும் கொல்லப்புறக் கதவையும் அடச்சிகிட்டு குளி. குளிச்சிட்டு நீ பொடவை மாத்திக்கிற வரைக்கும் நாங்க எல்லாரும் வெளிய இருக்குறம் சரியா?"

"சரித்தை"

"பின்ன எதுக்கு இன்னும் இங்க நின்னுகிட்டு வூட்டுக்குள்ள வா" என்று அழைத்துக்கொண்டு போன அம்மா அண்ணியார் வீட்டுக்குள் போனதும் புறக்கடை கதவைச் சாத்தி தாழ்ப்போடுற சப்தம் கேட்டது. "முத்தத்தில் குவளை நிறைய தண்ணீர் இருக்கிறது. மொண்டு குளிம்மா" என்று சொல்லிவிட்டு அம்மா தெருக்கதவையும் சாத்திவிட்டு திண்ணைப் பக்கம் போயிருப்பார்கள். நான், 'எங்கள் அண்ணி வீட்டுக்குள் குளித்துக் கொண்டிருக்கிறார்கள் யாரும் கதவைத் திறந்து கொண்டு வீட்டுக்குள் போக வேண்டாம்' என்று சின்னதாய் ஒரு போர்டு எழுதி வீட்டுக்கும் முன்னால் வைத்து விடலாமா என்று யோசித்துக் கொண்டிருந்தேன்.

அண்ணி குளித்து முடித்ததும் உடை மாற்றிக்கொண்டு அவர்களாகவே தெருக்கதவை திறந்து விட்டார்கள். கதவு திறக்க பட்டதும்தான் நாங்களெல்லாம் வீட்டுக்குள் போகும்படியாயிருந்தது. அப்பா மட்டும் ஏனோ திண்ணையிலேயே இருந்து கொண்டார்.

அண்ணன் அப்போதுதான் குளத்தில் குளித்து விட்டு வீட்டுக்குள் வந்தவர் அண்ணி வேற்று உடையில் இருப்பதைக் கண்டதும் "குளிச்சிட்டியா என்று மட்டும் கேட்டார்". "எங்கே குளித்தாய்" என்று கேட்கவில்லை. அதற்குதான் வீட்டுக்குள் இருக்கிற முத்தம் சாட்சியாக இருக்கிறதே... அதைவேறு கேட்க வேண்டுமா என்ன?

"பாத்தா தெரியலையாக்கும்" அண்ணி சொன்ன பதில் இவ்வளவு மட்டும் தான்" அம்மா இருவருக்கும் இட்லி பலகாரமெல்லாம் கொண்டு வந்து இலையில் வைத்தார்கள். நான் தம்பி தங்கைகள் அம்மா உட்பட அவர்கள் சாப்பிடப் போகிற அழகை பார்ப்பதற்காகச் சுற்றிலுமாக நின்று கொண்டிருந்தோம். எனக்கு மட்டும் அடி நெஞ்சில் சின்னதாய் கிலி. அண்ணியார் சாப்பாட்டு மேஜையில் தான் சாப்பிடுவேன்" என்று அடம் பிடிக்கப் போகிறாரோ என்றுதான். நல்லவேளை அண்ணியார் அப்படி எதுவும் கேட்கவில்லை. அந்த வகையில் நாங்களும் தப்பித்தோம். அண்ணனும் தப்பித்தார்.

சி.எம்.முத்து

அண்ணன் சாப்பிட்டுக்கொண்டே சுற்றி முற்றி ஒருமுறை எங்களையெல்லாம் நோட்டம் போட்டு விட்டு அண்ணியார் காதில் மட்டும் கேட்கிற விதமாய் சொல்லிக்கொண்டிருந்தார். "இந்த பார் சித்ரா, எங்கள் வீட்டில் ஒரு சின்ன அறை கூட கிடையாது. திண்ணை, கூடம், அடுப்படி மட்டும்தான் இந்த சின்னோண்டு இடத்தில் வசித்துக்கொண்டு தான் எங்கள் அப்பாவும் அம்மாவும் ஆறு பிள்ளைகளைப் பெற்று எடுத்திருக்கிறார்கள். நம்ப வீட்டுக்கு எதிர் வீடு இருக்கு பாத்தியா, வீடுன்னா சொன்னேன் தப்பு தப்பு... குடிசை அது... அக்குடிசையின் சொந்தக்காரருக்கு அண்ணன் உண்டு, தம்பி உண்டு, கூட்டுக்குடும்பமாக ஒன்றாக வசிக்கின்றார்கள். மூன்று பேரும் ஆளுக்கு மூன்று பிள்ளைகள் வீதம் பெற்றிருக்கிறார்கள். அது எப்படி என்று மட்டும் கேட்காதே அது அப்படித்தான்" என்று சொல்லிவிட்டு சாப்பிட ஆரம்பித்தார்கள். எனக்கு சிரிப்பை அடக்க முடியவில்லை. அடக்கமுடியாத சிரிப்பை அடக்கவேண்டுமென்றால் வந்த சிரிப்பை முழுவதுமாக சிரித்து விடவேண்டும். அதற்காகத்தான் தெருப்பக்கம் ஓடிக்கொண்டிருக்கிறேன்.

மாப்பிள்ளை விருந்து

நேத்துதான் கல்யாணம் முடிந்திருந்தது...

செல்வம் ஈழங்கொண்டாருக்குத் தன் கனவு பலிதமாகிப் போனதில் ஏகப்பட்ட திருப்தி. அதை அவரது முகமே எல்லோருக்குமாகவும் காட்டிக் கொண்டிருக்கிறது இப்போது வரைக்கும். 'ஒக்கநாடு கீழையூர்' அதிசயத்துப் போகும்படிக் கொண்டாட்டமாகவும் குதூகலமாகவும் அந்தக் கல்யாணம் நடந்து முடிந்திருந்தது. விருந்துக்கு வடை பாயசம் என்பதெல்லாம் அந்தக் காலத்துப் பழக்கமென்பதாகக் கருதி, கல்யாணத்திற்கு வந்திருந்தோர் மெச்சும்படியாகவும் சிலாகிக்கும்படியாகவும் கறிவிருந்தே போட்டல்லவா அனுப்பியிருக்கிறார் செல்வம் ஈழங்கொண்டார்.

நெய்ப்பசையேறிய வெள்ளாட்டுக் கிடாக்கள் இருபதும், நூத்துக்கும் அதிகமான நாட்டுக் கோழிகளும், பெருமாள் கோயில் குளத்தில் மேய்ந்த மீன்களில் பாதியும், பத்தாதென்று ஒரத்தநாடு ரஹீம்பாய் கடையிலிருந்து தருவிக்கப்பட்ட இரண்டாயிரம் முட்டைகளும் துவம்சமாகிவிட்டன.

இவ்வளவு பெரிய விருந்தைத் தயாரிப்பதற்குத் தஞ்சாவூர் மாவட்டத்துச் சமையல்காரன் சரிப்படமாட்டானென்று காரைக்குடிப் பக்கம் செட்டிநாட்டிலிருந்தல்லவா சமையல் காரர்களைக் கொண்டுவந்து நிறுத்திவிட்டார் ஈழங்கொண்டார்.

செட்டிநாட்டுச் சமையல்காரர்கள் லேசுபட்ட ஆட்களா என்ன? வெள்ளாட்டுக்கறியில் எத்தனை தினுசு பண்ணமுடியுமோ, அட அந்த நாட்டு மீனில் எத்தனை தினுசு பண்ணமுடியுமோ, அடே...

அடே... அந்த முட்டையில்தான் எத்தனை வகையான தினுசு பண்ணமுடியுமோ? அத்தனை அத்தனை தினுசுகளையும் பண்ணிப் பண்ணி சாப்பிட்டவர்கள் அத்தனை பேரையும் மூக்கு மேல் விரல் வைக்கும்படியல்லவா அனுப்பி வைத்தார். வறுவலென்ன பொறியலென்ன... பெரட்டலென்ன... உருட்டலென்ன... வகைவகையான சமாச்சாரங்கள் என்ன என்ன போதுமடா சாமி போதும் போதும் வயித்தப்படச்ச சாமி இன்னும் கொஞ்சம் பெருசாப் படச்சிருந்தா வச்சது அம்புட்டையும் வக்கனையாச் சாப்புட்டு எந்திரிச்சிருக்கலாம் எதச் சாப்புட்டம் எதச் சாப்புடாம வுட்டம்னுல்லருந்திச்சி கதை.

சாப்பிட்டுவிட்டு, ஊரை நாடிப் போனவர்களில் பலர் இப்படியெல்லாம் பலவாறாகவும் தினுசுதினுசாகவும் பேசிக்கொண்டு போய்க்கொண்டிருந்தனர். “மொண்டட்டிய... இப்புடி ஒரு சாப்பாட்ட ஏ ஆயுசுலயும் நா சாப்ட்டதில்லடா சாமி ஆத்தாடி சாப்பாடா அது! வந்த சாதி சனம் அம்புட்டும் மூக்குமேல வச்ச வெரல எடுக்கவே இல்லடா... ஈழங்கொண்டாரா கொக்கான்னுல்ல காட்டிப்புட்டாவ்வோ மனுசன்... கள்ளம்பெருத்த சீம கதி கலங்கிப் போச்சுடா சாமி கதி கலங்கிப்போச்சி”

“ஏம்டி போவாது இஞ்ச உள்ள செவட்ட மண்ணுல பொன்னு போட்டு பொன்னுல்ல எடுக்கலாம். ஆத்துப்பாசனம் அதியமுல்லாத சீமன்னுதான் பேரு வக்காளி கவலையேத்துல வர்ற தண்ணிய வச்சி கடல போட்டது பத்தாதுன்னு கம்பு வெதச்சதென்ன, கேவுரு நட்டதென்ன, சோளம் போட்டதென்ன அதெல்லாம் பத்தாதுன்னு கண்ணனாத்துத் தண்ணிய வச்சி நஞ்சையம்புட்டும் கிச்சடி சம்பாவால்ல நட்டு வச்சாவ்வோ அதோடவா போச்சி, செல்வம் ஈளங்கொண்டாரோட அப்பாரு வேலாயுதம் ஈளங்கொண்டாரு (இ)லெங்கைக்குப் போயி யாவாரத்துல அமஞ்சி கட்டுக்கட்டா அனுப்பி வச்ச பணத்துல அரமனையாட்டம் அத்தத்தண்டி வூடு, காடு கர தோட்டந் தொறவுன்னு லெச்சுமி தேவி பூத்தாப்ல இன்னும் எம்புட்டோடா சாமி! அதெல்லாம் நம்பளுக்குத் தெரியாது... சீமையில பெக்காத பொண்ணப் பெத்துபுட்டம்னு சொல்லி டாக்டரு மாப்ளையால்ல தேடிப்புடிச்சி கொண்டுவந்து நிறுத்திப்புட்டாவ்வோ...’

“பொண்ணு மட்டும் சும்மால்லடா லவுண்டி! டவுனுப்பக்கம் அனுப்பி பெரிய படிப்பெல்லாம் படிக்க வச்சி இப்ப காலேஜுல வாத்தியாரா இருக்காம்டீ... கண்ணாலத்துக்கு வந்த சனத்துல பாதி ஆளு கோட்டு சூட்டு மாட்டுனதுதான்னு... எம்புட்டு காரு, எம்புட்டு மோட்டாரு, கீளையூரு கிடுகிடுத்துல்ல போச்சி... கீளையூரு தோன்றுன நாளக்கி ஊரடச்சி பந்தலு போட்டு கண்ணாலம் பண்ணுன மவராசன் ஆருன்னு வெரலுவுட்டு சொல்லுங்க பாப்பம்? டாக்டரு மாப்ளை என்னா டாக்டரு மாப்ளை கலைக்கிட்டாரு மாப்ளையே வந்துருந்தாலும் ஆச்சரியப்படறதுக்கு ஒண்ணுமுல்லாடா சாமி... ஈளங்கொண்டாரு கட்டி வச்ச மச்சு. உள்ளக்கப்பாத்தா ஒரே தானியங்களாதான ரொம்பிக் கெடக்கும். கோயிமவன ஓ சொல்லுக்கு அஞ்சுவாரா இல்ல ஓ சூத்துக்குதான் அஞ்சுவாரா? சோப்ளாண்டி விருந்து சாப்ட்ட மெதப்புல நடையென்னத்துக்குடா இம்புட்டு தள்ளாடுது... சாப்பாட்டுக்கு முந்தி வச்ச சாராயம் கிர்ர்ர்ருன்னு தூக்கிகிச்சோ... மயிராண்டி இந்த ஒளுங்கைய புடிச்சி போனம்னா அங்குட்டு சின்னய்யா நானுசத்தேவரு வூட்டு வேலி கால முறிச்சிகிட்டு எள்ளுக் காட்டுல எறங்கித் தடத்தோட நடந்தா இந்தா அந்தான்னு ஊரு போயி சேந்துர்லாம்டா மாப்ளே. கண்ண மூடிகிட்டு வெரசா நடந்துவா பாப்பம்”.

“நொம்மாலி நடக்காம பறந்தா போவ முடியும்? பட்டுக்கோட்ட தஞ்சாவூரு ரோட்டுலன்னா கண்ணுமூடி கண்ணு தொறக்குறதுக்குள்ள அம்பது காரு வரும் போவும் நம்ப ஓரத்தநாடு மன்னார்குடி தடத்துல வக்காளி ஆடிக்கு ஒரு காரு வந்தா ஆவணிக்கி ஒரு காரு வருது. இதப்பாத்தால் ஊரு போயி சேர்றது எக்காலம். மாப்ளே... அங்கன ஊருக்குள்ள பொண்டாட்டி புள்ளைவ்வோ” நம்பளக் காணாம கிய்யாக்கத்து கத்திக்கிட்டிருக்கும். இஞ்ச என்னாடான்னா ஊரு போயி சேர்றதுக்குள்ள வெதச்சி அறுவடையும் பண்ணிபுடலாம் போலருக்கு நம்ப ரோக்கிதி...”

“செரி, செரி... பேச்ச வுட்டுபுட்டு வெரசா நடங்க இந்தா அந்தான்னு சுருக்காப் போயி சேந்துர்லாம்”

நா ஒரு கூறு கெட்ட மூதி மாப்ள ஈளங்கொண்டாரு வூட்டு கண்ணாலத்துல நெய்ப்பச ஏறுன கெடாக்குட்டி விருந்துன்னு கேள்விப்பட்டதும் திருட்டுச் சாராயத்த ரெண்டு டம்ளரு கூட ஊத்திப்புட்டன். தாயோளி மவன் என்னத்த கண்றாவியக் கலந்து காச்சுனானோ ஊத்துனதுமே கப்புனு தூக்கிகிச்சு அது இப்ப மனுசர ரொம்ப தொந்தரவு குடுத்துகிட்டு, எடுத்தடி வய்க்க முடியாம காலப் பின்னி பின்னிக்கிட்டு வருதுடா மாப்ள"

கல்யாணத்திற்கு வந்திருந்த அத்தனை பேரும் வந்தமா சாப்பிட்டமா போனமா என்றில்லாமல் இப்படி ஒவ்வொருத்தரும் தினுசு தினுசாகப் பேசிக்கொண்டு போகும்படி வைத்திருக்கிறாரென்றால் ஈழங்கொண்டார் சாமான்யப்பட்ட மனிதரா? அவர் செல்லமகள் கல்பனாவின் கல்யாணத்தைச் சீரோடும் சிறப்போடும் தெக்குச் சீமை வியக்க வியக்க நடத்திப் பார்த்துவிட வேண்டும் என்ற தீராத வேட்கையினால் தானே முடிந்து போயிருக்கிறது?

செல்வம் ஈழங்கொண்டாரின் மனைவி திலகவதிக்கும் தான் பொத்திப் பொத்தி வளர்த்த ஆசை மகள் கல்பனாவின் கல்யாணம் ஊரார் அதிசயிக்கும்படியும் மெச்சும்படியாகவும் நடந்து போனதில் பரவசமான பரவசமாய் இருந்து கொண்டிருக்கிறது. அதுவும் மகளுக்குப் பிடித்தமான டாக்டர் மாப்பிள்ளையே கிடைத்திருப்பதில் சந்தோஷத்தின் உச்சத்துக்கே போய்விட்டார்கள் என்றுதான் சொல்ல வேண்டும். குறி வைத்துக்கொண்டு வந்த மாப்பிள்ளை அல்லவா? தஞ்சாவூருக்கும் பக்கத்தில் பள்ளியக்ரஹாரத்தைத் தாண்டி வயலூர்தான் மாப்பிள்ளையின் ஊர். திருச்சி வயலூர் முருகனைப்போல் அத்தனை அழகு மாப்பிள்ளை. சிவப்பும் மாநிறமும் கலந்த நிறம். அளவான உயரம். அளவான உடற்கட்டு, லேசான கீச்சுக் குரல், சற்றே நீண்ட சதுர முகம். கல்பனா சற்று தாட்டியான பெண் என்றாலும் கூட அழகு வழியும் பரந்த முகம். முத்துக் கோத்தாற்போல் பல்வரிசை, மாநிறமாயினும் எடுப்பான நிறம். கிறங்க வைக்கும் மூக்கும் முழியும், அவ்வளவு பெரிய படிப்பு படித்திருக்கிறார்கள் என்பதை எவ்விதத்திலும் வெளிக்காட்டிக் கொள்ளாத எளிமை பேரழகிதான். உள்ளங்கை, விரல்கள் என்று போட்ட மருதாணி சிவப்பும் கால் கொலுசின் ஜல் ஜல்லும் கைவளையல்களின்

ணிணிங்... ணிணிங்கும் மனசை ஆட்டங்கான வைக்கிறதென்றால் அது ஆனந்தமான ஆனந்தம். எல்லாச் சம்பிரதாயங்களும் சடங்குகளும் முடிந்த பின் ஒருவழியாய் முடிந்திருந்தது கெட்டிமேளம் முழங்கத் தாலிகட்டும் வைபவம்.

ஐயர் சொன்னார், "பெண்ணும் பிள்ளையும் அரசாணி சுத்தி வரணும். மாப்பிள்ளை அங்க வஸ்திரத்தையும் பெண்ணின் முந்தானையையும் முடிச்சுபோட்டுச் சுத்தி வந்தால் நன்னாருக்கும்" இதை எப்போது சொல்லப் போகிறார் ஐயர் என்று காத்திருந்த அபிராமி (பெண்ணின் தங்கை) இதற்கு நானாயிற்றென்று வெட்கம் மண்டிய முகத்தோடும் குறுஞ்சிரிப்போடும் அத்தானின் அங்க வஸ்திரத்தையும் அக்காவின் முந்தானையையும் சீக்கிரம் அவிழ்ந்துவிடக்கூடாது என்ற தினுசில் ஒரு முடிச்சு போட்டாள் பாருங்கள்! டாக்டர் மாப்பிள்ளை சேக்கிழார் போட்ட தாலி முடிச்சைக் காட்டிலும் அதிக வலுவானதென்றுதான் சொல்ல வேண்டும். ஜென்மத்துக்கும் அவிழ்க்க முடியாதபடியான முடிச்சு அது. இதிலெல்லாம் அபிராமி ரொம்ப சமத்துதான். அத்தானும் அக்காளும் ஒருத்தரை விட்டு ஒருத்தர் ஷண நேரமும் பிரிந்து போய்விடக்கூடாது என்பது போலான முடிச்சு அது.

மாப்பிள்ளை சீக்காகழித்து முடிந்ததும் மறுபடி பட்டுடுத்தி மாலையிட்டு மணக்கோலத்தில் தாலி கட்ட மணப்பந்தலுக்கு வந்த போது பந்தலின் வெளியே மாப்பிள்ளைக்குத் தலை வாழை இலை விரித்து, மாப்பிள்ளையை விரித்த இலையில் நிற்க வைத்து, சொம்பு பாலை ஊற்றிக் கழுவி மறுபடியும் நீர் விட்டுக் கழுவி சந்தனம் குங்குமமெல்லாம் வைத்து முடிந்ததும் மெட்டி போடுகிறேனென்று ஒரு பவுன் மோதிரத்தை எடுத்து மாப்பிள்ளையிடம் காட்டினாள் அபிராமி. அவள் கையில் மோதிரத்தோடு வெள்ளி மெட்டியும் இருந்தது. மெட்டிக்குப் பதிலாகக் கால் விரலில் மோதிரமே போடப்போகிறாளென்றால் மாப்பிள்ளை பெரிய அதிஷ்டக்காரராகத்தான் இருக்க வேண்டும். சுத்தமாய் ஒரு பவுன் மோதிரமல்லவா. முகமெல்லாம் பரவசம் பூத்துக் குலுங்க அபிராமியைப் பார்த்தார் மாப்பிள்ளை. அபிராமி மாப்பிள்ளையிடம் இரண்டு மூன்று முறை மோதிரத்தைக் காட்டிக் காட்டி ஜாலக்குப் பண்ணிக் கொண்டிருந்தாள். கூட்டத்தில் யாரோ ஒருத்தர், "தாலி கட்ட நேரமாச்சுல்ல.

மெட்டி போட வேண்டிய வெரலுக்குத் தங்க மோதிரம் போட்டு அழகு பார்க்க வந்த மச்சினியே (மாப்பிள்ளைக்கு) ஆகட்டும்" என்று சொல்லவும் அபிராமி காலின் பெருவிரலில் மோதிரத்தை மாட்டியவள் வெடுக்கென்று வெளியே இழுத்து மறுபடியும் மறுபடியும் போடுவது போல் பாவனைகள் செய்து லபக்கென்று மோதிரத்தை வாய்க்குள் போட்டுக் கொறட்டில் அடக்கிக் கொண்டவள், கையில் வைத்திருந்த வெள்ளி மெட்டியை விரலில் போட்டு விட்டு மாப்பிள்ளையைப் பார்த்து ஒரு சிரிப்பு சிரித்தாள் பாருங்கள், ஜென்மத்துக்கும் மறக்க முடியாத சிரிப்பு அது. உலகமே ஆச்சரியப்பட்டுப் போய்விட்டது அவளது சமர்த்தை எண்ணி எண்ணி. மாப்பிள்ளை சேக்கிழார் அவர்கள் கொஞ்சம் கவனமாகவும் கெட்டிக்காரராகவும் இருந்திருக்கும் பட்சத்தில் அபிராமி மோதிரத்தை கால் விரலில் நுழைக்கும் போதே விரல்களை அழுந்த ஊன்றி மோதிரத்தை லவுட்டியிருக்கலாம். அவரது ஏனோ தானோவினாலோ அல்லது போதாமையினாலோ மோதிரம் அபிராமியின் கொறட்டில் பத்திரமாய்ப் பதுங்கிக்கிடக்கிறது.

மாப்பிள்ளை எப்படி டாக்டருக்குப் படித்திருப்பார்? ஒரு பெட்டைப் பிள்ளையிடம் போய் இப்படி ஏமாறுவது உண்டா? என்று முணுமுணுக்காத வாய்கள் இல்லை. கல்பனாவைக் கைபிடிக்கப் போகிற ஆனந்தத்தில் இருந்த மாப்பிள்ளையின் முகம் அபிராமியின் செயலால் சற்றே சுருங்கித்தான் போயிருந்தது.

இக்காட்சியைத் தூரத்திலிருந்து கவனித்துக் கொண்டிருந்த செல்வம் ஈழங்கொண்டாருக்கு சங்கோஜமாக இருந்தது. மாப்பிள்ளை எவ்வளவு பெரிய டாக்டர் அவர் அந்தஸ்திற்கும் டாம்பீகத்திற்கும் இந்த மோதிரம் எம்மாம்பெறும்? தூசுபெறுமா? மெட்டியோடு மோதிரத்தையும் சேர்த்துப் போட்டு விட்டிருந்தால் எத்தனை பெருமையாக இருந்திருக்கும் என்பதாக நினைத்துக்கொண்டாலும், அவரது முகம் மாப்பிள்ளையின் முகத்தைக் காட்டிலும் அதிகமாய் கறுத்துப் போயிருந்ததுதான் வாஸ்தவம். இதை எந்த விதத்திலாவது மாப்பிள்ளையின் முகம் கோணாதபடிக்குச் சரிக்கட்டி விடுவதுதான் நல்லது என்று தனக்குத்தானே சமாதானப்பட்டுக்கொண்டார்.

கல்யாணமெல்லாம் முடிந்து மாலையில், 'கங்கணம்' அவிழ்க்கு முன்னே மாப்பிள்ளை இன்னொரு சவாலையும் சந்திக்க

வேண்டியிருந்தது. இந்த விளையாட்டுக்கும் அபிராமிக்கும் எந்தவிதமான சம்பந்தமும் இல்லை. முழுக்க முழுக்க பெண், மாப்பிள்ளை, நாவிதர் சம்பந்தப்பட்ட விஷயம் இது.

'அரசாணி பானை ஒன்றில் தழும்பத் தழும்ப மஞ்சள் நீர் இருந்தது. இந்த மஞ்சள் நீருக்குள் நாவிதர் பாலாடை ஒன்றையும் மோதிரம் ஒன்றையும் போட்டுவிட்டு மாப்பிள்ளையையும் பெண்ணையும் விட்டு எடுக்கச் சொல்வார். இருவரில் யாரொருவர் மோதிரத்தை எடுக்கின்றாரோ அவரே கெட்டிக்காரர் என்று முடிவு செய்யப்படும். அதாவது மாப்பிள்ளை பெண் இருவரில் யார் கெட்டிக்காரர் என்பதைப் பரிசோதிக்கும் விளையாட்டு. இக்காட்சியைப் பார்க்கப் பந்தலில் ஆண்கள் பெண்கள் குழந்தைகள் என்று பெருங்கூட்டமே கூடி நின்றது. விளையாட்டு ஆரம்பமாகிவிட்டது.

நாவிதர் பெண்ணையும் மாப்பிள்ளையும் பார்த்துச் சொன்னார், “இதோ ரெண்டு பேரும் நல்லாப் பாத்துக்கங்க இப்ப ஏங்கையில பாலாடையும் மோதிரமும் வச்சிருக்கேன். ரெண்டையும் பானக்குள்ளே போடுவேன். இப்படி மூணு தடவை போடுவன் யாரு மோதிரத்த எடுக்குறீங்களோ அவங்கதான் கெட்டிக்காரவங்க... அதாவது குடும்பத்தைக் கெட்டிப்பத்தரம் கெவுளிப் பத்தரமாப் புடிச்சி நடத்தக் கூடியவங்கன்னு அர்த்தம். மூணுமொறையும் மோதரத்தை ஒருத்தரே எடுத்தீங்கன்னா அவுங்க ரொம்ப ரொம்பக் கெட்டிக்காரவுங்கன்னு அர்த்தம். இந்தால ஒங்க கண்ணு முன்னால போடுறன்... போட்டுட்டன்... சீக்கிரமா மோதரத்தத் தேடி எடுத்து ஏங்கைல குடுங்க பாப்பம்”

நாவிதர் இப்படிச் சொல்லி முடித்ததுதான் தாமதம்; பெண்ணும் மாப்பிள்ளையும் போட்டி போட்டுக்கொண்டு பானைக்குள் கையை விட்டுத் துழாவுகிறர்கள்; துழாவுகிறர்கள் துழாவிக்கொண்டே இருக்கிறார்கள். யார் கையிலும் பாலாடையோ மோதிரமோ அகப்பட்டதாகத் தெரியவில்லை. பெண்தான் இரண்டையும் எடுத்துக்கொண்டு விட்டாரோ என்று மாப்பிள்ளை பெண்ணின் கையைக் கிள்ளுகிறார். மாப்பிள்ளைதான் இரண்டையும் எடுத்துக்கொண்டு விட்டாரோவென்று பெண் மாப்பிள்ளையின் கையைக் கிள்ளுகிறார். அவர் கிள்ள, இவர் கிள்ள, இவர் கிள்ள, அவர் கிள்ள... இப்படிக் கிள்ளல்கள் தாம் தொடர்ந்து

கொண்டிருக்கின்றனவேயொழிய யார் கையிலும் பாலாடையோ மோதிரமோ மாட்டாதது ஆச்சரியமாயிருக்கிறது. “மோதிரத்தை எடுத்தாச்சா” என்று மாப்பிள்ளையிடம் கேட்கிறவர்களும் அதே கேள்வியை பெண்ணிடம் கேட்கிறவர்களும் நிறையப் பேர் இருக்கத்தான் இருந்தார்கள். ஒன்றும் கிடைக்காத ஏமாற்றத்தில் இருவரும் பானைக்குள்ளிருந்து கைகளை வெளியே எடுக்கின்றார்கள். இருவர் கைகளும் வெறுங்கையாயிருக்க, கூட்டத்தில் ‘கொல்’ என்று சிரிப்பு வெடித்துக் கிளம்புகிறது.

“என்ன மாப்ள பாலாடையைக் கூட எடுக்க முடியலியா ஒங்களால? காலையில மோதரத்தை ஏமாந்துவுட்டாப்லயா இதுலயும் இருக்குறது? டாக்டரு மாப்பிள்ளை சுராத்தா இருப்பீங்கன்னு பாத்தா இப்படியா பேமாளியா இருக்குறது...? த்தூ சத்தேரி...”

“புதுப்பொண்ணே மாப்பளைக்குத்தான் சமத்து பத்தலை எடுக்கலை. நீயாவது எடுத்துருக்கலாமுல்ல, இப்புடி வெறுங்கையக் காமிச்சா என்னா அர்த்தம்? ரெண்டு பேத்துக்குமே சமத்து பத்தலையா? ரெண்டுபேரும் குடும்பத்தைப் புடுச்சி எப்டி நடத்த போறீங்கங்குறத்துக்குத்தான இந்த வெளையாட்டு இப்படியா ரெண்டும் ரெண்டாப்பா, ரெண்டும் களண்டாப்பன்னு இருக்குறது... ம்ஹூம் இது கொஞ்சமும் நல்லால்ல...” பேச்சு இப்படி வகைவகையாயக் கிளம்பிக் கொண்டிருக்க இவ்வளவு நேரமும் எதுவும் பேசாமல் அமுக்குணியாய் நின்று கொண்டிருந்த நாவிதர் சொன்னார், “நா ரெண்டையுமே பானைக்குள்ள போடலை. போடற மாதிரி போக்கு காட்டிபுட்டு ரெண்டையும் ஏங்கைக்குள்ளயே வச்சுகிட்டன்” என்று நையாண்டியாய்ச் சிரித்து சொல்லிவிட்டு, “இப்ப நெசமாலுமே போடுறன் ரெண்டுபேரும் எடுங்க பார்ப்போம்...” என்று சொல்லிவிட்டு எல்லோர் கண்களும் பார்க்கப் பாலாடையையும் மோதிரத்தையும் பானைக்குள் போடுகிறார் நாவிதர்.

இப்போது இருவர் கைகளும் பானைக்குள் துழாவல் நாடகம் நடத்துகிறது. மோதிரத்தை தான் எடுத்துவிடக்கூடாது என்று பெண்ணும், மோதிரத்தைத் தான் எடுத்துவிடக்கூடாது என்று மாப்பிள்ளையும் தங்களுக்குள்ளாகவே நினைத்துக்கொண்டு பாலாடையை எடுக்க மட்டுமே இருவருக்கும் போட்டி

நடக்கிறது. யார் சமர்த்தர் என்று தீர்மானிக்கும் போட்டியில் இரண்டு பேருமே ஒருத்தருக்கொருத்தர் விட்டுக் கொடுக்கின்ற மனப்பான்மை ஏற்பட்டு விட்டதால், இந்த முறையும் இருவரும் வெறுங்கையையே வெளியே இழுக்கின்றனர்.

"என்ன மாப்ள மோதரத்தை எடுக்கலையா?"

'அவுங்க எடுத்துக்கட்டும்னு நா எடுக்கலை" மாப்பிள்ளை சொன்னார்.

"என்னம்மா நீயாவது?"

"நானும் அப்டிதான் மோதிரத்தை அவுங்க எடுத்துக்கட்டும் எடுக்கலை"

"அப்படியா கதை?"

"அப்டித்தான் கதை"

"யோவ் நாவிதரே... இனி ஓன் பாச்சா பலிக்காதுய்யா... ரெண்டு பேருமே வுட்டுக் குடுத்துப் போயிடுவம்னு நெனச்சிட்டப்புறம் யார் சமத்துங்குறதை எப்படித் தீர்மானிக்கிறது? இந்த வெளையாட்டு இத்தோட போதும் வேற சோலியிருந்தா பாருங்க" என்று சொல்லிவிட்டு அப்பால் நகர்ந்தார் ஒருத்தர். மற்றவர்கட்கும் சப்பென்று ஆகிவிட்டதுபோல எல்லோரும் கலைய ஆரம்பித்தனர். பெண்ணும் மாப்பிள்ளையும் ஒருவர் முகத்தை ஒருவர் பார்த்துக்கொண்டு நின்று கொண்டிருந்தனர்.

அபிராமிக்கு இரவு முழுக்கத் தூக்கம் வரவில்லை. கல்யாணத்திற்கு வந்திருந்த முக்கியமான உறவினர்களால் வீடு கலகலவென்றிருந்தது. இரவு ரொம்ப நேரமாகியும் கூட அவர்கள் படுக்கையில் இருந்தபடியே ஏதேதோ பேசிக்கொண்டிருந்தனர். கல்யாணம் முடிந்து மாப்பிள்ளையும் பெண்ணும் மாப்பிள்ளை வீட்டிற்குப் பால் பழம் சாப்பிடப் போனவர்கள் சாப்பிட்டு விட்டு உடனடியாய்ப் பெண் வீட்டிற்குத் திரும்பி விட்டார்கள். அன்றைக்கு இரவு சாந்தி முகூர்த்தம் இல்லாததால் மாப்பிள்ளையும் தோழனும் ஒரு தனியறையில் இருந்து கொண்டிருந்தனர். மணப்பெண் கல்பனாவும் தங்கை அபிராமியும் இன்னும் சில உறவுக்காரப் பெண்களும் மற்றோர் அறையில் பேசிக் கொண்டும் கும்மாளமடித்துக் கொண்டுமிருந்தனர். காலையில்

மாப்பிள்ளை விருந்தின் போது என்னென்ன லீலைகள் செய்து மாப்பிள்ளையைத் திணறடிக்கலாம், கேலி பண்ணலாம் என்பதே அவர்களின் பேச்சாகவும், யோசனையாகவும், திட்டமாகவும் இருந்து கொண்டிருந்தது. ரொம்ப நேரத்திற்கு அப்புறம் தான் அபிராமி அதுபற்றியெல்லாம் ஒரு தீர்மானத்திற்கு வந்திருந்தாள்போல. அதற்குப் பிறகுதான் அவள் தூங்கவும் ஆரம்பித்திருந்தாள்.

பொழுது விடிந்ததிலிருந்து செல்வம் ஈழங்கொண்டாரும் அவரது மனைவி திலகவதியும் ரொம்பவும் பரபரப்பாக இருந்து கொண்டிருந்தார்கள். அந்தப் பெரிய வீட்டில் விருந்து நடைபெற வேண்டிய கூடம் துப்புரவாய் ஒழுங்கு செய்யப்பட்டிருந்தது. அடுப்படியில் ஐந்தாறு பெண்டுபிள்ளைகள் இட்டிலி வார்ப்பதும் பலகாரங்கள் சுடுவதுமாய் ஏக பரபபரப்பாய் இருந்து கொண்டிருந்தார்கள். அபிராமி அவர்களுடன் கூடமாட ஓடியாடி வேலை பார்த்துக் கொண்டிருந்தாலும் கூட அவளது கவனம் முழுமையும் மாப்பிள்ளைக்கு வைக்க வேண்டிய பண்டங்களில்தாம் தனிக்கவனத்தை செலுத்திக் கொண்டிருந்தாள்.

கூடத்தில் பந்திப் பாயை விரித்தார்கள். அபிராமி மாப்பிள்ளை மட்டும் சாப்பிட தனியொரு இடத்தில் பட்டுப்பாயை விரித்தாள். அதன் முன்னே தலைவாழை இலை போட்டு இட்டிலி, பூரி, பலகாரங்களென்று மாப்பிள்ளை சாப்பிட பிரத்தியேகமாய் செய்யப்பட்டிருந்ததை எடுத்து வைத்தாள்.

மாப்பிள்ளை உட்கார வேண்டிய இடத்திற்கும் அருகிலேயே மாப்பிள்ளையுடன் வந்திருந்த தோழன் சாப்பிடுவதற்கும் தனியே ஒரு பாய் போட்டு இலையில் பண்டங்கள் வைத்தாள். அதற்குப் பிறகு அவள் அங்கே இருக்கவில்லை. எங்குதான் போய் மறைந்து கொண்டுவிட்டாளோ தெரியவில்லை. கல்யாணத்திற்கு வந்துவிட்டு அங்கேயே தங்கியிருந்த உறவினர்களுக்கும் உள்ளூர் வாசிகளுக்கும் ஈழங்கொண்டாரின் உடன் பங்காளிகள்தான் இலை போட்டுப் பந்தி வாடித்துக் கொண்டிருந்தார்கள். இலைகளிலெல்லாம் வாடித்து முடிந்ததும் மாப்பிள்ளையையும் மற்றவர்களையும் சாப்பிட அழைத்தார் ஈழங்கொண்டார்.

உறவினர்கள் ஊர்க்காரர்களெல்லாம் உட்கார்ந்து முடிந்ததும் மாப்பிள்ளையும் அவரது தோழனும் அவர்களுக்காக விரிக்கப்பட்டிருந்த பாய்களில் உட்கார ஆரம்பித்ததுதான் தாமதம் மாப்பிள்ளை உட்கார்ந்த இடத்திலிருந்து 'டர்ர்ர் புர்ர்ர்'ரென்று மொறு மொறு வென்றும் விதவிதமாய் ஓசையெழும்பிக்கொண்டிருந்தது.

"என்னதிது சத்தம் 'டர்ருபுர்ர்'ருன்னு காலையிலே மாப்ளை கொல்லைக்குப் போவலையா?" ஈழங்கொன்டாரின் பங்காளிகளில் ஒருத்தர் கேட்டார். மாப்பிள்ளை, கேட்டவரை ஒரு முறைப்பு முறைத்துவிட்டு மௌனமாய் இருக்க வேறு ஒருவர் கேட்டார். "விருந்து ஓடிப்போயிரும்னு மாப்ளை நெனச்சிட்டாவ்வோ. வாயைக்கீய களுவிட்டு அவசரமா வந்துட்டார் போலருக்கு"

"அப்டி வந்தா எப்டி... கொல்லைக்கி கில்லைக்குப் போயிட்டுக் குளிச்சிட்டு வந்தாத்தான வச்சிருக்க விருந்த வயிராரச் சாப்ட முடியும்? ஈளங்கொண்டாரு வூட்டுக்கு வந்த மாப்ள அரையும் கொறையுமாவா சாப்ட்டு எந்திரிக்கிறது? ம்ஹூம் இது கொஞ்சம் கூட நல்லால்லே"

கூடத்தின் மறைவிலிருந்து கொலேர் என்று சிரிப்பு உடைத்துக்கொண்டு வந்தது. நான்கைந்து பெண்கள் சேர்ந்து கொண்டு சிரித்துக் கொண்டிருக்கிறார்கள் போல. மாப்பிள்ளை சேக்கிழார் கூச்சத்தால் நாணிக்கொண்டும் கோணிக்கொண்டும் தலையைக் கவிழ்துக் கொண்டார். மாப்பிள்ளை தோழராக வந்தவர் இனியும் ரகசியம் காக்கக்கூடாதென்று சொன்னார். "பட்டுப்பாயிக்கும் கீள ஆறு ஏளு பொறிச்ச அப்ளத்தை வச்சிருந்தா 'டர்ரு புர்'ருன்னு சத்தம் வராம என்ன செய்யும்? கொல்லைக்கிப் போவல கில்லைக்குப் போவலன்னு பெருசாப் பேசுறீங்க அவ்வோ ஒங்களுக்கெல்லாம் சொல்லிக் கொடுப்பாவ்வோ எப்பப்ப எதெதச் செய்யணும் கொள்ளணும்னு..."

"செரி செரி கொளுந்தியா பொண்ணு மாப்ள ரோக்கிதி எத்த மட்டும்னு சோதிக்கிறதுக்காகப் பண்ணிபுடுச்சி கோச்சுக்காம சாப்டுங்க மாப்ள" "கோச்சுக்குறது சாப்புர்ற தெல்லாம் அப்றமிருக்கட்டும், மொதப்பலவாரத்துக்கு மாப்ளைக்கி மாப்ளையோட் தோளனுக்கு மித்த மித்த ஒறவுக்காரவுங்களுக்

கெல்லாம் வய்க்க வேண்டிய பணத்தை எலையில வச்சுட்டா சாப்டுவமுல்ல"

தோழர் சொன்னார். 'அதுக்கெல்லாம் தயாரா எங்க ஈளங்கொண்டாரு மடியில பணத்தக் கட்டிகிட்டு நிக்கிறத்த பாத்தியோல்ல..." "வெறுமன பணத்த வச்சா பத்தாது வெத்தல பாக்கோட சேத்து பணத்த வய்க்கணும். மாப்ளைக்கி நூத்துக்குக் கொறச்சல்லாம வச்சுபுடுங்க" 'நூறு போறுமா ஐநூறு வய்க்கச் சொல்லட்டுமா?"

"எங்களுக்கு நூறு வச்சா போறும். ஐநூறு வக்கிறதெல்லாம் ஓங்க இட்டம்"

"இப்படிச் சொன்னா எப்புடி? ஐநூறக் கேட்டு வாங்கி கிட்டீங்கன்னா நாளமித்துனா ஓங்க வூட்ல எங்கூட்டு பொண்ணு விருந்து சாப்பர்றப்ப ஆயிரம் வைக்கணும் தெரிஞ்சிட்டீங்களா?"

'ஓ அப்புடி ஒரு பழக்கம் இருக்குதுல்ல... அப்ப நூறே வச்சிருங்க நாளக்கி நாங்க நூத்தி ஒன்னா வச்சிருவம்"

"அப்புடியெல்லாம் தப்பிச்சிட முடியாது. எங்க வூட்டுப் பொண்ணு ஓங்கவூட்ல விருந்து சாப்டறப்ப நாங்க அஞ்சி வச்சா நீங்க பத்து வைக்கணும். நாங்க பத்துவச்சா நீங்க இருவது வைக்கணும். அதுதான் நடமொற..." என்று சொல்லிக் கொண்டே செல்வம் ஈழங்கொண்டர் மடியில் மாற்றி வைத்திருந்த பணத்தை எடுத்துக் கொடுக்கக் கொடுக்க, மற்றொரு பங்காளிக்காரர் அதை வாங்கி வெற்றிலைப் பாக்கோடு மாப்பிள்ளை தோழன், மற்ற மாமன் மச்சான் உறவுக்காரர்களுக்கெல்லாம் இலையில் வைத்துக்கொண்டு போனவர் பணம் பாக்கு வைத்து முடிந்ததும், இப்ப எல்லாரும் சாப்டுங்க" என்று கட்டளையிட்டார்.

மாப்பிள்ளை சாப்பிடுவதற்காக இலையில் கை வைக்கப் போன போது அவருக்கும் முன்னே விரித்திருந்த இலை மெல்ல மெல்ல நகர ஆரம்பித்தது. இடதுபுறமாக நகர்ந்த இலை அவர் கைக்கு எட்டாத தூரத்தில் இருந்தது. "யோவ் மாப்ள இதென்னாய்யா கூத்தாருக்கு. எனக்கு முன்னாடி விரிச்சி வச்ச எலை பண்டம் பாடியோட இருக்குறப்ப எப்படிய்யா அம்புட்டு தூரத்துக்கு நவுந்து போவும்? எலைக்கி காலுகையி மெளாச்சி

நடந்து போவுதா ஒண்ணும் புரிஞ்சிக்க முடியலையே ஒரே கங்காச்சியால்லருக்கு"

"இந்த பாருங்க மாப்ள, இது கங்காச்சியுமுல்ல மங்காச்சியுமுல்ல... ஒங்காச்சிதான்... நடந்துகிட்டிருக்கிற விருந்துக்கு ஆரு காரணம்? நீங்கதான... அதனால்தான் ஒங்கக் கொளுந்தியா எல நரம்புல நூல கட்டி அங்கன எங்கனயோ மறஞ்சிகிட்டு இழுத்துகிட்டு வேடிக்கை காட்டிகிட்டிருக்கு நீங்க மறுபடியும் எலைய ஓங்க முன்னாடி இளுத்து வச்சி கையால எலைய அமுக்கிகிட்டுச் சாப்டுங்க" என்றர் தோழன்.

"ஓஹோ அப்புடியா கதை" என்று சொல்லிக்கொண்டே மாப்பிள்ளை இலையைத் தன் முன்னே இழுத்து வைத்துக் கேசரியைச் சுவைக்க ஆரம்பித்தவர் முகத்தைச் சுருக்கிக் கொண்டே தோழனிடம் கேட்டார். "கேசரி சாப்புட்டுப் பாத்தீங்களா நல்லாருக்கா?"

"பெரமாதமாருக்கே, நீங்க சாப்புட்டுப் பாக்கலையா?"

"பாக்காமலையா ஒங்களக் கேக்குறேன். எனக்கு வச்ச கேசரி ஒரே சப்புன்னுருக்கு"

"சக்கர போட மறந்துருப்பாங்க போலருக்கு மாப்ள"

"சக்கர போடாத கேசரி ஒங்களுக்கு மட்டும் எப்படி நல்லாருந்துருக்கும்?"

"அதுவேற ஒன்னும் இல்ல மாப்ள கேசரிய கிண்டரப்ப சரியா கிண்டாம சக்கர சேர்மானம் சரியில்லாமருந்துருக்கும் அதான் கதை நீங்க அத வுட்டு புட்டு மத்ததைச் சாப்புடுங்க"

இப்போது மாப்பிள்ளை வடையை விண்டு வாயில் வைத்தவர் அதை வைத்த மாத்திரத்திலேயே கீழே துப்பிவிட்டார். "யோவ் மாப்ள வடையில ஒரே உப்புய்யா உப்பு கசம் வாயிலயே வைக்க முடியலை நீங்க எப்டிதான் சாப்புட்டீங்களோ தெரியலை. ஒங்களப் போயி மாப்ளத்தோழனா அளச்சிகிட்டு வந்தன் பாருங்க என்னச் சொல்லணும்"

"அதென்ன அப்புடிச் சொல்லிபுட்டீங்க மாப்ள. எனக்கு மசால் வடை ஒன்னு மெதுவடை ஒன்னு வச்சிருந்தாங்க ரெண்டையும் சாப்புட்டன் ரொம்ப நல்லாருந்துச்சி. இப்ப

இட்டிலிய சாப்புட்டுகிட்டிருக்கன் அதுவும் பிரமாதமாத்தான் இருக்கு. நீங்க இட்லிய சாப்புட்டு பார்த்துபுட்டு எப்டிருக்குன்னு சொல்லுங்க பாப்பம்?"

இப்போது மாப்பிள்ளை இட்லியை சாம்பாரில் தோய்த்து வாய்க்குள் வைத்து மெல்ல ஆரம்பித்ததுதான் தாமதம் கடேர் என்று ஒரு சப்தம் கடித்த பற்கள் தெறித்துப்போகும்படியான வலி உயிரை எடுக்கிற மாதிரி 'ஙம்மா' வாய்க்குள் விரலை விட்டு கடிப்பட்டதை எடுத்துப் பார்த்தால் புளியங்கொட்டை கடிபட்டும் படாமலுமாயிருந்தது. இப்போது மாப்பிள்ளைக்குச் சாப்பிடவே பிடிக்கவில்லை. பேந்தப் பேந்த விழித்துக்கொண்டே சுற்று முற்றும் பார்த்தார். சாப்பிட்டுக் கொண்டிருந்தவர்கள் அத்தனை பேரும் சிரிக்க முடியாமல் சிரித்துக் கொண்டிருந்தார்கள்.

"ஓஹோ... இந்தச் சூதுவாதெல்லாம் இவர்கள் அத்தனை பேருக்கும் தெரிந்திருக்கும் போல்தானிருக்கிறது. இல்லாவிட்டால் இப்படி வாய்க்குள்ளேயே சிரித்துக் கொண்டிருப்பார்களா என்ன?"

மாப்பிள்ளையின் கண்கள் அபிராமியைத்தான் தேடிக் கொண்டிருந்தன. இந்த வேலையெல்லாம் அபிராமியினுடைய வேலைதான் என்பது அவருக்குத் தெரியாமலாப் போய்விட்டது.

செல்வம் ஈழங்கொண்டார்தான் இதில் தர்மசங்கடமே என்று நின்று கொண்டிருந்தார். ஒரு டாக்டர் மாப்பிள்ளையைப் போய் இப்படியா அசிங்கத்தனம் பண்ணுவது என்று நினைத்தவர் ஊருக்கு அவர் டாக்டராக இருந்தாலும் தனக்கு அவர் மருமகன்தானே என்று சமாதானப்பட்டவர், இதெல்லாம் ஓர் அசிங்கத்தனமா என்று அவராலும் வாய் திறந்து கேட்க முடியவில்லை. காலம் காலமாக மாப்பிள்ளை விருந்தின்போது கொழுந்தியாள்காரியாகப்பட்டவர்களோ மச்சினி முறை உள்ளவர்களோ கேலிக்காவும் கொண்டாட்டத்திற்காகவும் இப்படியெல்லாம் செய்வார்கள்தான். அதை எப்படிக் குற்றமாக எடுத்துக் கொள்ள முடியும்? ஏன் தான் திலகவதியை கல்யாணம் செய்துகொண்டு அவர்கள் வீட்டுக்கு மறு உங்கச் சென்றபோது இப்படிப்பட்ட காரியங்களெல்லாம் நடந்து போனதை அவ்வளவு சீக்கிரம் அவர் மறந்திருக்க முடியாதுதான். ஆனாலும் கூட அவரது முகத்தில் கடுகு வெடிக்காததுதான் பாக்கி. மெத்தப்

படித்தவரிடம் போய் இப்படிப்பட்ட காரியங்களெல்லாம் செய்வதாவது என்பது போல், கவலைப்பட்டுக் கொண்டிருந்தார். கூடத்தைத் தாண்டி உள்ளில் நின்று கொண்டிருந்த திலகவதிக்கும் கூட சங்கோஜம்தான். போதும்டியம்மா உன் விளையாட்டை இத்தோடையாவது நிறுத்திக்க என்று யாருக்கும் கேட்காத படி சின்னக் குரலில் சொல்லிக் கொண்டிருந்தார்.

“ஒரே ஒரு இட்லியில் மட்டும்தான் வேடிக்கைக்காகப் புளியங்கொட்டை வைத்திருந்தேன், மத்ததிலெல்லாம் எதுவும் இருக்காது தைரியமாய்ச் சாப்புடுங்கத்தான்” என்று மறைவில் நின்று கொண்டிருந்தபடியே சொன்னாள் அபிராமி.

இதை நம்பத்தான் வேண்டுமா என்பதுபோல், “சக்கரையில்லாத கேசரி, உப்புக்கசமாய் வடை, சுண்ணாம்பு சேர்த்த பூரி, இட்லியில் புளியங்கொட்டை இன்னும் என்னென்ன மாயாஜாலமெல்லாம் பண்ணியிருக்கிறாயோ இதையெல்லாம் நான் சாப்பிடத்தான் வேண்டுமா?” என்று கேட்டுக்கொண்டே இலையில் கையை உதறி, சேக்கிழார் லோட்டாவிலிருந்த தண்ணீரை எடுத்துக் குடித்தார். ஒரு மொரடோ ரெண்டு மொரடோ தொண்டைக்குள் நீர் இறங்கியிருக்கும். மூன்றாவது மொரடை தொண்டைக்குள் செலுத்தாமல் ‘உவ்வே’ என்றார் இலையில் வாந்தி.

இதென்ன கஷ்டமே என்று பார்த்தால் லோட்டாவில் தண்ணீருக்குப் பதிலாய் இருந்தது கழுநீர்.

“சரி நீங்களும் உங்களது விருந்தும்” என்று கோபத்துடன் சொல்லிக் கொண்டே மாப்பிள்ளை இலையிலிருந்து எழுந்து கொள்ள முற்பட்ட போதுதான், உத்திரத்திலிருந்து மெல்ல மெல்ல கீழே இறங்கிய பஞ்சாரம் (கோழிகளை அடைக்கும் கூடை) மாப்பிள்ளையை மூடியது.

பஞ்சாரத்திற்குள் மாப்பிள்ளை! மறைவிலிருந்து ஓடி வந்த அபிராமி, “மாட்டிக்கிட்டீங்களா அத்தானே மாட்டிகிட்டீங்களா” என்று கைகொட்டி ரசிக்க ஆரம்பித்தவளோடு இன்னும் ஐந்தாறு பெண்களும் சேர்ந்து கொண்டு களேபரம் பண்ணிக்கொண்டிருந்தனர். கொஞ்சம் தூரத்தில் நின்றபடி இதை ரசித்தபடியும் ரசிக்காதபடியும் நின்று கொண்டிருந்தவள் புதுப்பெண் கல்பனாதான். அவளது கவலையெல்லாம் நாளை

மாப்பிள்ளை வீட்டில் தனக்கு விருந்து பண்ணுகிறபோது என்ன அமர்க்களமெல்லாம் பண்ணுவார்களோ என்பதுதான்.

செல்வம் ஈழங்கொண்டார் பொசுக்கென்று ஓடிவந்து கவிழ்த்திருந்த பஞ்சாரத்தை எடுத்து திண்ணையில் கொண்டு போய் வைத்துவிட்டு வந்தவர், "அபிராமி இதென்னாயி கூத்து மாப்ளைய சாப்டவுடாம அடிச்சதுமுல்லாம கூடையப் போட்டா கவிழ்ப்பாங்க? இது ஒனக்கே நல்லாருக்காயி? போங்காயி மாப்ள சாப்டவே இல்ல இன்னொரு எடத்துல எலைய போட்டு இட்லி பலகாரத் வையுங்காயி" என்று சொல்லிக் கொண்டிருந்தார்.

மாப்பிள்ளைக்குக் கோபத்தைக் காட்டுவதா வேண்டாமா என்றிருந்தது. தனியாக இலை போட்டு இன்னொரு பந்தியா அதில் என்னென்ன கண்றாவிகளெல்லாம் நடக்குமோ என்று நினைத்தவருக்கு உண்மையில் கிலி தான் பிடித்துக்கொண்டது.

முற்றத்தில் கையலம்புவதற்காக வேகவேகமாக லோட்டா விலிருந்த தண்ணீரை, இல்லை- இல்லை- கழுநீரை எடுத்துக்கொண்டு முற்றத்தை நோக்கி ஓடிக் கொண்டிருந்தவரிடம் சொல்லிக் கொண்டிருந்தவள் அபிராமிதான்.

"லோட்டாவுலருக்குறது களுநீர்தான். அதால கையக் களுவிடாதீங்க. முத்தத்துலஅண்டாவுல தண்ணியும் சொம்புமிருக்கு. எடுத்து களுவிக்கங்கத்தான்."

போராட்டங்கள்
● ● ●

கருக்கல் நேரம்...

அந்தக் குடிசையில் மட்டும் இன்னும் 'சிம்னி'விளக்கு எரிந்து கொண்டிருந்தது. உள்ளே புருஷனுக்கு பணிவிடை செய்து கொண்டிருந்த வடிவு முனகிக்கொண்டாள்

இந்த ஊதக் காத்துதான் மனுஷருக்கு ஆவலை. இவுரு காலுமொடங்கி இன்னியோட சரியா பதினஞ்சி நாளாவுது. இந்த பதினைஞ்சி நாளாதான் நானும் இவுரோட மல்லுவோ சில்லுவம் கொண்டாடிட்டு வாரேன்...அலமேலக்கா மட்டும் இல்லாட்டின்னா, அம்போன்னு போயிருக்க வேண்டியதுதான். மவராசி நல்லாருக்க வேணும்."

சற்றுத் தயங்கி சுவரோரம் எலும்பும் தோலுமாய்க் கிடந்த புருஷனைப் பார்த்தாள். அவன் மேல் போர்த்தப்பட்டிருந்த பழம் புடவை சற்றே சரிந்து, கீழே விழுந்து கிடந்ததை எடுத்துச் சரியாகப் போர்த்திவிட்டாள்.

"வ...டிவு."

"ஏனுங்க.

எதையோ சொல்ல வந்தவன் சொல்லத் திராணியில்லாமல் தவித்தான். தொண்டைக் குழியில் கரகரத்த இருமலை சிரமப்பட்டு இருமி விட்டு, 'அம்மாடி' என்ற முனகலோடு தொண்டை முகட்டில் வந்து நின்ற சளியை, தலைமாட்டில் துணி மூட்டைப் பக்கம் வைத்திருந்த எச்சில் சட்டியில் காரித் துப்பினான். இதற்குள் அவனுடைய ஆத்மா ஒரு முறை போய் வந்தது போலிருந்தது.

“வ...டி...வு... இன்னமே நா பொளச்சிக்குவேன்னு நெனைக்காதே.”அவன் குரல் கம்மியது.

“அப்படில்லாம் சொல்லப்புடாதுங்க... கொஞ்சம் காப்பினாலும் வச்சித் தாரேன். குடிங்க. வலி மட்டுப்படும்.’

அவனுக்கு அழுகை வந்துவிடுவதுபோல் கண்கள் கலங்கின. “என்னால ஒனக்கு எவ்வளவு செரமம் வடிவு?”. அவன் அழுதுவிட்டான். நெஞ்சின் அடித்தளத்தில் தோன்றியதை நெஞ்சுக் குழியிலேயே போட்டுப் புதைக்க முடியவில்லை.

“ஏனுங்க, என்னாத்த ஆயிரம் வந்தாலும் ஆம்பளை அளுகப்படாது. ஒங்களுக்கு ஒன்னுன்னா நா பாக்காம ஊருல உள்ளவுகளா வந்து பாப்பாங்க? இதெல்லாத்தையும் ஒரு சொமையா எடுத்துக்கிடலை நான்” என்று சொல்லிவிட்டு அவன் கண்ணீரைத் துடைத்து விட்டாள் வடிவு.

இவளுக்கு அவனை நினைக்கிறபோது பாவமாக இருந்தது. இரண்டு வருஷத்துக்கு முன்னால் அவனைக் கல்யாணம் செய்து கொண்டபோது என்னமாய் மதர்த்திருந்தான் அவன். அந்த விம்மிப் புடைத்த தோள்களும் பரந்த மார்பும் எங்கு போய் ஒளிந்து கொண்டதோத் தெரியவில்லையே... அவளுக்குத் தோன்றியது. கண்களின் விளிம்போரத்தில் அரும்பு கட்டியிருந்த கண்ணீர்த் துளிகளை புடவை நுனியால் துடைத்துக் கொண்டாள்.

“பாலு இந்நேரத்துல எங்கனை கெடைக்கும் வடிவு?” அவன்தான் முனகினான்.

“பொன்னம்மாவூட்டு பெரிய பையன் பத்து நாளா டவுனுக்கு பாலு கொண்டு போயி யாவாரம் பண்ணுது. அது இப்ப டவுனுக்கு பாலு கொண்டுட்டு போர நேரம்தானுங்க. அதுகிட்ட கொஞ்சம் கெஞ்சினாலும் கேட்டு வாங்கிட்டு வாரேன் என்றாள்.

அவன் ஊஉம்’ போடக்கூட முடியாமல் போர்வையை மெல்ல இழுத்துப் போர்த்திக்கொண்டான்.

எங்கோ கோழி கூவியது...

‘ஆங் விடிஞ்சி போச்சாங்காட்டியும்... அந்தப் பையன் டவுனுக்கு போறதுக்கு முன்னாடி போகவேணும்’ என்று சொல்லிக்கொண்டே வேகமாக நடையைப் போட்டாள்.

அலமேலக்கா வீட்டெதிரே வந்ததும் ஏதோ பிரமை தட்டிய தைப்போல் நின்றாள். அவள் வீட்டினுள்ளே விளக்கெரிவது தெரிந்தது.

“ஆரு நிக்கிறது?”

சத்தம் கேட்டு பின்னாடி திரும்பிப்பார்த்தாள் வடிவு. அலமேலு தெருவில் சாணி கரைத்து போடுவதற்காக அரிக்கஞ் சட்டியும் கையுமாய் நின்று கொண்டிருந்தாள்.

“நானுதான் நிக்கிறேன் அலமேலக்கா.” வடிவு சொன்னாள்.

“நீதானா அது! ஆமா என்னா விசயம் வடிவு காலங்காத்தால இம்புட்டுத் தூரம்?”

“பால் வாங்கலாமுன்னு போறேன்.” வடிவு சொன்னாள்.

“ஆமா வடிவு, பதினாறு நாளாவா ஒம் புருஷனை காயலாப் போட்டுட்டு பேசாமருக்கே?... டவுனு பக்கம் போயி ஒரு டாக்டரை வச்சி கவனிச்சா என்ன?”

வடிவிற்கு சுருக்கென்றிருந்தது அக்கேள்வி, ஒரு தாபத்தோடு அலமேலுவைப் பார்த்தாள். ‘இவ சொல்லிபுட்டா லேசா... டாக்டரை அளச்சாரதுன்னா லேசாவா போச்சி? அவருக்கு பணம் கொடுக்க வேணுமே... ஆருட்ட போயி பணம் வாங்க முடியும்? இந்த ஊருல கையை வெட்டிகிட்டாலும் காலணா காசு ஆரும் தரமாட்டாவ்வோ.’

“பணத்துக்கு துப்பில்லை அலமேலக்கா, நான் எங்கனை போயி டாக்டரை அளைச்சிட்டு வருவேன்?” வடிவு சொன்னாள்.

அலமேலு மௌனமானாள்.

கிழக்கு நன்றாய் வெளுத்து விட்டதால் தெருவில் ஆள் நடமாட்டம் அதிகரித்தது. சந்துப் பக்கம் இருந்த டீக்கடை ஒன்றில் வியாபாரம் களைக்கட்டியிருந்தது. விடிந்து இந்நேரம் ஆகியும் வயலுக்கு போக எழுந்திருக்காமல் திண்ணை முகட்டில் தூங்கிக் கொண்டிருந்த தன் பையனை காட்டுக்கத்தாய் கத்தி உசுப்பிக் கொண்டிருந்தார் தரகு மாடு கந்தையாபிள்ளை. எவளோ ஒருத்தி கொல்லைப்புற வீட்டில் சாணியைக் காணோமென்று சத்தம் போட்டுக் கொண்டிருந்தாள்.

பாலை வாங்கிக்கொண்டு வந்த வடிவு அடுப்படிக்குப் போய் ஏனத்தில் பாலை ஊற்றி அடுப்பில் வைத்தாள்.

பால் சூடேறியதும் இறக்கி டிக்காஷனில் கலந்து தம்ளரில் காப்பியை ஊற்றிக்கொண்டு சின்னச்சாமியிடம் வந்து கொடுத்தாள்.

உதட்டில் தம்ளரை வைத்து காப்பியை ஒரு மிடறு விழுங்கியவன் அப்படியே குமட்டலெடுத்துவிட்டான். "வ...டிவு, இன்னம என்னால தாக்குப்பிடிக்க முடியாது... நா ஒன்னைவுட்டுட்டு போவப்போறேன்" அவனுக்கு மூச்சு வாங்கியது. வடிவு அவனுடைய உயிரில் வைத்திருந்த நம்பிக்கையை இழந்துவிடுபவள் போல் தோன்றினாள். 'தான் அடுத்து அவனுக்கு என்ன செய்யப் போகிறோம்' என்ற ஆற்றாமையால் அவள் மனம் தவித்தது.

"அந்த அலமேலக்கா சொன்ன மாறி டாக்டரை அளைச்சிகிட்டு வந்துதான் காட்டுவோமா?'

சற்றுநேரம் யோசனை செய்த பின் இவளுக்கு அந்த யோசனை பளீரென்று உதித்தது. இவ்வூர் பெரிய பண்ணையார் முத்தையாவிடம் போய் பணம் கேட்டுப் பார்ப்போம் என்பது தான். தொண்டையைக் கனைத்துக்கொண்டே அசட்டுத் தைரியத்தை வரவழைத்துக் கொண்டாள்.

காலை நேரமாதலால் பண்ணையார் வீட்டுத் தெருவில் கோலம் போடப்பட்டிருந்தது. தெருவில் நின்றபடியே வடிவு உள்ளே நோட்டம் விட்டாள். அப்போது பண்ணையார் வீட்டு வேலைக்காரி வாருகோலுடன் அங்கே வந்தாள்.

"என்னா வடிவு காலம் காத்தால இம்புட்டு தூரம்?"

"ஐயாவை பாக்கணும்னு வந்தேன் முனிம்மா. இருக்காரா?"

"ம்"

"கொஞ்சம் போயி நான் வந்திருக்கதா சொல்லேன்."

உள்ளே சென்ற முனியம்மா சிறிது நேரம் கழித்து வெளியில் வந்தாள். "வடிவு, ஐயா உன்னை உள்ளார கூப்புடுறார்" என்றாள்.

"எப்படித்தான் மைனரய்யா முன்னுக்கு நின்னு பணம் கேக்கப் போறேனோ?" வடிவுக்கு தயக்கத்தோடு இனம் புரியாத பயமும் கூடியிருந்தது.

உள் அறைமெத்தை கட்டிலில் அமர்ந்திருந்தார் பெரிய பண்ணையார் முத்தையா. எண்சாண் உடம்பும் நடுங்க நின்று கொண்டிருந்தாள் இவள். எப்படி பேச்சைச் துவங்குவது என்று தயங்கினாள். பண்ணையார் சொன்னார்; "வா... வடிவு, என்னா காலையிலங்காட்டியும்?"

"அவரு ரொம்பக் காலமா ஒடம்புக்கு முடியாம காயலா கெடக்காருங்கய்யா! டாக்டரை அளைச்சிட்டு வரணும்ன்னா கையிலே பைசா இல்லீங்க. கொஞ்சம் தயவுபண்ணி கடனா நுப்பது ரூவா கொடுத்தீங்கன்னா அதுக்கு வேலைவெட்டி செஞ்சிபுட்றேனுங்க" என்றாள் பௌவியமாக. ஆனால், அவர் கண்கள் இவள் இளமையை ஊடுருவிக்கொண்டிருந்ததே தவிர பேச்சை ஈர்த்ததாகத் தோன்றவில்லை வடிவுக்கு. அவர் தன்னையே பார்ப்பதைப் பார்த்து இவள் சில்லிட்டுப் போனாள்.

இவள் ரொம்பவும் அழகாகத் தானிருந்தாள். வயதுக்கேற்ற பருவப்பூரிப்பு உடம்பெங்கும் செழித்துக் கிடந்தது. "வடிவு." காமக்கிளர்ச்சியோடு அந்த வார்த்தையை உச்சரித்தார் பண்ணையார்.

"ஏனுங்க" என்றவள் அப்போதுதான் தன் மார்பைவிட்டு விலகியிருந்த மாராப்பை கவனித்தாள். நெஞ்சில் ஏதோ ஓர் பலமான பொருள் தாக்கியது போலிருந்தது இவளுக்கு. நழுவிய சீலையை லாவகமாக எடுத்து மார்பில் போட்டுக்கொண்டாள். அப்படியும் இவளுக்கு நிம்மதியில்லை.

முத்தையா எழுந்து தானாகவே அறைக் கதவைத் தாழிட்டார்.

வடிவுக்கு வியர்த்துக் கொட்டியது. ஒரு பழுத்த இரும்புத் துண்டை மிதித்துக்கொண்டு நிற்கிறோமோ என்று நினைத்தாள்.

இடுப்பில் செருகியிருந்த சாவிக்கொத்தை எடுத்த பண்ணையார் ஒரு கொத்துச் சாவியில் பீரோவின் சாவியைத் தேடி, அது அகப்பட்டதும் பெட்டியைத் திறந்தார்

"வடிவு, உனக்கு எவ்வளவு பணம் தேவையோ அதுக்கு மேலேயே வேணுமானாலும் எடுத்துக்க. ஆனா..."

அதற்கு அடுத்தாற்போல் அவர் என்ன சொல்லப் போகிறார் என்பது இவளுக்குத் தெரிந்துவிட்டது, 'நுப்பது ரூவாய் கேக்க வந்த தெண்டம் இவனிடம் வம்பில் மாட்டிகிட்டோமே... இன்னேரம் அவரு என்னமா கெடக்காரோ?' நெஞ்சில் திகில்

பற்றியது இவளுக்கு, தான் இவனிடம் எப்படித் தப்பிக்கப் போகிறோம் என்பதை நினைக்கும்போது இவளுக்கு உயிரே இல்லை.

"வடிவு, கிட்டே வா" பண்ணையாரே வலுக்கட்டாயமாக இவளை அருகில் இழுத்தார்.

பண்ணையாரின் முரட்டுப் பிடியில் சிக்கிய வடிவு "வாணாம்ய்யா. எனக்கு நீங்க பணமே தர வேணாம். என்னை வுட்டுடுங்கய்யா" என்று கெஞ்சினாள்.

அதற்குத் தண்டனையாக அவர் முரட்டுக் கரங்கள் இவள் ரவிக்கையை பிராண்டிக் கிழித்தன.

"என்ன வுட்டுடுங்கய்யா... எம் புருஷன் அங்கனை உசுருக்கு மல்லாடிக்கிட்டிருக்கு... நான் சீக்கிரமா போகவேணும்" இவள் சொன்ன இவ்வார்த்தைகளை அவர் கேட்டதாகத் தோன்றவில்லை.

இவளுடைய பருத்த மார்பகங்கள் அவருடைய பரந்த மார்பில் நசுங்கிக்கொண்டிருந்தன. 'உஸ் உஸ்' என்று இவளுக்கு மூச்சுத் திணறியது.

அப்போது தூரத்து மேஜையிலிருந்த பழம் நறுக்கும் கத்தியொன்று இவள் கண்ணில் பட்டது. பளீரென்று இவளுக்கு ஒரு யோசனை.

"ஐயா, என்னை வுட்டுடுங்க... நீங்களா வற்புறுத்தி நான் வர்றதைவிட, நானா வந்திர்றேன்."

அப்போதுதான் அவர் தன் முரட்டுப் பிடியை விடுவித்தார். இவள் குபீரென்று பாய்ந்து போய் கத்தியை எடுத்துக் கொண்டாள்.

"வடிவு, என்ன காரியம் பண்ணப்போறே! ஓ, கத்தி மிரட்டலுக்கு நான் பயப்படுறவனா?...

'மருவாதையா கதவை தெற? இல்லாங்காட்டி அப்புறம் நடக்கறது வேற"

"அதுதான் எங்கிட்டே முடியாது...இப்ப நீ கத்தியை போடப் போறியா இல்லையா?"

"முடியாது" இவள் பிடிவாதமாகச் சொன்னாள்.

பண்ணையார் இவளிடமிருந்து எப்படி தப்புவது என்று யோசித்து, "சரி, கதவைத் திறந்து விடறேன்போ" தாழ்ப்பாளை நீக்கி கதவைத் திறந்த பணணையார் இமைக்கும் நேரத்தில் இவள் கையைத் தட்டிவிட்டு உள்ளுக்குள் இழுத்தார். இவள் கத்தியை கெட்டியாகப் பிடித்திருந்ததால் கத்தி கீழே விழவில்லை. ஆத்திரத்தோடு பாய்ந்த வடிவு பண்ணையாரை அவரின் நெஞ்சுக் குழியில் குத்தினாள்

'ஆ...' என்ற பண்ணையாரின் அலறல் அந்த வீட்டையே குலுகுலுங்க வைத்தது. அந்தக் கோர ஒலியை பொருட்படுத்தாமல் ஓடினாள் வடிவு.

குடிசையில் பேச்சு மூச்சில்லாமல் மரக்கட்டையாகக் கிடந்தான் சின்னச்சாமி.

வடிவு பதறிப் போனாள். மனம் போரடியது. பண்ணையாரை நினைத்தபோதோ குலை நடுங்கியது. முப்பது ரூவாயை கேட்டு வந்த தண்டம் சிக்கலில் மாட்டிக்கொண்டுவிட்டேனே... இனி, 'முப்பது ரூவாவை எங்கே வாங்கலாம்' என்று மனம் தவித்தது. பளீரென்று ஒரு யோசனை அலமேலக்காவிடம் ஓடிப் போய் பணம் கேட்டுப் பாப்போமா? அதுதான் அவளுக்கு சரியென்று பட்டது, ஓடினாள்.

"அலமேலக்கா, அவசரமா எனக்கு நுப்பது ரூவா பணம் வேணும். ரண்டு நாள்ல ஒங்கடனை எப்புடியாவது தீத்துர்றேன். டாக்டரை கூட்டியாரவரணும்" என்றவளுக்கு இரைப்பு கண்டது, புடவையால் வியர்வையைத் துடைத்துப் பார்த்தாள். வியர்வை வழிவது நிற்கவில்லை.

"ஆங்... மனுசரங்காட்டியும் என்னா வடிவு பணம் பெரிசு... முந்தாநாதான் அவரு சந்தையிலே கெடேரிக் கண்ணை வித்துட்டு வந்தாரு. அந்தப் பணமிருக்கு தர்றேன், மொதல்ல டாக்டரை கூட்டியாந்து காட்டு" என்றவள் பணத்தை எடுக்கச் சென்றாள்.

"இந்தா வடிவு, சரியா நுப்பதுரூவாருக்கு. ஒரு தடவைக்கு ரெண்டு தடவையா எண்ணிப் பாத்துக்க சரியான்னு."

"சரியாயிருக்கு போறேன் அக்கா"

"ஓடு சடுதியில!"

வடிவு டவுனில் ஒரு வாடகை ஜட்காவைப் பிடித்து டாக்டரை கூட்டிக்கொண்டு வந்தாள்.

தெருக்கோடியை ஜட்கா அடைந்தபோது வடிவு குடிசையை நோட்டமிட்டாள். 'பக்'கென்றது இவளுக்கு. அங்கே இவள் கண்ட காட்சி மெய்சிலிர்க்க வைத்தது. போலீஸ்வேன்' ஒன்று இவளது குடிசையின் முன்னே நின்று கொண்டிருந்தது. போலீஸ்காரர்கள் கீழிறங்கி அமத்தலாக குஞ்சு குளுவான்களை விரட்டி அடித்துக்கொண்டிருந்தனர்.

அப்போதுதான் தெருவிலே வந்து கொண்டிருந்த வேலாத்தா சொன்னாள்:

"வடிவு, ஓ புருஷன் இப்பத்தான் 'செத்துப் போச்சி!"

அதைக் கேட்டதும் இவளது நெஞ்சு சுடப்பட்ட பறவையின் சிறகு அடித்துக்கொள்வது போல் அடித்துக்கொண்டது. வெட்டப்பட்ட பலி ஆட்டைப்போல "போயித்தீகளா ஏ ராஜாவே..." என்று சொல்லிக்கொண்டே மண்ணில் புரண்டாள். அச்சத்தம் அத்தெருவையே குலுங்க வைத்தது.

டாக்டர் ஜட்கா ஓட்டியைக் கூப்பிட்டு வண்டியை மீண்டும் டவுனுக்கே திருப்பச் சொன்னார்.

வடிவு ஒரு வெறியோடு மண்ணிலிருந்து எழுந்து குடிசையை நோக்கி ஓடினாள். விடுவிடுவென்று குடிசைக்குள் சென்றவளை சர்க்கிள் இன்ஸ்பெக்டர் தாமோதரன் தடுத்து நிறுத்தினார்.

"பண்ணையார் முத்தையாவை கொலைசெய்த குற்றத்திற்காக கைது செய்திருக்கிறோம். இரு போலீஸ்காரர்கள் இவளை நெட்டித் தள்ளி வேனிற்குள் ஏற்றினர். இவள் வேனிலிருந்துகொண்டே, "ஒரு தடவை ஏ மவராஜனை பாத்துட்டு வாரேன்" என்று கெஞ்சினாள்.

அவர்கள் வேனிற்குள் ஏறிக்கொண்டு கதவை ஓங்கிச் சாத்தினார்கள். வேன் புறப்பட்டது. இவள் வேனின் ஜன்னல் வழியாய் தெருவை பார்த்துக்கொண்டு கத்தினாள்:

"ஏ மவராசனை செத்தமாடு கணக்கா தூக்கி எறிஞ்சிராமே அடக்கம் செய்யுங்கய்யா. ஒரு வேளை ஜெயிலைவிட்டு திரும்பி வந்தா அதுக்கான செலவை தீத்துபுடறேன்!"

இனிக்கும் வாழ்வு

துரைசாமி வீட்டுக்கு வந்து ரொம்ப நேரமாகியும் ஏதோ பிரமை பிடித்தவன் போல் நாற்காலியில் உட்கார்ந்து கொண்டிருந்தான். சுமதி இவன் வந்ததைக் கவனித்தும் கவனிக்காதது போலவே உட்கார்ந்து கொண்டிருந்தாள்.

சின்னக் குழந்தை தொட்டிலில் கத்திக்கொண்டிருந்தது. பெரியவன் அம்மாவிடம் சோற்றிற்காக முனகிக் கொண்டிருந்தான். சுமதி இவர்களைப் பற்றியெல்லாம் கவலைப்படாதவள் போலவோ அல்லது கவலைப்பட்டு அலுத்துப் போனவள் போலவோ உட்கார்ந்து கொண்டிருந்தாள். குழந்தை இரண்டு வேளை ஊட்டாததால் வயிறும் முகமும் ஒட்டிப்போய்க் கிடந்தது.

இவன் தங்கை நிர்மலாவை வீட்டில் காணோம். இதைப்பற்றி சுமதியிடம் கேட்கலாம் என்று நினைத்து ஏனோ கேட்கத் துணிவில்லாமல் 'வெளியில் போயிருப்பாளோ? கல்யாண வயதில் இருக்கிற ஒரு பொண்ணு இப்படியெல்லாம் வெளியில் போய்க் கொண்டிருப்பது சரியோ?" என்று தனக்குத்தானே அவளைக் காணாததற்கான அர்த்தத்தை யூகித்துக் கொண்டிருந்தபோது தொட்டிலில் படுத்திருந்த குழந்தையின் அழுகுரல் அதிகரித்தது. இவன் சிந்தனைகளை உதறிவிட்டு மறுபடியும் தொட்டிலைப் பார்த்தான். 'குழந்தைக்கு ரொம்பப் பசிக்கிறதோ? பால் வாங்க கதியில்லாமல் இப்படி தூணுக்கு முட்டுக் கொடுத்தபடி சுமதி உட்கார்ந்திருக்காளோ?' என்று நினைத்துக்கொண்டே சட்டைப்பையைத் தடவிப் பார்த்தான். ஒரே ஒரு இருபத்தந்து பைசா நாணயம் தட்டுப்பட்டது. இந்தக் காசை வைத்துக்கொண்டு

சி.எம்.முத்து

ஒரு ஆழாக்கு பால் வாங்கி இந்த அழுகிற குழந்தையின் தற்போதையப் பசியை அடக்கிவிட்டால் மட்டும் போதுமா?

பெரியவன் பசியால் முனகிக் கொண்டிருந்தான். சுமதி நேற்று இரவு சாப்பிட்டவள் காலையில் நாயர் கடையிலிருந்து நான்கு டீ கடனாக வாங்கிக்கொண்டு வந்து அவளும் குழந்தைகளும் குடித்தார்கள். பெரியவன் மட்டும் பானையில் கிடந்த கொஞ்சப் பழையதைச் சாப்பிட்டு காலைப் பசியைப் போக்கிக் கொண்டிருப்பான். ஆனால் மத்தியானமும் கூட அவனுக்குப் பசித்திருக்குமே! மத்தியானம் மட்டும்தானா பசி? மறுபடியும் மறுபடியும் வாழ்க்கை முழுவதுமே பசிதானே வரப்போகிறது. அந்தப் பசியை அறவே ஒழித்துக் கட்டுவதற்குத் தான் கடைப்பிடிக்கப் போகிற வழியென்ன?

இவன் சிந்தித்தான். ரொம்ப நேரம் வரையிலும் சிந்தித்தான். ம்ஹூம் கோணலாய் முகம் சுளிக்கத்தான் தெரிகிறதே தவிர ஒரு முடிவுக்கும் வரமுடியவில்லை இவனால்.

வட்டாட்சியர் அலுவலகத்திற்கு அருகாமையில் உள்ள பிள்ளையார் கோவிலின் வராந்தாவை ஆக்ரமித்துக்கொண்டு ஏழைப் பட்டாளங்களுக்கும் படித்திருக்காத சோம்பேறிகளுக்கும் மனு எழுதிக் கொடுத்து அதில் வருகிற ஐந்தையோ பத்தையோ காலத்தை ஓட்டிவிட முடியுமா? மனைவி, இரண்டு குழந்தைகளை வைத்துக்கொண்டு வயது வந்த தங்கை தன்னையும் சேர்த்து ஐந்து ஜீவன்களாயிற்றே... எப்படி இந்தக் காலம் ஓடப்போகிறது?

இந்த ஐந்தும் பத்தும் நிரந்தர வருமானம் தானா? எப்போதோ சில நாட்களில் தங்கள் பிரச்சனைகளை நிவர்த்தி செய்யக்கோரி வட்டாட்சியருக்கு மனுகொடுக்க வருகிற பட்டாளங்கள் மனு எழுதிக் கொடுப்பதற்காக வேண்டி இவனைத் தஞ்சம் அடைகிறபோது துரைசாமிக்கு சந்தோஷமாயிருக்கும். இந்தப் பட்டாளங்கள் இவனை சூழ்ந்துகொள்கிறக் காலங்களில் இவன் வீட்டு அடுப்பில் புகைச்சல் தெரியும். ஆனால் அந்தப் பட்டாளங்களின் வாழ்க்கைப் பிரச்சனை நிவர்த்தி செய்யப்படுகிறதோ இல்லையோ என்பதெல்லாம் இவனுக்கு முக்கியமில்லை என்றாலும் அந்தப் பட்டாளங்களின் இல்லாமை பிரச்சனைகளும் குழந்தைகளை பள்ளிக்கூடத்தில் சேர்க்கிற பிரச்சனைகளும் விடுதியில் சேர்க்கிற பிரச்சனைகளும் ஜனங்களிடையே பெருகுகிறபோது, இவனுக்குக்

கொண்டாட்டம்தான். இவனது கைகளுக்கு ஒய்விருக்காது. 'உயர்திரு மகாகனம் பொருந்திய வட்டாட்சியர் அவர்கள் சமூகத்திற்கு...' என்று எத்தனை முறை எழுதினாலும் மனசோ கையோ அலுப்பதில்லை. உயர்திருவும் சமூகத்திற்கும்தான் ஓரளவு படிக்கிறாற்போல் எழுத்தாய் நம்ப முடியும். மற்றபடி உயர்திருவுக்கு அடுத்தபடியாக உள்ள எழுத்துக்கள் கடல் அலைகள் மாதிரி வளைந்த கோடுகளாக கிறுக்கப்பட்டு சமூகத்திற்கு என்று தெரியும்.

சாதாரணமாக வட்டாட்சியரின் பார்வை மனுவின் பத்து வரிகளுக்கு கீழேதான் பாயும். மனு என்ன பிரச்சனை சம்பந்தப்பட்டதாக எழுதப்பட்டிருக்கிறது என்பதிலேதான் அவர் கவனம் முழுமையும் பதியும். மேலே உள்ள பத்துவரிகளை அதாவது இவன் வரிந்து வரிந்து எழுதி வட்டாட்சியரின் தலையில் ஐஸ் கட்டியை தூக்கி வைக்கிற விஷயங்களை அவர் கவனிக்கவே மாட்டார். இந்த உண்மை இவனுக்குத் தெரிந்தும்கூட இவன் அந்த ஐஸ்கட்டியை தூக்கி வைக்கிற எழுத்துக்களை எழுதாமல் விட்டு வைக்கமாட்டான். இதெல்லாம் அவசியமா? அவசியமோ இல்லையோ இதெல்லாம் ஒரு சம்பிரதாயம் என்பது மட்டும் இவனுக்குத் தெரியும். இந்தப் பசி கூட இது மாதிரி ஒரு சம்பிரதாயம் தானோ? எதற்காக இந்தப் பசியே திரும்பத் திரும்ப வருகிறது? திரும்பத் திரும்ப சாப்பிட்டு இந்தப் பசியை விரட்டுவதால் நாம் அடைந்து விடுகிற லாபம்தான் என்ன? இதுவும் ஒரு சம்பிரதாயமோ? இந்தப் பசியும் பசியை நிவர்த்தி செய்வதற்காய் உட்கொள்கிற உணவும் ஒரு சம்பிரதாயங்கள்தான் என்றால் அந்த சம்பிரதாயத்தின் உட்பொருள் என்ன? அந்த உட்பொருளுக்குள் ஏதோ ஒன்று மறைந்திருக்கிறதே அந்த மர்மத்தின் உண்மைக் காரணமென்ன? வாழ்வதுதான் மூலக் காரணம் என்று நமக்குத் தெரிந்திருக்கும் பட்சத்தில் அந்த வாழ்வின் உட்பொருள் ரகசியமென்ன? பார்க்கப்போனால் இந்த வாழ்வும் கூட ஒரு சம்பிரதாயம் தானோ? ஏன் வாழ்கிறோம்? எதற்காக வாழ்கிறோம்?... தினம் தினம் பசியை வரவழைத்துக்கொண்டு தினம் தினம் அந்தப் பசியை விரட்டுவதற்காய் இயந்திரம்போல உழைத்துக்கொண்டு பொய், உண்மை, திருட்டு, லஞ்சம், சூன்யம், இன்பம், துன்பம்,

இனிப்பு, கசப்பு, நேர்மை, ஒழுங்கின்மை இப்படி எல்லாமும் கலந்த ஒரு கலவை போல் வாழ்வை நடத்திக்கொண்டு வாழ்கிறதின் அர்த்தமென்ன? ஒரு சிருஷ்டியின் ரகசியத்தை அறிந்துகொள்ள முடியாத மாதிரி இந்த வாழ்வுப் புள்ளியின் ரகசியமும் தெரியாமலே போவதின் மர்மம் என்ன?

இவனுக்கு எல்லாம் குழப்பமாயிருந்தது. இந்தப் பசியைப் பற்றி நினைக்கிறபோது ரொம்பச் சங்கடமாயிருந்தது. இவன்கூட இன்று முழுவதுமே பட்டினிதான். இந்த பட்டினிக்கெல்லாம் காரணம் என்ன? வட்டாட்சியருக்கு தங்கள் தங்கள் பிரச்சனைகள் சம்மந்தமாக நிவாரணம் கேட்டு மனு எழுதி, மக்கள் கொடுக்க வருகிறது. குறைந்துபோய் வருமானம் ஒன்று இரண்டு என்ற அளவிலேயே நின்று விட்டது. அந்த அளவிற்கு மக்களுடைய பிரச்சனைகள் ஒய்ந்துவிடும்படி வட்டாட்சியர் செய்துவிட்டாரா? அல்லது மக்களே இந்த வட்டாட்சியரால் யாதொரு பிரயோஜனமும் இல்லை என்று முடிவு செய்து கொண்டு மனுக்கொடுக்கிற விஷயங்களை நிராகரித்து விட்டனரா? எதுவோ அதன் உண்மை இவனுக்குத் தெரியவில்லை. பெரும்பான்மையான ஜனங்கள் பிரச்சனைகளிலிருந்து அல்லல் படுகிறபோது இவன் சொகுசாக வாழ்வான். அவர்கள் பிரச்சனைகள் இல்லாதிருக்கிறபோது இவன் பட்டினியால் மடிவான்.

இன்று மத்தியானம் இவனது சிநேகிதனொருவன் இவனை வட்டாட்சியர் அலுவலகதிற்கு அருகாமையில் உள்ள பிள்ளையார் கோவிலில் எதேச்சையாக கண்டு கொண்டான். அவன் இவனைப் பார்க்கும்போதே இவன் ஒரு பழையகாலத்து முக்காலி உயரம் இருந்த சாய்வு மேஜையில் சில ஃபுல்ஸ்கேப் பேப்பர்களை வைத்துக்கொண்டு எவனாவது கையெழுத்து நாட்டத் தெரியாதவன் தன்னுடைய பிரச்சனையை நிவர்த்தி செய்யக்கோரி மனு எழுதிச் செல்ல வரமாட்டானா என பார்த்திருந்தபோதுதான் அந்த சிநேகிதன் வந்தான். இவன் அந்தச் சமயத்தில் அவரை எதிர்பார்க்காததால் ரொம்பவும் வியப்புற்று, அப்புறம் சந்தோஷித்துப் போய் அவனை வரவேற்றான். சாய்வு மேஜைக்கு எதிர்த்தாற்ப்போலிருந்த இடத்தை துண்டால் உட்காருகிற அளவுக்கு மட்டும் தூசி தட்டிவிட்டு உட்கார வைத்தான். வட்டாட்சியர் அலுவலகத்தில் யாரையோ பார்க்க வந்தானாம். அப்படியே இவனையும் பார்த்து விட்டுப்

போகலாம் என்று வந்தானாம். ரொம்ப நேரம் வரையிலும் பேசிக் கொண்டிருந்தார்கள். குடும்பத்தைப் பத்தின நல விசாரணைகள் அயலூர் ஒன்றில் வைத்திருந்த தையற்கடையை இங்கு கொண்டு வந்து விட்டானாம். தொழில் நன்றாக நடக்கிறதாம். இதையெல்லாம் சொன்ன அவனைப் பார்த்து இவனுக்கு கொஞ்சம் பொறாமையாகக்கூட இருந்தது. 'அந்தத் தொழில் மாதிரி ஏன் தனது தொழிலும் நடைபெற மாட்டேனென்கிறது என்று நினைத்து முகத்தை சோர்வாக வைத்துக்கொண்டிருந்தான். மனைவியைப் பற்றியும் குழந்தைகள் பற்றியும் தங்கையைப் பற்றியும் விசாரித்தார். பேச்சுத் தொடரலில் பொழுது நகர்ந்து கொண்டிருந்தது. பொழுது நகர நகர துரைசாமிக்கு மட்டும் அடிமனசில் சங்கடம் துளிர்விடத் தொடங்கியது. ஒரு கப் காபி கூட கொடுக்காமலிருக்கிறோமே... அட ஒப்புக்குத்தான் ஒரு வார்த்தைக்கு அவனை காபி சாப்பிட வாயேன் என்று கூப்பிடலாமா? கூப்பிடும் பட்சத்தில் அவன் வந்துவிட்டால்.

ஹோட்டல்காரன் அவன் முன்னாடியே மானத்தை வாங்கிவிடுவான். 'இதைவிட அவனை காப்பி சாப்பிடச் சொல்லாமலிருப்பதே மேல்' என்று இவன் நினைத்துக் கொண்டிருந்தபோதுதான் அவனே இவனை காப்பி சாப்பிடக் கூப்பிட்டான். 'வீட்டில் குழந்தைகளும் மனைவியும் தங்கையும் பட்டினியால் துடித்துக் கொண்டிருக்கிறபோது தனக்கு காபி அவசியம் தானா? என்று நினைக்கத் தோன்றியது. நண்பன் மேலும் வற்புறுத்தவே, இவன் ஹோட்டலுக்குப் போய்விட்டு திரும்பி வரும்வரை இவனது உடைமைகளை கோவில் பூசாரியைப் பார்த்துக்கொள்ளச் சொல்லிவிட்டு எழுந்தான்.

ஹோட்டலுக்குப போய் காபி மட்டும் சாப்பிட்டுவிட்டு இருவரும் வெளியே வந்தனர். நண்பன் போய் வெகுநேரத்திற்கப்புறம் ஒரு ஆள் மனு எழுதித் தரச்சொல்லி ஒரு ரூபாய் கொடுத்தான்.

அந்த ஒரு ரூபாயில் நேற்றுத் துவைத்த ஒரு செட் வேஷ்டி சட்டையை (இவனுக்கு இருப்பதே இரண்டு செட் வேஷ்டி சட்டைகள்தான்) அயன் செய்ய எழுபத்தைந்து பைசா செலவு செய்தான். வேஷ்டியையும் சட்டையையும் அயன் பண்ணப் போகிறபோது தனக்கு சலவைகூட செய்துதான். சட்டை போட்டுக் கொள்ள வேண்டுமா என்று தோன்றியது.

சி.எம்.முத்து ✳ 191

'இதெல்லாம் அவசியமே இல்லை. வெறும் சோப்புப்போட்டு துவைத்த ஆடைகளை அப்படியே உடுத்திக்கொண்டு வந்தால் ஆகாதா?' என்று இவன் நினைத்தபோது அது சரியல்ல என்று தோன்றியது. தன்னைப் பொறுத்தவரை ஒரு சோப்புக்கட்டியில் துவைத்த ஆடைகளை அப்படியே அணிந்து கொண்டு வந்துவிடலாம். ஆனால் ஜனங்களுக்கு அது பிடிக்கிறதோ? இவனிடமிருந்து ஏதோ ஒரு பகட்டை எதிர்பார்க்கிறதே. அந்தப் பகட்டு இவனிடம் இருந்தால் மட்டுமே சமூகம் இவனை ஒரு மனிதனாக அங்கீகரிக்கிறது. இல்லாத பட்சத்தில் எல்லோர் பார்வையிலிருந்தும் ஒதுக்கப்பட்டு அவர்களின் நன்மதிப்பை பெறமுடியாத பாவியாக உட்கார்ந்து கொண்டிருப்பான். இந்தப் பகட்டுதான் தொழிலுக்கு முக்கியமாகப் படுகிறது. இல்லாவிட்டால் இவனிடம் வருகிற ஓரிரண்டு பேரும் கூட வேறு ஒரு நபரிடம் மனு எழுதிக் கொள்ளலாம் என்று போய் விடுவர் என்பது மட்டும் உண்மை.

ஒரு மனிதனின் அறிவையும் திறமைகளையும் நேர்மையையும் அவனது பகட்டைக்கொண்டே இந்தச் சமூகம் முடிவெடுக்கிறது அவனிடம் பகட்டு என்பது இல்லாதிருக்கும் பட்சத்தில் அவனிடம் இருக்கிற எவ்லாவிதத் திறமைகளும் அறிவு பூர்வமான விஷயங்களும் இல்லாத ஒரு வெற்று மனிதனாகவே நிர்ணயிக்கப்படுகிறான். இந்த உண்மைகளை இவன் பூரணமாக உணர்ந்துகொண்டபோது தானும் தன் குடும்பத்தினரும் பசியால் வாடிக்கொண்டிருக்கும். இந்தச் சமயத்தில் கூட இந்தப் பகட்டுக்காகக் கொஞ்சம் முக்கியத்துவம் அளித்தான்.

சிந்தனைகள் காற்றாய்ப் பரவி புயலாய் உருவெடுத்துக் கொண்டிருந்தபோது மேலும் யோசிக்கப் பிடிக்காமல் சுமதியைப் பார்த்தான் துரைசாமி. அவள் இன்னமும் அப்படியேதான் உட்கார்ந்திருந்தாள். சின்னக் குழந்தை அழுவதை நிறுத்தவில்லை. பெரியவன் முனகுவதை நிறுத்தவில்லை.

"சுமதி சின்னக் குழந்தை அழறாப் போலிருக்கே... ஒரு நாலணா சில்லரையிருக்கு. ஆழாக்குப் பால் வாங்கி அவளுக்கு கொடுக்கறியா?" என்று கேட்டான்.

"பெரியவனும் சாப்பாட்டுக்காகத்தான் அழறான்" சுமதி சொன்னாள். இவன் அதற்குப் பதில் சொல்லத் தெரியாமல்

மௌனமாய் உட்கார்ந்திருந்தான். ஏதோ அதற்கு வழி தேடுபவனைப்போல் தலையைச் சொறிந்தான். இப்போது பெரியவனும் வாய்விட்டே கத்த ஆரம்பித்து விட்டான்.

சுமதிக்குப் பொறுக்கவில்லை, அவன் உச்சந் தலையைப் பிடித்து ஒரு குலுக்குக் குலுக்கி முதுகில் செம்மையாய் நான்கு அடி கொடுத்தாள். பெரியவன் இப்போது பசியின் அவஸ்தையையும் அடியின் அவஸ்தையையும் பொறுத்துக் கொள்ள முடியாமல் 'ஓ' வென்று குரல் கொடுத்தே அழ ஆரம்பித்து விட்டான்.

துரைசாமிக்கு இதையெல்லாம் பார்த்ததும் ரொம்பச் சங்கடமாய்ப் போய்விட்டது. அந்தப் பழைய நாற்காலியில் உட்காரப் பிடிக்காமல் எழுந்து வெளியில் சென்றுவிடலாமா என்று நினைத்தபோது வாசலில் ஏதோ நிழல் தட்டிற்று.

நிர்மலா வந்து கொண்டிருந்தாள். முகத்தில் கவலை ரேகைகள் அப்பிக்கொண்டு பழிப்புக் காட்டிற்று. முகம் பசியால் ஒட்டிப்போய்க் கிடந்தது. அவள் அதையெல்லாம் பொருட்படுத்தாதவளைப் போல் "இப்பத்தான் வந்தியாண்ணா" என்று அக்கறையோடு விசாரித்துக்கொண்டே உள்ளே வந்தாள்.

இப்படி பொறுப்பாய் விசாரிப்பதற்குக் கூட ஒரு தங்கை இருக்கிறாளே என்று கொஞ்சம் சந்தோஷப்பட்டு அதையெல்லாம் முகத்தில் காட்டிக்கொள்ள விரும்பாததைப் போல், "நீ எங்கே போயிட்டு வர்றே?" என்று கேட்டான்.

"வேலை தேடிப் போனேன். எங்கும் வேலை இல்லேன்னுட்டாங்க. சரவணபவனுக்கு போய் மாவாட்டற வேலையாவது இருக்குமான்னு கேட்டேன். எல்லாம் மிஷினில் அரச்சிக்கிறோம், அப்படின்னு கையை விரிச்சிட்டாங்கண்ணா." என்றாள்.

"தொட்டதுக்கும் மிஷின் வந்துட்டதாலே மனுஷங்களுக்கு வேலையில்லாமப் போச்சி, மேடையிலெல்லாம் உழைக்கணும் உழைக்கணும்னுதான் சொல்றாங்களே ஒழிய மனுஷங்க உழைப்பையெல்லாம் இயந்திரங்கள் செஞ்சிடுதுன்னு யாரும் சொல்றதுக்கு முன்வரலை. இயந்திரங்கள் பெருகினதுக்கப் புறம் மனுஷங்களும் சோம்பேறியாப் போயிகிட்டிருக்காங்க.

பையில் கிடந்த நாலணா சில்லறையை எடுத்துக் கொடுத்து சின்னக் குழந்தைக்கு மட்டுமாவது கொஞ்சம் பால் வாங்கி வரச் சொன்னான்.

அவள் கேட்டாள். "பசி சின்னக் குழந்தைக்கு மட்டும் தானா? இன்னிக்கு சம்பாத்தியம் இல்லையாண்ணா?"

"இல்லே."

"அப்போ இன்றைய பொழுது ஓடணுமே?"

இன்றைய பொழுது மட்டும்தானா. இந்த உடம்புக்குள் ஆவி உள்ளவரை வருகிற ஒவ்வொரு பொழுதுமே ஓட்டித்தான் ஆகணும்.

"அதற்கெல்லாம் வழி என்னண்ணா?"

"பால்காரன் போயிட்டான்னா கெடைக்காது நிர்மலா. சீக்கிரம் போய்த் தொலையேன்" இவன் பேச்சை மாற்றி அதட்டல் போட்டான்.

அவள் தம்ளரை எடுத்துக்கொண்டு போய்விட்டாள். அன்றைய இரவில் சின்னக் குழந்தையின் தற்காலிகப் பசியை மட்டும் போக்க முடிந்தது இவனால் மற்றவர்களின் பசியைப் போக்க முடியவில்லை. மனைவியையும், குழந்தையையும், தங்கையையும், ஏன் தன்னையும் முழுக்கப் பட்டினிப் போட்டிருப்பது எந்த மனிதாபிமானத்தில் சேர்த்தி' என்று துரைசாமி உணர்ந்தபோது, 'இந்த மனிதாபிமானப் பிரச்சனைகளுக்கெல்லாம் சமூகச் சூழ்நிலைகள் ஒரு காரணம்தானே? என்று உணரத் தொடங்கினான். இதையெல்லாம் நினைக்க நினைக்க இவனுக்கு வாழ்க்கையே வெறுத்துப்போனது. எல்லோருடையக் கஷ்ட நிவாரணத்திற்கும் வழி செய்யப் பாடுபடுகிற இவனால் தன்னுடையக் கஷ்ட நிவாரணத்திற்குப் பாடுபட முடியவில்லையே என்று வருத்தமாயிருந்தது.

இரவு முழுக்கத் தூங்காமல் இதைப் பற்றியே சிந்தித்தான். சுமதியும், நிர்மலாவும் குழந்தைகளும் பசியின் காரணமாக தூக்கம் வராமல் முனகிக் கொண்டிருந்தனர்.

விடிந்து வெகுநேரம் வரையிலும் துரைசாமி படுக்கையில் கிடந்தான். குழந்தைகள் முனகிக்கொண்டிருந்தன. சுமதி பல்கிட்டிப்போய்க் கிடந்தாள். தங்கைக்காரி கோரைப்பாயில்

புரண்டு புரண்டு படுத்துக் கொண்டிருந்தாள். இவனுக்கு மயக்கம் வரும் போலிருந்தது.

இன்று தொழிலுக்குப் போய் தன்னால் காரியமாற்றுகிற அளவிற்குத் தெம்பிருக்கிறதா? தான் வேலைக்குப் போய் பொருள் சம்பாதித்து வருகிறவரை இந்த ஜீவன்கள் அத்தனையும் உயிரோடிருக்கும் என்பதில் என்ன நம்பிக்கையிருக்கிறது? இந்த அத்தனை ஜீவன்களையும் பட்டினிபோட்டுக் கொன்ற பாவம் தனக்குத்தான் சேர வேண்டுமா? தான் இவர்களைப் பட்டினிபோட்டுக் கொன்றுவிட்டு இந்த மண்ணில் நிம்மதியோடு வாழ்ந்து விட முடியுமா?'

இவனுக்குப் படுத்திருக்கவோ, வீட்டில் இருக்கவோ பிடிக்கவில்லை. வெறுமையான சூன்யங்களே இவனை முழுதுமாய் ஆக்ரமித்துக்கொண்டு பழிப்புக் காட்டியது. ஒரு முடிவோடு எழுந்து சட்டையைப் போட்டுக்கொண்டு வெளியே கிளம்பினான்.

தனக்கு இனிமேல் வாழ்க்கைத் தேவையில்லை. தன்னை நம்பியிருந்த அவர்கள் எக்கேடு கெட்டுப் போகட்டும், அவர்கள் இப்படிப் பட்டினியால் துடித்துக் கொண்டிருப்பதை தன்னால் பார்த்துக் கொண்டிருக்க முடியாது. தற்கொலை செய்துகொள்வதே மேல் என்ற விரக்தி மனப்பான்மையை மனத்தில் தீயாக கொழுந்து விட்டு எரிய வைத்துக்கொண்டு ரயில்வே லயனை நோக்கிப் போய்க்கொண்டிருந்தான்.

இன்னும் கொஞ்ச நேரத்திற்குள் குழந்தைகள் அழுவதையோ மனைவி துடிப்பதையோ தங்கைக்காரி வேலை தேடிச் செல்வது பற்றியோ இவன் கவலைப்பட்டுக் கொண்டிருக்க மாட்டான். இவன் தற்கொலை செய்து கொண்டான் என்ற செய்தி எட்டி நசுங்கி சதையும், எலும்பும், ரத்தமும் ஊனுமாய் கிடக்கும். எல்லோரும் வருவார்கள். கதறுவார்கள் ஒரு வாரத்திற்குக் கதறுவார்கள். ஒரு மாதம் முழுக்க இவன் வாழ்ந்ததைப் பற்றி அழாமல் நினைத்துக் கொண்டிருப்பார்கள். அப்புறம் இவனையும் இவன் வாழ்வையும் மறந்து விடுவார்கள். இந்த மனிதர்களுக்கு எத்தனையோ பிரச்சனைகள் உண்டு. அழிந்து போன மனிதனைப் பற்றியே நினைத்துக் கொண்டிருந்தால் அழியப் போகிற மனிதனின் வாழ்வு நிர்மூலமாகப் போய்விடுமே என்று

அஞ்சிப் போய் விடுவார்கள் என்ற உண்மை கருதித்தானோ என்னவோ இயற்கையே அந்த நினைவுகளை கரிக்கோடு போட்டு அழித்து விடுகிறதோ? அதையும் மீறி பல யுகங்களுக்கு நினைவில் நிற்கிறாற்போல் அழிந்த மனிதனின் நினைவுகள் மனத்தில் இருக்கிறதென்றால், அவன்தான் இயற்கையை வென்ற மனிதனாவானோ?

துரைசாமி வாழ்வே வெறுத்துப் போய் ரயில்வே லயனைக் கடப்பதற்காக பஜார் சாலையில் நடந்து கொண்டிருந்தபோது "ஐயா... சாமி..." என்ற குரல் கேட்டு விதிர்த்துப் போய் நின்றான்.

கண்கள் இழந்தவன், கைபோனவன், கால் இல்லாதவன், முடமானவன், நொண்டியாய்ப் போனவன் இப்படி ஒரு பட்டாளம் துணியை விரித்துக்கொண்டு பிச்சைக்காக ஏங்கிக் கையேந்தி இருந்து நின்றதைப் பார்த்து பொறிதட்டிப் போனான் இவன்.

அங்கஹீனங்களால் உடம்பு முழுக்க ரணமாகி இத்தனை அவலங்களோடு இந்தச் சமூகத்திற்கோ அல்லது இவர்களைச் சேர்ந்தவர்களுக்கோ தங்களால் ஏதும் பயன் இல்லை என்று தெரிந்தும் இவர்களெல்லாம் வாழத்துடிப்பது எதற்காக? சிருஷ்டியின் அந்தரங்கத்தில் ஒரு அபூர்வமயமான இன்பமோ சுவையோ ஒளிந்து கொண்டிருப்பதுபோல இந்த வாழ்வுக்குள்ளும் இனம்புரியாத மாயை உழன்று கொண்டிருக்குமோ? அந்த மாயை இனிக்கச் செய்யுமோ? இந்த வாழ்க்கையில் ஏதோ ஒரு சுவை இருக்கத்தான் செய்கிறது. அந்தச் சுவைக்காகத்தானே இவர்கள் வாழத் துடிக்கிறார்கள். இந்தப் பசியைக் காட்டிலும், எத்தனை பெரியக் கொடுமைகளையும் அவலங்களையும் பார்த்து நசிந்த அந்த நிலையிலும் வாழத் துடித்துக்கொண்டிருக்கிற இவர்களின் மன உறுதியை என்னவென்று வியப்பது? அங்க ஹீனமோ நோயோ இல்லாத தன்னால் மன உறுதியில்லாமல் தற்கொலை செய்துகொள்ள வந்தது எத்தனை மடத்தனம்? இது எந்த விதத்தில் நியாயமாகும்?

இவன் அப்போதுதான் இந்த வாழ்க்கையில் ஏதோ ஒரு சுவை இருப்பதாக எண்ணி, அந்தச் சுவையினைப் பெறுவதற்காக இந்த வாழ்வை வாழ்ந்தே தீரவேண்டும் என்பதாய் உணர்ந்து,

அதிகமான மன உறுதி வந்தவனாய் திரும்பி வீட்டை நோக்கிப் புறப்பட்டான்.

வழியில் அந்தத் தையற்கடைகார நண்பன் இவனை எதேச்சையாய்ப் பார்த்துவிட்டு அடடே.. என்னப்பா இந்தக்காலை நேரத்தில் இங்கே...? தொழிலுக்குப் போகலையா?' என்று கேட்டான்.

"போகணும்" என்ற இவன் தன் நிலைமையை ஒன்றுகூட ஒளிவுமறைவில்லாமல் சொல்லி தன் தங்கைக்கு ஒரு வேலை கிடைத்து விட்டால் குடும்பத்தை ஓரளவு ஓட்டி விடலாம் என்றும், அவளது திருமணத்திற்கு பின் தன்னால் ஒரு ஸ்திரமான வேலையையோ அல்லது தொழிலையோ பெற்றுவிட முடியும் என்று நம்பிக்கை தெரிவித்து தாற்காலிகமாக தன்னுடைய தங்கைக்கு ஒரு வேலை தேடித்தர முடியுமா என்பது போல் அவனைப் பார்ததான்.

அவன் இவனுடைய தையற்கடையில் ஒரு வேலை கொடுப்பதாக நம்பிக்கை தெரிவித்து இன்றைய பட்டினியை நிவர்த்தி செய்வதற்காக வேண்டி தாராள மனப்பான்மையோடு கொஞ்சத் தொகையையும் சட்டைப்பையிலிருந்து எடுத்துக் கொடுத்தபோது இவன் தன்னுடைய வாழ்க்கையிலேயே முதன் முதலாக வாழ்க்கையின் சுவையை உணர்ந்தவன் போல் நடக்க ஆரம்பித்தான்.

●

நினைவுகள் இழந்தபின்

காலிங்பெல் ஓசை கேட்டு ஸ்டெல்லா கதவைத் திறந்தாள். கதவுக்கும் வெளியே ஜகதீஷ் நின்று கொண்டிருந்தான். ப்ளூ நிற பாலியெஸ்டர் ஷூட்டிங். வெட்டப்படாத தலைமுடி. புருவங்களை மறைக்கிறார் போல் பெரிய கூலிங்கிளாஸ். மல்லிகை மணத்துடன் கூடிய செண்ட் வாசனை. அவன் எதில் வந்தான் என்பதற்கு அடையாளமாக போர்டிகோவில் ‘புல்லட்’ நிறுத்தப்பட்டிருந்தது.

“குட் ஈவினிங்”

“குட் ஈவினிங்” இவன் இந்த ‘குட் ஈவினிங்’கைகச் சொல்லும் போது அலட்சியமாய்த்தான் வார்த்தைகள் உதிர்த்தான்.

“யார் வேணும்?” இவள் கேட்டாள்.

“உங்கள் ஃபாதர் வேணும்” அவன் சொன்னான்.

“கம்பெனியிலிருந்து வரவில்லை”.

டோரை லாக் பண்ணப்போன ஸ்டெல்லாவின் செவிகளில் அந்த குரல் விழுந்தது.

கொஞ்ச நேரத்தில் இருவருமே டீக்காய் டிரஸ் பண்ணிக்கொண்டு “ஸ்டெல்லா என்னயிருந்தாலும் உனக்கு இந்த அலட்சியம் இருக்கக் கூடாதம்மா. வந்தவர் யார் என்பதை அறிந்துக் கொள்ள முடியாவிட்டாலும், அவர்களை உள்ளே அழைத்து ஒரு கப் காஃபி கொடுக்கலாம். இந்த மரியாதை செய்ய முடியாவிட்டால்

அட்லீஸ்ட் அவரை உட்காரச் செய்து ஒரு இரண்டு வார்த்தை பேசலாம். இதுதான் ஒரு படித்த பெண்ணுக்கு அழகு".

அம்மாக்காரி சத்தம் போட்டாள். ஸ்டெல்லாவின் முகம் ரத்தமாயிற்று. அவன் இலேசாய் சிரித்தது இவளுக்கு தன்னை அவமானப்படுத்துவது போலிருந்தது. என்ன இருந்தாலும் ஒரு அழகிய வாலிபன் எதிரில் இந்த அம்மா இவ்வளவு கண்டிப்போடும், தன்னுடைய தவறை அவன் முன்னால் சுட்டிக் காட்டவும் கூடாதுதான்.

ஸ்டெல்லா தனது எல்லை மீறிய ஆத்திரத்தை முகத்தில் காட்டிக் கொள்ளவில்லை. இலேசாய் அவனைப் பார்த்தாள். அவன் இன்னமும் நின்றுகொண்டிருந்தான், "ஸ்டுபிட்" என்று தனக்குள்ளாகவே முணுமுணுத்துக் கொண்டவள், "ஐ ஆம் ஸாரி மிஸ்டர். கம் இன் டேக் யுவர் ஸீட் ப்ளீஸ்" என்று வெளிக்காகச் சொல்லி அவனை அழைத்துக்கொண்டு போனாள்

அவன் ஹாலுக்குள் போய் ஷோஃபாவில் அமர்ந்தான். அம்மாக்காரி தனது பணியாளரிடம் காஃபிக்குச் சொன்னாள் மேலே ஃபேன் ஓடிக் கொண்டிருந்தது. அதில் அவனுடைய கேசம் பறந்து கொண்டிருந்தது அழகாகத்தானிருந்தது.

ஸ்டெல்லா ரூமிற்குள் போனாள். அம்மாக்காரி எதிர் சோஃபாவில் அமர்ந்துக் கொண்டாள். மொசைக் வழுவழுப்பு, கண்ணாடியை நினைவூட்டியது. திரைச்சீலைகள் நாட்டியமாடிக் கொண்டிருந்தன. ஜன்னல் கம்பிகளுக்கும் வெளியே தோட்டத்துப் பூக்கள் சிரித்துக் கொண்டிருந்தது. தூரத்தில் இளம் வயதினர் ஃபுட்பால் விளையாடிக்கொண்டிருந்தார்கள்.

"அவள் என் டாட்டர், எதிலுமே கொஞ்சம் அலட்சிய சுபாவம். எதற்கும் அவளை நீங்கள் மன்னிக்க வேண்டும்" அம்மாக்காரிச் சொன்னாள்.

பணியாள் காஃபி கொண்டு வந்தான். ஜகதீஷ் கப்பை வாங்கிக் கொண்டான், "இருக்கட்டும் சின்னப் பெண்தானே. நாங்கூட இந்த மாதிரியான சின்ன விஷயத்துக்கெல்லாம் பெரிசா ஒர்ரி பண்ணிக்கிறதில்லே" — அம்மா சிரித்தாள். அவன் காஃபியை பருகினான்.

சி.எம்.முத்து ✳ 199

ரூமிற்குள்ளிருந்து அவன் காஃபி குடிக்கும் நேர்த்தியை ஸ்டெல்லா பார்த்துக் கொண்டிருந்தாள். உதட்டைப் பிதுக்கினாள் என்றாலும், ஏனோ நெசத்தில் அது இனிமையாயிருந்தது.

"ஆமாம் நீங்க யாரு? இங்கே என்ன விஷயமாய் அவரைப் பார்க்கணும்?" அம்மாக்காரி கேட்டது ஸ்டெல்லாவிற்கு காதில் விழுந்தது. கப் காலியாயிற்று. பணியாள் காத்திருந்து கப்பை எடுத்துப் போனான். "இன்ஷூரன்ஸ் ஏஜன்ட் ஜகதீஷ். உங்க ஹஸ்பன்ட் பாலிஸி எடுக்கப் போறதா சொன்னார். அது விஷயமாத்தான் அவருகிட்டே டிஸ்கஸ் பண்றதுக்கு வந்தேன்".

"ஹோ அப்படியா? ரெயின்போவில் இவரோட ஃப்ரெண்ட் ஒருத்தர், டாட்டர் மேரிட்டிற்காக இவருக்கு பார்ட்டி கொடுக்கின்றாராம். ஈவினிங் இவர் அந்தப் பார்ட்டியில் கலந்துக்கப் போறதா எங்கிட்டே சொல்லிட்டுப் போனார். இவர் நைட் டென்னிற்குள் வந்திடுவார். நீங்க வந்த விஷயத்தை அவசியம் சொல்றேன். எதற்கும் நீங்கள் நாளை மார்னிங் வாங்களேன்".

"ஓகே மேடம். அப்போ நான் வாரேன்" சோஃபாவிலிருந்து அவன் எழுந்து கொண்டான். ஸ்டெல்லா எதையோ எடுப்பவளைப்போல் ஹாலுக்குள் வந்தாள். இவள் முகம் கடுமையாக இருப்பதை ஜகதீஷ் பார்த்துவிட்டுப் போனான்.

புல்லட்டின் இரைச்சல் அடங்கிப் போனதும் அம்மாக்காரியிடம் சத்தம் போட்டாள் ஸ்டெல்லா. "நீ அம்மாவா?..." அம்மாக்காரி இவள் கோபமாய் இருக்கிறாள் என்பதை அறிந்து அறைபக்கம் போய் விட்டாள். இவள் "யூ... யூ... யூ..." என்று கத்திக்கொண்டே டீப்பாயிலிருந்து பூச்சாடியை எடுத்துத் தரையில் போட்டு உடைத்தாள்.

"ஏன் இவள் இவ்வளவு காட்டமாக இருக்கிறாள்? ஜகதீஷை பிரவேசிக்கவிட்டதில் இவளுக்கென்ன ஆற்றாமை? பிற ஆடவரை அறிந்து கொள்ளாதவரை, அவர்களை உள்ளே அழைப்பது தவறென்று நினைக்கிறாளோ? இவள் நினைப்பு இப்படித்தான் என்றால் நிச்சயமாய் இவள் ஒரு பைத்தியமாகத்தான் இருக்க வேண்டும்." அம்மாக்காரி தனக்குள்ளாகவே நினைத்துக் கொண்டாள்.

ஸ்டெல்லாவிற்கு இருப்பு கொள்ளவில்லை. மனசும் சரியில்லை. கடிகாரத்தைப் பார்த்தாள். சரியாக ஐந்து.

நேரம் ஆகிவிட்டிருந்தது. தியேட்டரில் என்ன படம் என்பதை முன்பே அறிந்து விட்டிருந்ததால் அதற்கு போக வேண்டுமென்று ஆசை உண்டாகி விட்டது இவளுக்கு.

"அம்மா..."

"என்ன வேணும்?"

"பிக்சருக்குப் போகணும்"

"அவசியம் போய்த்தான் ஆகணுமா?"

"உன் ஆசையை நான் கெடுக்கலே. நீ போகலாம். காட்ரேஜைத் திறந்துத் தேவையான பணத்தை எடுத்துட்டு போ"

"நீ வரலையா?"

"வரப் பிரியமில்லே"

"......? இவள் முகத்தில் கேள்விக்குறி.

"என்னவோ ஏதோன்னு நினைச்சுடாதே ஸ்டெல்லா. கொஞ்சம் சைலண்டா இருக்கனும் அவ்வளவுதான். வேணுமானா உன் ஃப்ரண்ட் நிம்மியை அழைச்சுட்டுப் போயேன்."

"வேண்டாம் அம்மா. நான் மட்டும் தனியாகத்தான் போகப் போகிறேன்" ஸ்டெல்லாவிற்கு உள்ளுக்குள் சிரிப்பு வந்தது. கொஞ்ச நேரத்திற்கு முன்னாடியிருந்த வருத்தமெல்லாம் போயே போய்விட்டது.

பிக்சர் ஓடிக் கொண்டிருந்தது. டன்லப் பில்லோவின் இதமான மென்மை ஸ்டெல்லாவின் இதயத்தை குளிர்வித்தது. அது ஒரு ஹிந்திப்படம். அப்போது பாத்ரூம் காட்சி ஓடிக் கொண்டிருந்தது. குளித்துக் கொண்டிருந்தாள் ஹீரோயின். பீங்கான் தொட்டியில் சோப்பு நுரை பொங்கிக் கொண்டிருந்தது.

திடுமென்று பாத்ரூம் கதவு தட்டப்படும் ஓசை. ஹீரோயின் கதவைத் திறந்து விட்டாள். ஹீரோ ரொம்பவும் அழகாயிருந்தான். முகத்தில் மீசையில்லாதது அழகாகவே இருந்தது. இருவரும் சில நிமிடங்கள் பார்த்துக் கொண்டார்கள்.

“கம் இன் டார்லிங்”

அவன் வந்தான். இவள் நெருங்கினாள். “மை ப்யூட்டிஃபுல் டார்லிங்” அவன் கழுத்தை வளையமாகக் கோத்துக் கொண்டாள். ஷவரில் வீணாக நீர் கொட்டிக் கொண்டிருந்தது.

திரையில் பாடல் காட்சியொன்று ஓடிக் கொண்டிருந்தது.

ஸ்டெல்லா, தான் அறிந்திராத ஒரு புதிய உணர்வில் துடித்துக் கொண்டிருந்தாள். தன்னுள் பொங்கிக் கொண்டிருந்த அத்தனை இன்ப உணர்வுகளை இவளாள் கட்டுப்படுத்த முடியவில்லை. இவளாள் கட்டுப்படுத்த முடியாத அந்த உணர்வுகள், இவளை இன்பத்தின் உச்சிக்கு கொண்டு செல்கிறதைப் போல் உட்கார்ந்துகொண்டிருந்தாள். ஆனாலும், இவள் கண்கள் படத்தில் ஒட்டியிருந்தன.

படத்தில் ஹீரோ, ஹீரோயினிடையே இன்ப மயமான பேச்சுக்கள் நடைபெற்றுக் கொண்டிருந்தன. சரசங்கள், லீலைகள், சாகசங்கள். நெடுமூச்சுகள்… தன்னிலிருக்கின்ற ஒன்றை இன்னொன்றிடம் செலுத்துவதற்காக துடிக்கின்றத் துடிப்புக்கள் அவள் அவன் கேசத்தை ஒரு கையால் மென்மையாக வருடிக் கொண்டே மற்றொரு கையால் சட்டை பட்டனைக் கழற்றினாள்.

பூவாய் நீர் கொட்டிக்கொண்டிருந்தது. அதில் உடம்பை நனைத்துக்கொண்டு சோப்புத் தொட்டியில் அமிழ்ந்தார்கள். இருவருக்கும் அந்தத் தொட்டி போதவில்லையாதலால் சோப்பு நுரையைப் பூசிக்கொண்டு வெளியே வந்தார்கள்.

தியேட்டரில் இருள் பரவியது. கரண்ட் கட்டோ, இயந்திரக் கோளாரோ தெரியவில்லை. சுவையான கட்டத்தில் காட்சி நின்று போனதைத் தொடர்ந்து, ஆபரேட்டரை “அடப்பாவி” என்று சொல்லாதவர்களில்லை.

ஸ்டெல்லா டன்லப்பில்லோவின் மென்மை திடுமென்று தன்னை முள்ளாய்க் குத்துவதாக உணர்ந்தாள். குப்பென்று வியர்த்தது. கோபமும் வந்தது. அதிலிருந்து எழுந்து போக வேண்டுமென்று உண்டாகிவிட்டது இவளுக்கு. “நான் சென்ஸ்” என்று சொல்லிக் ஸீட்டை காலியாக்கினாள்.

சில வினாடிகளுக்கு முன்னவரை திரையில் அந்த பாத்ரும் காட்சி ஓடியபோதெல்லாம் இவளுள் கொண்டிருந்த அந்த

உணர்வுகள், ஒரே நொடியில் போயே போய்விட்டது. இவள் ரசித்துப் பார்த்துக் கொண்டிருந்த காட்சி நின்று போனதில் ஆத்திரம் ஆத்திரமாகவும் அதே சமயத்தில் ஏமாற்றமாகவும் இருந்தது.

அடுத்து என்ன நடந்திருக்கும்? புழுக்கம் அதிகரித்தது. இன்னமும் தியேட்டரில் இருக்கப் பிடிக்கவில்லை. திடுமென்று தியேட்டரிலிருந்து வெளியே வந்தாள்.

ஸ்டெல்லா வீட்டிற்கு காரில் போய் கொண்டிருந்தபோது ஒரு சிறிய கேஸ்ட்டினில் சற்று முன்புத் திரையில் கேட்ட பாடல் பாடிக்கொண்டிருந்தது.

டெலிஃபோன் மணி ஒலித்தது. தாமஸ் ரிஸீவரை கையில் எடுத்தார் "ஹலோ, ஐ ஆம் தாமஸ் ஸ்பீக்கிங்."

"பாஸ்கர் பேசறேன்"

"ஹோ பாஸ்கரா! இந்த காலை நேரத்தில் அப்படி என்னப்பா விஷயம்?'

"என் சிஸ்டரை இன்னைக்கு பெண் பார்க்க வருவதாய் டெலிபோன் வந்தது. எட்டு மணிக்கெல்லாம் அவர்களை எதிர்பார்க்கின்றோம். இந்த நிகழ்ச்சியில் நீங்களும் உங்கள் ஒய்ஃபும் அவசியம் கலந்துக் கொள்ள வேண்டும்."

"ஒகே... ஒகே... அதுக்கென்னா வந்துட்டா போறது." சிரித்துக் கொண்டே சொன்னார் இவர்.

"எதற்கும் நீங்க செவன் தர்ட்டிக்கெல்லாம் இங்கே இருந்தா நல்லா இருக்கும், டிபனை இங்கே முடிச்சிக்கலாம்."

"வந்துடறேன். அப்போ ரிஸீவரை வச்சிடட்டுமா?"

"வச்சிடுங்க"

ரிஸீவரை வைத்துவிட்டு நைட்கவுனைக் கழற்றி ஸ்டாண்டில் மாட்டிவிட்டு மனைவியை எழுப்பி விஷயத்தைச் சொன்னார் தாமஸ்.

"இன்னைக்கு மார்னிங் அந்த இன்ஸ்யூரன்ஸ் ஏஜெண்ட் ஜகதீஷை வரச் சொல்லிட்டேனே".

“வரட்டும். நாம் அநேகமாக நைனுக்குள்ள வந்திடலாம். ஸ்டெல்லாவிடம் சொல்லி நாம் வரும்வரை அவரை இருக்கச் சொல்லிடு”.

“சரி’ என்று சொல்லிவிட்டு மனைவி போய்விட்டாள்.

புறப்பட்டார்கள். ஸ்டெல்லாதான் அவர்களை போர்டிகோ வரை போய் வழியனுப்பிவிட்டு வந்தாள்.

சுவர் கடிகாரத்தில் மணி எட்டு ஐந்து ஆகிவிட்டிருந்தது. ஸ்டெல்லாவிற்கு அந்த காலை நேரத்தில் குளிக்க வேண்டும் மென்றாகிவிட்டது. பணியாள் கொண்டுவந்து தந்த காஃபியை குடித்துவிட்டு தனக்கு பிடித்தமான பாடல்களை ரெக்கார்ட் பிளேயரில் பொறுத்தினாள்.

இவள் பாத்ரூமிற்குள் போனபோது பாடிய பாட்டைக் கேட்டதும், இவள் கொஞ்சம் கொஞ்சமாக தன் உணர்வை இழக்க ஆரம்பித்து வேறோர் உலகில் சஞ்சரிக்க ஆரம்பித்து விட்டாள்.

அந்த நேரத்தில் அவள் நேற்று பார்த்த ஹிந்தி படத்தின் காட்சி இவள் நினைவு அலைகளில் ஓடியது.

ஷவரில் நீர் கொட்டிக் கொண்டிருந்தது. அதில் இவள் உடல் நனைந்துகொண்டிருந்தது.

போர்டிகோவில் ஃபுல்லட்டின் இரைச்சல் இவள் செவிகளில் அமுதமாய் ஒலித்தது. பீங்கான் தொட்டியில் சோப்பு நுரையில் உடலை அழுத்தி இன்பம் கண்டாள்.

தனக்குள் தானே “வெரி ஸ்வீட் பிக்சர்” என்று நாவில் நீர் சுரக்கச் சொல்லிக் கொண்டாள். கதவு ஜகதீஷிற்காகவே திறந்திருப்பது போல் திறந்து கிடந்தது. புல்லட்டிலிருந்து இறங்கி வந்த ஜகதீஷ் நேரே ஹாலுக்குள் வர “முதலாளியும், முதலாளியம்மாவும் வெளியே ஒரு ஃபங்ஷனுக்கு சென்றிருக்கிறார்கள். அவங்க வார வரையிலும் உங்களை இருக்கச் சொல்லி ஸ்டெல்லாம்மாவிடம் சொல்லிவிட்டுப் போனாங்க. ஸ்டெல்லா குளிக்கறாங்க போலிருக்கு. நீங்க சோஃபாவில் உட்காருங்க சார்” என்று சொல்லிவிட்டு அவன் போய் விட்டான்.

குளியலறையிலிருந்து நீர்ச்சொட்ட வேகமாய் வெளியே வந்தவள் ஜகதீஷை பார்த்து நின்றாள்.

"ஹோ மை டார்லிங் கம் இன் ப்ளீஸ்" இவள் அவனை விழுங்கிக்கொண்டே சொன்னாள்.

அப்போது ஜகதீஷ் இவள் தோற்றத்தைக் கண்டு கொஞ்சம் கொஞ்சமாக தன் சுய நினைவுகளிலிருந்து தவறிக் கொண்டிருந்தான்.

சரியாக ஒன்பது. அம்மாக்காரி வந்துவிட்டாள். கதவும் திறந்து கிடந்தது. இவர்கள் எதிரெதிரே உணர்வற்று நிற்பதைக் கண்டு அதிர்ந்துப் போனாள். அம்மாக்காரி பைத்தியமாக்கப்பட்டாள்.

படைப்பு பதிப்பக வெளியீடுகள் – 2024

1. அந்தாதி - ஆண்டன் பெனி
2. கருப்பா இருக்கிறவன் பொய் சொல்லமாட்டான் - ஆண்டன் பெனி
3. நீர்ப்பரணி - எம்.எம்.தீன்
4. ஊழ் - விக்ரமாதித்யன்
5. ஏடகம் - விக்ரமாதித்யன்
6. சும்மா இருக்க விடாத காற்று - விக்ரமாதித்யன்
7. தற்காலச் சிறந்த கவிதைகள் - விக்ரமாதித்யன்
8. அவன் - அவள் - விக்ரமாதித்யன்
9. கிரகயுத்தம் - விக்ரமாதித்யன்
10. கவிதை ரசனை - விக்ரமாதித்யன்
11. சுடலைமாடன் வரை - விக்ரமாதித்யன்
12. தன்மை முன்னிலை படர்க்கை - விக்ரமாதித்யன்
13. ஊரும்காலம் - விக்ரமாதித்யன்
14. சேகர் சைக்கிள் ஷாப் - விக்ரமாதித்யன்
15. அவன் எப்போது தாத்தாவானான் - விக்ரமாதித்யன்
16. திருஉத்தரகோசமங்கை - விக்ரமாதித்யன்
17. தெளிவின்மையின் இன்பம் - கரிகாலன்
18. 90'ஸ் கிட்ஸ் - பிரபுசங்கர் க
19. ஹைக்கூ தூண்டிலில் ஜென் - II - கோ.லீலா
20. அம்பேத்கரும் சூழலியலும் - கோ.லீலா
21. சிவப்பு நிறத்தில் ஒரு வானம் - லக்ஷ்மி
22. முன் மாதிரிமங்கலம் - பெரியார் சரவணன்
23. ஹைட்ரோ கார்பன் - பெரியார் சரவணன்
24. சற்றுமுன் விலைக்கு வைக்கப்பட்ட கவிதை - மு.ரகுபதி

25. கங்குல் காதலி - அபூ சுகந்தன்

26. கிறிஸ்டினா அருள்மொழி கவிதைகள் - கிறிஸ்டினா அருள்மொழி

27. நான் வாழவேண்டும் - திப்பு ரஹிம்

28. யானையின் தும்பிக்கையும் புத்தரின் கரமும் - ரகுநாத் வ

29. சினிமா உலக சினிமா - கவிஜி

30. லூபா யானை - சு.பிரவந்திகா

31. இலை விரித்தது வேர் கிளை எரித்தது யார்? - தஞ்சை விஜய்

32. சாய்ந்தது மரம் சாய்த்தது கரம் - தஞ்சை விஜய்

33. வேடு - மா. காளிதாஸ்

34. நீர் பருகும் தாகங்கள் - காதம்பரி

35. டோடோ - அன்புச்செல்வி சுப்புராஜு

36. தனியொரு அன்றில் - மணி அமரன்

37. பாடலின் பின்குறிப்பு - ஏகாதசி

38. தாழப்பறக்கும் பருந்து - அன்பழகன் ஜி

39. ஓலங்கள் சுழலும் உடைந்த இசைத்தட்டு - ஜெ.பிரான்சிஸ் கிருபா

40. அம்மாவின் காதலன் - அ. முத்துவிஜயன்

41. சட்டையை உரித்துக்கொள்ளும் பாம்பு - அமிர்தம் சூர்யா

42. மரபணு - வாவ் சிக்னல் - 2 - ராம் பிரசாத்

43. பாஷோவின் பழைய குளம் - முகமது பாட்சா

44. புளிப்புக்கனிகள் - சி.எம்.முத்து

45. ஏற்கனவே & பெருங்கடலின் அரக்கன் - எலியாஸ் ஜான்ஜோசப்

46. ஊதாப்பூக்களின் சுழற் படிக்கட்டுகள் - ஜின்னா அஸ்மி

47. அரிதாரம் பூசிய அர்த்தநாரி - சலீம்கான் (சகா)

48. நதியும் கடலும் - 1 - வீரசோழன் க.சோ. திருமாவளவன்

49. காண்டாமிருகத்தை விழுங்கும் மின்மினி - மணி சண்முகம்

50. சொல் புத்தர் நல் புத்தர் கல் புத்தர் - மணி சண்முகம்

51. ஏழ் கருணை வானவில் - மணி சண்முகம்
52. இயல்வாகைப் பூக்கள் - நித்யா ராமதாஸ்
53. மரமாபிமானம் - கோபிநாதன் பச்சையப்பன்
54. பணத்தால் அடித்தால் வலிக்காது - சாஸ்தா
55. அறுவடை - ச.உமா கண்ணன்
56. நீராக இளகும் நிழல் - கார்த்திக் திலகன்